NGÔN NGỮ
TẠP CHÍ VĂN HỌC NGHỆ THUẬT
SỐ 19 1/5/2022

NHÓM CHỦ TRƯƠNG:

Luân Hoán - Song Thao - Nguyễn Vy Khanh - Hồ Đình Nghiêm - Lê Hân

CỘNG TÁC TRONG SỐ NÀY:

Ben Oh, Biển Cát, Cao Nguyên, Chu Nguyên Thảo, Chu Vương Miện, Dan Hoàng, Diên Nghị, Dung Thị Vân, Duyên, Đào Minh Tuấn, Đặng Kim Côn, Đặng Hiền, Đỗ Duy Ngọc, Kiều Huệ, Hà Thiên Sơn, Hoàng Xuân Sơn, Hồ Chí Bửu, Hồ Đình Nam, Hồ Đình Nghiêm, Hùng Nguyễn, Huỳnh Liễu Ngạn, Huỳnh Thị Quỳnh Nga, Lê Chiều Giang, Lê Đức Thịnh, Lê Hân, Lê Hữu Minh Toán, Lê Minh Hiền, Lê Văn Hiếu, Lê Văn Trung, Loan Nguyễn, Luân Hoán, Lữ Quỳnh, Lưu Lăng Khách, Lương Thiếu Văn, Mai Tuyết, Minh Ngọc, Ngọc Giao, Ngữ An, Nguyên Bình, Nguyễn An Bình, Nguyễn Châu, Nguyễn Đình Phượng Uyển, Nguyễn Đức Mù Sương, Nguyễn Đức Nam, Nguyễn Hải Thảo, Nguyễn Linh Quang, Nguyễn Minh Nữu, Nguyễn Quốc Hưng, Nguyễn Sông Trẹm, Nguyễn Thái Dương, Nguyễn Thị Hải Hà, Nguyễn Văn Điều, Nguyễn Văn Gia, Nguyễn Vũ Sinh, Nguyễn Vy Khanh, Ninh Trần, NP Phan, Phạm Cao Hoàng, Phạm Vũ Thịnh, Phương Tấn, Song Thao, Tiểu Lục Thần Phong, Thái NC, Thái Tú Hạp, Thiếu Khanh, Thục Uyên, Thy An, Tiểu Nguyệt, Tôn Nữ Mỹ Hạnh, Trần Đình Sơn Cước, Trần Hạ Vi, Trần Thị Nguyệt Mai, Trần Vấn Lệ, Triều Hoa Đại, Trịnh Bửu Hoài, Trung Chính Hồ, Trương Xuân Mẫn, Võ Phú, Võ Thị Như Hà, Vũ Trọng Quang, Xuyên Trà.

BÌA: Uyên Nguyên Trần Triết

DÀN TRANG: Lê Hân

ĐỌC BẢN THẢO: Trần Thị Nguyệt Mai

LIÊN LẠC:

Thư và bài vở mời gởi về:
- Luân Hoán: lebao_hoang@yahoo.com
- Song Thao: tatrungson@hotmail.com

TÒA SOẠN & TRỊ SỰ:

Lê Hân: (408) 722-5626 han.le3359@gmail.com

MỤC LỤC

THƯ TÒA SOẠN

Chào mừng quý bạn đọc, bạn văn. Chúc chúng ta cùng vui đón những ngày sống nhẹ nhàng đang tới trong thời tiết đẹp, hy vọng mọi người sẽ có những thong thả ngao du và lượm bên đường sống nhiều sáng tác.

Về tạp chí Ngôn Ngữ, một sai sót đáng tiếc đã có trong số 18 vừa qua. Cụ thể, ngoài bìa báo ghi đầy đủ tên người góp bài, nhưng trong trang in đã sót hai bài. Bài của nhà văn Hồ Đình Nam và bài trả lời phỏng vấn của nhà thơ, dịch giả Thiếu Khanh (được ký giả Lam Điền thực hiện). Chúng tôi đã gởi lời xin lỗi. Nhưng nhân đây, chúng tôi một lần nữa nhận sai sót và xin phép đi lại cả hai bài trên Ngôn Ngữ 19. Trong việc làm báo, tòa soạn khó tránh được những lỗi bất ngờ, rất mong những bạn viết và cả bạn đọc thông cảm.

Về chuyện bài vở, chúng tôi nhận được không nhiều cũng không ít. Bề dày tạp chí, chúng tôi cố gắng giữ có chừng đầy đặn 300 trang. Với vóc dáng này cho hai tháng quả thật khiêm nhường, nhưng vẫn mong giữ được như thế.

Qua hai mươi số báo (vì có số đặc biệt), nhìn lại, số lượng bài vở có sự chênh lệch khá lớn giữa thơ và văn, điều này phụ thuộc vào lượng bài nhận. Người làm thơ không những đông còn sốt sắng góp bài nhiều hơn. Chúng tôi hy vọng sẽ duy trì mỗi kỳ báo, đón khoảng bốn mươi đến tối đa bốn mươi lăm nhà thơ. Chính số lượng lớn này buộc chúng tôi chọn những bài có chiều dài trung bình, ngoại trừ đôi bài dài hơn một chút. Và thú thật chúng tôi cũng lưỡng lự trước những bài có hình thức xuống dòng quá nhiều, với hai ba chữ, thậm chí một chữ; đây là nghệ thuật, là chủ ý của người viết, bởi thế chúng tôi không dám sửa đổi cách ngắt câu, mà đành gác lại. Để huề đông vui cùng lúc là chọn lựa của chúng tôi. Nhưng không phải chúng tôi cho đi tất cả những bài nhận được.

Về phần văn, chúng tôi vẫn duy trì việc không đi bài cùng lúc phổ biến trên hai diễn đàn. Biên khảo, truyện ngắn... có thể đi lại, nếu các sáng tác đó đã từng trình làng từ trước, với một thời gian đủ dài, chứng tỏ chúng tôi không vừa copy, và đương nhiên nội dung bài viết còn hợp thời, thích hợp và quan trọng là chính tác giả gởi đến. Thú thật, đã có vài khiếu nại, nên để tránh đáng tiếc, mọi thể loại, xin đề nghị mọi tác giả nên tự gởi, và không nên gởi giùm bạn bè.

Với nội dung sáng tác, Ngôn Ngữ vẫn không quy định đề tài đặc biệt nào, mỗi kỳ báo luôn mong có mọi vấn đề trong cuộc sống, được đám đông suy ngẫm, bày tỏ bằng chân tình và tài năng căn bản thực hiện bài viết.

Đa tạ, kính quý chào tất cả.

Luân Hoán
4-2022

NGUYỄN THỊ HẢI HÀ

HÃY TRẢ GOGOL LẠI CHO UKRAINE

Tiểu sử Nikolai Gogol

Nikolai Vasilyevich Gogol sinh ngày 1 tháng Tư 1809 mất ngày 4 tháng Ba năm 1852. Ông là người Nga gốc Ukraine. Tên của ông phiên âm kiểu Nga là *Nikolay Vasil'yevich Gogol*, và Ukraine là *Mykola Vasyl'ovych Hohol.* Gogol sinh ra ở Sorochyntsi một thành phố nhỏ ở trung phần của Ukraine, thuộc vùng tự trị của Ukrainian Cossack. Cha mẹ của ông là người Ukraine. Gia đình ông thông thạo cả hai thứ tiếng. Họ nói và viết bằng ngôn ngữ Ukraine trong cuộc sống hằng ngày, và dùng tiếng Nga trong văn thư hành chánh. Bố ông qua đời khi ông 15 tuổi. Gia đình ông thuộc loại khá giả. Ông là đứa con thứ ba trong mười hai người con, nhưng được xem là con trưởng vì hai người con đầu tiên chết từ lúc sơ sinh. Ông được cha mẹ, nhất là mẹ, tưng tiu, vì thuở nhỏ ông đau yếu tưởng không sống nổi.

Từ năm 1820 đến 1828 (11-19 tuổi), Nikolai Gogol học ở trường Nezhin, cách Kyiv khoảng 116 km về hướng Đông Bắc, ngày nay là đại học Nizhyn Gogol State University. Ông bắt đầu viết văn trong thời gian ông đi học ở đây.

Năm 1828 ông đến ở St. Petersburg, Nga. Năm 1831 Gogol xuất bản tập truyện ngắn Evenings on a Farm Near Dikanka phần I - Buổi Chiều ở Nông Trại Gần Dikanka phần I. Năm 1832 Buổi Chiều ở Nông Trại phần II. Từ 1832 đến 1835 ông xuất bản thêm năm tập truyện khác rất nổi tiếng trong đó có The Overcoat - Cái Áo Khoác và Dead Souls – Những Linh Hồn Chết. Hai tập truyện ngắn Buổi Chiều ở Nông Trại Gần Dikanka có bối cảnh Ukraine. Các tác phẩm này xuất bản bằng tiếng Nga nhưng đó là tiếng Nga kết hợp với phương ngữ Ukraine. Các nhà xuất bản và phê bình Nga lúc bấy giờ xem Gogol như một nhà văn tiêu biểu cho nền văn chương Ukraine. Tác phẩm của ông được đưa ra làm thí dụ về những nhân vật đặc biệt mang tính chất Ukraine. Chủ đề và văn phong của Gogol thể hiện rõ rệt trong các tác phẩm đầu tiên cũng như những vở kịch của Gogol đều có chung phong cách viết của các nhà văn Ukraine thuộc thế hệ trước và cùng thời với Gogol.

Gogol say mê nghiên cứu lịch sử người Cossack của Ukraine. Ông muốn được bổ nhiệm vào ban Lịch Sử của Saint Vladimir Imperial University of Kiev (Đại học Hoàng Gia Saint Vladimir thành phố Kiev) nhưng bị từ chối. Năm 1834 ông được giao dạy môn Lịch Sử Thời Trung Cổ ở Đại học St. Petersburg nhưng ông không có đủ kinh nghiệm cũng như kiến thức. Một năm sau ông từ chức.

Năm 1835 ông viết quyển tiểu thuyết lịch sử, Taras Bulba nói về cuộc chiến tranh với người Tartar và Ba Lan của Zaporozhian Cossacks. Từ năm 1832 đến 1836 ông sáng tác hăng say, và là bạn thân của nhà thơ Pushkin. Hai phê bình gia nổi tiếng của Nga, Stepan Shevyrev và Vissarion Belinsky đưa tên ông từ cấp bậc nhà văn Ukraine thành cấp bậc nhà văn Nga.

Ngày 19 tháng Tư 1836 ông xuất bản vở hài kịch The Inspector General – Ông Tổng Thanh Tra chế nhạo kịch liệt giới quan liêu. Vở kịch bị cấm diễn, nhưng sau đó được đưa lên sân khấu St. Petersburg sau khi có sự can thiệp của Nga Hoàng Nicholas I. Vở kịch không đưa lại sự thành công như ông mong muốn. Giới phê bình chỉ trích kịch liệt vì cho rằng ông nhạo báng Nga hoàng.

(1836 – 1848) Gogol sống ở nước ngoài du hành từ Đức đến Thụy Sĩ.

Mùa đông (1836 -1837) Gogol ở Paris. Sau đó ông sống luôn ở Rome. Sau khi Pushkin chết (1837) ông viết tác phẩm Những Linh Hồn Chết. Ông viết lại Taras Bulba (1842) và The Portrait – Chân Dung, hoàn tất vở hài kịch thứ nhì The Marriage –

Cuộc Hôn Nhân, viết truyện ngắn Rome, và truyện ngắn danh tiếng nhất của ông "The Overcoat" hay Chiếc Áo Khoác.

Năm 1841, phần thứ nhất của Những Linh Hồn Chết đã xong, Gogol mang nó qua Nga để in. Vở kịch xuất hiện năm 1842 với tựa đề The Adventures of Chichikov – Cuộc Phiêu Lưu Của Chichikov để tránh kiểm duyệt. Những Linh Hồn Chết đã mang tên tuổi ông vào hàng nhà văn nổi tiếng trên thế giới.

Tháng Tư năm 1848, Gogol trở lại Nga, đi nhiều nơi trong nước, và gặp lại nhiều bạn cũ người Ukraine. Ông kết thân với Matvey Konstantinovsky một vị trưởng lão tôn giáo. Bị ảnh hưởng bởi quan điểm của Matvey Konstantinovsky, ông cho rằng các tác phẩm của ông đều là sản phẩm của tội lỗi. Sau đó, ông rơi vào cơn trầm cảm rất nặng. Tháng Hai năm 1852 ông đốt một số bản thảo trong đó có phần thứ nhì của Những Linh Hồn Chết. Không mấy lâu sau đó ông nằm liệt trên giường, từ chối thức ăn, và chín ngày sau ông qua đời.[1]

Bản sắc Ukraine của Gogol

Đã có rất nhiều tranh luận giữa các học giả về bản sắc văn hóa quốc gia của Nikolai Gogol. Có người cho rằng ông đứng giữa lằn ranh biên giới Ukraine và Nga. Có người cho rằng Gogol tuyệt đối là nhà văn Nga, vì ông nói, viết, và xuất bản bằng tiếng Nga. Tuy vậy, nhà văn Andrey Kurkov, người gốc Ukraine nhưng nói và viết bằng tiếng Nga, bảo rằng, nói và viết bằng tiếng Nga không hẳn là nhà văn Nga. Có người chia tác phẩm Gogol ra thành hai thời kỳ, thời kỳ ông viết về người Ukraine, có bối cảnh và văn hóa Ukraine và thời kỳ ông viết về người Nga, có bối cảnh và văn hóa Nga. Yuliya Ilchuk, Giáo sư kiêm Học giả chuyên ngành văn chương Slavic, làm một cuộc nghiên cứu dựa trên văn bản và thư từ Gogol đã viết để chứng minh ông có bản sắc kết hợp giữa hai nền văn hóa Ukraine và Nga. Sự nghiên cứu này chú trọng vào Buổi Chiều ở Nông Trại Gần Dikanka, Taras Bulba, và Những Linh Hồn Chết. Kết quả cuộc nghiên cứu được công bố trong tác phẩm

---

[1] Theo Nikolai Gogol - Wikipedia

Nikolai Gogol - Performing Hybrid Identity vừa mới xuất bản năm 2021. Mỗi quan điểm nói trên đều không được sự nhất trí tán đồng từ cả hai cộng đồng Ukraine và Nga.

Chấp nhận sự khác biệt của những quan điểm đã có, vài tác phẩm của Gogol sẽ được quan sát với quan điểm ông là nhà văn Ukraine. Làm thế nào để nhận biết bản sắc văn hóa của một người, nhất là người đó là nhà văn? Ngôn ngữ đầu đời, nói đơn giản là tiếng mẹ, góp phần rất quan trọng trong việc xác định bản sắc này. Gogol nói thông viết thạo tiếng Ukraine. Ông dùng tiếng Ukraine từ khi mới ra đời cho đến khi tốt nghiệp trường Nezhin. Ukraine bị sát nhập vào Nga từ thời Nga Hoàng. Người Ukraine bị buộc phải dùng tiếng Nga làm ngôn ngữ chính. Tuy vậy ở miền quê và các thành phố nhỏ thuộc miền nam và trung phần của Ukraine, người dân vẫn dùng tiếng Ukraine trong nhà và trong giao tiếp hằng ngày. Tiếng Nga lúc Gogol còn ở quê nhà là một ngôn ngữ địa phương, trộn lẫn tiếng Nga và tiếng Ukraine. Ông phát âm tiếng Nga giọng Ukraine và dùng văn phạm của tiếng Ukraine. Điều này được học giả Yuliya Ilchuk nói đến trong quyển Nikolai Gogol – Performing Hybrid Identity. Nhà văn Turgenev cũng kêu lên là Gogol nói rất nhiều nhưng vì ảnh hưởng giọng Ukraine quá nặng nên ông không hiểu gì cả. Theo quan niệm của người Việt sống ở hải ngoại, những người bình thường không phải giới nghiên cứu, khi đã học xong trung học bằng tiếng mẹ rồi mới bắt đầu học ngoại ngữ thì rất khó để thay đổi dấu giọng, đọc và viết cũng khó khăn hơn. Bản sắc văn hóa Ukraine của Gogol như thế đã thành hình rõ rệt. Ông đến Nga năm 1828, sống ở Nga cho đến năm 1836. Từ năm 1836 đến 1848 ông sống ở nước ngoài, Rome, Đức, Thụy Sĩ. Ông trở lại Nga năm 1848 và ở đó cho đến khi ông qua đời thời gian khoảng 4 năm. Tính ra, số thời gian ông sống ở Nga khoảng 12 năm, không liên tục. Ông có thể thay đổi một phần nào, nói và viết tiếng Nga thuần thục hơn, nhưng bản sắc Ukraine vẫn không vì thế mà nhạt phai. Người ta không thể nào thay đổi từ bản sắc văn hóa của dân tộc này sang bản sắc dân tộc khác trong một sớm một chiều. Bản sắc văn hóa, có lẽ như màu nhuộm, phai nhạt dần dần theo năm tháng.

Tác phẩm của Gogol

Những tác phẩm xuất bản đầu tiên như Buổi Chiều ở Nông Trại Gần Dikanka phần I và II cho dù in bằng tiếng Nga, nhưng rất đậm chất Ukraine. Bối cảnh là làng quê Ukraine, những chàng trai Cossack ôm cây đàn bandura khảy từng tưng để tán tỉnh các nàng trinh nữ, họ nói, ngâm thơ và hát bằng tiếng Ukraine. Trong những buổi tiệc họ nhảy múa những điệu vũ của Ukraine. Gogol rất tự hào nguồn gốc Cossack của người Ukraine. Phải yêu Ukraine rất nhiều, nên những năm tháng lạnh giá sống ở St. Peterburg càng khiến ông nhớ miền quê Ukraine vào những đêm tháng Năm, mùa xuân đã về và trăng rất sáng. Ông đã buột miệng hỏi độc giả rằng:

"Bạn có biết đêm Ukraine như thế nào không? Không, bạn không biết đêm Ukraine! Hãy nhìn đi: mặt trăng ló ra giữa bầu trời; vòm trời đã bao la còn căng rộng thêm ra. Không thể nào tưởng tượng được nó bao la đến dường nào; nó ngời sáng và nó thở phập phồng; toàn trái đất lấm đẫm trong làn ánh sáng trắng bạc; bầu không khí trong trẻo một cách độc đáo, vừa ấm áp dễ chịu lại vừa lười biếng dịu dàng, và vây quanh là một biển hương thơm đang khuấy động. Đêm thiên đàng! Đêm nhiệm mầu!"[2]

Kết thúc truyện ngắn "Đêm Tháng Năm" Gogol đã viết như sau:

"Chỉ trong vòng vài phút nữa thôi cả làng sẽ chìm vào giấc ngủ; chỉ có mặt trăng trôi nổi trên bầu trời, chiếu sáng tuyệt đẹp giữa không gian bất tận trên bầu trời Ukraine vinh quang. Dưới mặt đất cũng có sự vinh quang rạng ngời như vậy, và trời đêm, đêm thánh thần, ngời sáng thật tuyệt diệu. Mặt đất đầy vẻ yêu kiều trong làn ánh sáng bạc, nhưng không còn ai thức để bị mê hoặc nữa; tất cả đều chìm trong giấc ngủ. Thỉnh thoảng sự im lặng bị phá vỡ tạm thời vì tiếng chó sủa, và khá lâu, gã say Kalenik vẫn còn

---

[2] Nikolai Gogol. The May Night or The Drowned Maiden trích trong tuyển tập The Complete Tales of Nikolai Gogol, Constance Garnett dịch, Leonard J. Kent biên tập, Volume I. Chicago. 1985. p. 55

loạng choạng đi trên những con đường ngái ngủ cố gắng tìm về căn nhà tồi tàn của gã."³

Gogol được cả thế giới biết tiếng như là nhà văn của nước Nga nhưng giới văn chương Nga phát hiện văn tài của ông là từ bản sắc văn hóa cá biệt Ukraine. Không ít người bảo rằng ông là nhà văn Nga có "tâm hồn" Ukraine. Tôi nhấn mạnh chữ tâm hồn vì muốn hướng độc giả đến "Dead Souls" hay Những Linh Hồn Chết. Tôi xin mời độc giả cùng với tôi quan sát tâm hồn Ukraine của Gogol được thể hiện qua vài truyện ngắn như: *A May Night, The Lost Letter, Christmas Eve, Viy,* và *Taras Bulba.*⁴ Ngoại trừ Taras Bulba theo khuynh hướng hiện thực và lấy bối cảnh lịch sử, tất cả những truyện còn lại mang đậm tính chất huyền thoại dân gian, trai xinh gái đẹp thuộc dòng giống Cossack, quỷ Sa Tăng và các mụ phù thủy xuất hiện thường xuyên làm tăng thêm phần thú vị, và truyện thường có tính chất khuyên răn loài người sống theo đạo đức.

Đêm Tháng Năm⁵

Levko, chàng trẻ tuổi người Cossack, con của thị trưởng làng,⁶ yêu một cô gái xinh đẹp tên là Galya⁷ nhưng không được cha chấp thuận. Levko kể cho Galya câu chuyện ngày xưa trong làng có cô gái bị người mẹ kế vốn là phù thủy hãm hại khiến cô khốn khổ quá phải tự trầm mình. Hồn trinh nữ thường hiện về trong những ngày trăng sáng. Một đêm tháng Năm có một anh nát rượu tên là Kalenik đi lang thang tìm đường về nhà và bị một nhóm thanh niên kéo đi trêu ghẹo Galya. Đêm trăng ở làng quê ma quỷ lộng hành khiến Levko nhìn Kalenik lại tưởng đó là cha của mình đang tán tỉnh Galya. Ở nhà của thị trưởng có một người

---

³ Nikolai Gogol. The May Night or The Drowned Maiden. p. 76

⁴ The Complete Tales of Nikolai Gogol biên tập bởi Leonard J. Kent Volumes 1 và 2.

⁵ Nguyên tựa đề là A May Night or The Drown Maiden. Dịch là Đêm Tháng Năm hay Nàng Trinh Nữ Chết Đuối. Tôi xin rút gọn nên chỉ dùng tựa đề Đêm Tháng Năm

⁶ Thị trưởng làng do các vị trưởng lão người Cossack bổ nhiệm.

⁷ Người Ukraine có một hệ thống đặt tên khá phức tạp, khó nhớ. Galya còn được gọi là Ganna, hay Galina.

lái buôn đang xin giấy phép để lập nhà nấu rượu. Anh ta kể chuyện con quỷ tham ăn có thể nuốt cả nồi dumpling. Quỷ xui khiến nên khi người ta tưởng rằng đang bắt giam Kalenik thì thật ra đang giam người em vợ của thị trưởng. Theo lời người trong làng thì người tiếng là em vợ này thật ra là tình nhân của thị trưởng. Levko dùng một trò chơi dụ bắt được mụ phù thủy, mẹ kế của nàng trinh nữ chết đuối, do đó giúp nàng trả được mối thù. Để trả ơn, nàng trinh nữ viết một lá thư giả danh Bộ trưởng Bộ Giáo Dục ra lệnh cho ông thị trưởng phải đồng ý cho Levko kết hôn với Galya.

Lá Thư Bị Đánh Mất[8]

Câu chuyện được Foma Grigorievich, ông từ của nhà thờ N..., kể lại: Ông nội của Foma là một người Cossack khá nổi tiếng trong làng đã từng đi tới địa ngục và quay trở lại. Ông được lệnh mang một lá thư đến tận tay nữ hoàng Nga, có lẽ là nữ hoàng Elizabeth. Ông đã may lá thư vào trong cái mũ Cossack để tránh bị đánh mất. Trên đường ông gặp một người Zaporozhian Cossack, người này thú nhận đã lỡ bán linh hồn cho quỷ, nên nhờ ông nội của Foma canh chừng cho anh ta ngủ. Ông nhận lời nhưng lại ngủ quên và lá thư trong cái mũ Cossack của ông theo người Zaporozhian Cossack biến mất. Trên đường đi tìm lại lá thư, ông đã gặp rất nhiều ma quỷ. Lá thư rơi vào tay bầy quỷ có mặt heo và mặt chó. Để lấy lại lá thư ông đồng ý đánh ba ván bài với loài quỷ, hễ thua ông sẽ bị mất lá thư vĩnh viễn. Bầy quỷ gian lận nên ông bị thua ván đầu. Sau đó ông làm dấu thánh giá và đọc kinh cầu nguyện nên lấy lại được lá thư và chạy thoát khỏi đám quỷ bằng con ngựa của họ. Con ngựa quỷ chạy như giông bão đưa ông qua những vùng đất kỳ lạ nhưng nhờ đức tin ông cũng giao được lá thư đến nữ hoàng. Từ đó ông rất nổi tiếng và được quý trọng. Tuy nhiên, vợ của ông cứ đến ngày kỷ niệm ông gặp bầy quỷ, bà lại mắc chứng múa hát như lên đồng không cách gì ngăn cản được.

---

[8] Nguyên tựa đề là The Lost Letter: A Tale Told by the Sexton of the N... Church.

Đêm Trước Lễ Giáng Sinh[9]

Câu chuyện được Rudy Panko, người nuôi ong trong làng Dikanka, kể lại. Đêm trước lễ Giáng Sinh lại là một đêm trăng thì cảnh đẹp một cách huyền hoặc và ma quỷ rất lộng hành. Ông Chub, người Cossack, có cô con gái đẹp nhất làng tên Oksana. Cô được một người thợ rèn tên Vakula yêu nhưng cô kiêu ngạo lắm vì được nhiều người chiều chuộng nên không ưng. Mẹ của Vakula là một bà phù thủy ở góa, tên là Solokha, không đẹp cũng không xấu, nhưng rất thu hút nên được đàn ông trong làng ưa chuộng đến độ thay vì đi nhà thờ trong đêm Giáng sinh hay ở nhà dự tiệc với gia đình, từng người một, họ tự viện ra đủ thứ lý do để đến nhà của Solokha lúc bà đang tiếp một gã quỷ. Bà đem giấu gã quỷ vào một cái bao, sau đó lần lượt đến ông thị trưởng, ông từ giữ nhà thờ, và cả Chub nữa đều bị nhét vào bao. Thiếu bao, Solokha nhét hai người vào một bao. Oksana từ chối tình yêu của Vakula, bảo rằng chỉ lấy anh làm chồng khi nào anh tặng nàng đôi hài nữ hoàng Catherine dùng trong phòng ngủ. Vakula tình cờ tưởng lầm cái bao có tên quỷ sứ là bao than nên vác bao mang về lò rèn. Trong khi Vakula nhờ một người Zaporozhian Cossack trong làng giúp chàng tìm một gã quỷ sứ, để hắn giúp chàng lấy trộm đôi hài của nữ hoàng. Vakula được con quỷ nằm trong bao giúp, và trải qua bao gian nan cuối cùng được nữ hoàng tặng đôi hài. Oksana nghe nhiều người xầm xì Vakula tự tử vì bị nàng từ chối tình yêu. Nàng suy nghĩ và trở nên yêu Vakula trước khi biết là Vakula đã có được đôi hài của nữ hoàng.

Viy

Khoma Brut, thuộc dòng dõi Cossack, là học sinh năm thứ ba ở tu viện Bratsky (Kyiv). Vào dịp nghỉ hè, trên đường về làng, Khoma xin tá túc ở một nông trại. Nửa đêm bà lão chủ nông trại đến ôm chàng và cưỡi lên lưng chàng. Sau khi bay trên làng mạc rất xa và rất lâu, Khoma nhận ra bà lão là phù thủy và nhờ khỏe mạnh Khoma trở ngược vị trí. Khoma cưỡi trên lưng bà phù thủy, sau đó dùng một khúc cây đập chết bà ta. Xác chết biến thành một cô gái xinh đẹp có lông mi vừa nhọn vừa dài.

---

[9] Nguyên tựa đề là Christmas Eve.

Sau đó không lâu, tu viện Bratsky cho người đón Khoma đi đọc kinh cầu nguyện cho cô con gái của lãnh tụ Cossack. Cô gái bị đánh đến gần chết cố gắng lết về nhà. Cô gái đòi phải được Khoma đọc kinh cầu nguyện cho cô đúng ba đêm sau khi cô chết. Khoma bị trưởng tu viện bắt buộc phải tuân theo. Mỗi đêm, cô gái bước ra khỏi quan tài để tìm bắt nhưng cô gái không thấy Khoma đứng sau cái vòng tròn được vẽ bằng phấn và ếm bằng dấu thánh giá. Bao nhiêu quỷ sứ hiện ra trong đêm làm nhiều điều ghê rợn để đòi mạng Khoma. Tự hào mình thuộc dòng dõi Cossack vốn là những người không hề biết sợ hãi. Khoma ở cho đến đêm thứ ba, cô gái cho vời Viy vốn là loại quỷ có đôi mắt nhìn thấy tất cả mọi thứ. Và trong đêm ấy cô gái và đám ma quỷ tìm thấy Khoma. Truyện này được làm thành phim nói tiếng Nga, phụ đề Anh ngữ, phát hành năm 1967.

Taras Bulba

Đây là một quyển truyện có tính chất lịch sử nói về những người Zaporozhian Cossack. Bulba cùng với hai người con trai Ostap và Andrei tiến đánh Ba Lan lúc ấy đang chiếm giữ bờ phía Tây sông Dnieper của Ukraine. Họ bao vây thành Dubno và dân cư trong thành đã cạn lương thực sắp chết đói. Nửa đêm Andrei bị một người đàn bà đánh thức và chàng nhận ra đó là bà nhũ mẫu người Tatar của cô gái rất đẹp chàng đem lòng thầm yêu khi còn là học sinh ở tu viện Orthodox, Kyiv. Cô gái ấy là con của vị Thống đốc đang bị bao vây trong thành. Cô gái nhìn thấy Andrei trong đoàn quân bao vây thành nên bảo bà nhũ mẫu đến gặp Andrei xin bánh mì để cứu bà mẹ sắp chết đói và mời chàng đến gặp nàng. Andrei được bà nhũ mẫu đưa vào lâu đài bằng lối đi bí mật. Andrei vì yêu cô gái nên ở lại và chiến đấu cho kẻ địch. Thành Dubno được tiếp viện nên đánh trả lại. Bulba chận bắt Andrei và xử tội người con trai phản quốc. Ostap bị bắt làm tù binh và bị xử tử. Bulba vượt thoát và về sau mang 120 ngàn quân đến tấn công lần thứ nhì. Vị Hetman[10] mới, ký hòa ước với Ba Lan. Bulba không đồng ý với Hetman, cho rằng người Ba Lan sẽ phản bội hòa ước

---

[10] Chức vụ cao nhất trong quân đội Cossack

này, vì thế ông tách riêng ra và tiếp tục chiến đấu cho đến khi thở hơi cuối cùng.

Bản sắc Cossack của người Ukraine

Tất cả năm truyện trên đây đều có một điểm chung, truyện nào cũng có nhân vật là người Cossack. Gogol cũng như tất cả người Ukraine luôn tự hào với truyền thống Cossack của họ. Ngay trong bài quốc ca của Ukraine chúng ta cũng thấy nhắc đến dòng giống oai hùng này.

Linh hồn và thể xác của chúng ta
sẽ ngã xuống cho tự do
Chúng ta là huynh đệ
cùng giống nòi Cossack
Này anh em thân mến
Hãy tiếp tục tham gia chiến trận
Đã đến giờ đứng lên
giành lấy tự do[11]

Nhiều phê bình gia đã chỉ trích rằng Gogol viết Taras Bulba không đúng với những chi tiết trong lịch sử. Leonard J. Kent (1930-)[12] trong chú thích về Taras Bulba đã nhấn mạnh rằng đây chỉ là quyển tiểu thuyết theo trường phái lãng mạn chứ không phải là lịch sử. Gogol dùng một vài tên trong lịch sử và một vài tình huống đã xảy ra nhưng ở thời kỳ khác để viết thành truyện này. Bulba có thể hiện diện vào thế kỷ thứ 15 nhưng Gogol cho hai nhân vật Ostap và Andrei là môn sinh ở tu viện thuộc Kyiv trở về nhà sau khi học, một sự việc chỉ có thể xảy ra vào thế kỷ thứ 17. Tuy thời gian không trùng khớp, nhưng ông Kent nhấn mạnh rằng những chi tiết miêu tả người Cossack và cuộc đời của họ rất chính xác và sống động. Có một cộng đồng người Cossack được thiết lập

---

[11] Shche ne vmerla Ukrainy i slava, i volia - Wikipedia Nguyễn Thị Hải Hà tạm dịch từ bản tiếng Anh
[12] Giáo sư, học giả, dịch giả, người biên tập The Complete Tales of Nikolai Gogol Volume I & II.

ở địa danh Gogol đã nhắc đến trong truyện vào khoảng nửa phần đầu của thế kỷ thứ 15, trong cuộc chiến tranh với Tartar để bảo vệ Ukraine, và sau năm 1659 để chống lại sự xâm lăng Ukraine của người Ba Lan.

Theo sự miêu tả của Gogol trong truyện Taras Bulba, người Cossack rất thiện chiến và can đảm. Sẵn sàng hy sinh tính mạng cho tổ quốc để bảo vệ độc lập và tự do. Thà chết vinh hơn sống nhục. Nợ nước trước tình nhà. Họ theo chế độ dân chủ nhưng khi ra chiến trận người thủ lĩnh có quyền hạn tuyệt đối.

Trong lúc bao vây thành Dubno, Bulba nhận được tin làng của ông bị quân đội Tartar tấn công, kẻ địch cướp vũ khí và lương thực mang đi. Quân đội Cossack của Taras phân vân không biết nên rút lui để rượt theo Tartar lấy lại vũ khí và lương thực hay tiếp tục tấn công thành Dubno. Bulba cho trưng cầu ý kiến. Ai muốn đi cướp lại lương thực và vũ khí thì đứng sang một bên. Ai muốn tiếp tục tấn công thành Dubno thì đứng tại chỗ. Tiểu đội nào có số đông đi sang hàng bên kia thì tiểu đội trưởng phải đi theo. Số người còn lại sẽ bầu tiểu đội trưởng khác và thay đổi tổ chức trong nội bộ. Xong Taras hỏi mọi người có đồng ý với sự chia quân này không. Khi mọi người đều nhất trí thì việc chia quân trở thành quyết định. Đây là một quyết định rất quan trọng vì quân của thành Dubno được tăng viện nên đông hơn, còn quân của Taras bị chia đôi nên ít hơn. Cũng trong lần tấn công thành Dubno lần này Ostap bị bắt sống.

Khi nhìn thấy tận mắt Andrei con trai của mình trong quân phục Ba Lan, Bulba ra lệnh cho tùy tùng dụ Andrei ra hướng cánh rừng, và ông mai phục sẵn ở đó để bắt Andrei. Ông bảo đứa con trai rằng: "Ta sinh ra mi và ta sẽ lấy đi mạng sống của mi!" Bulba bắn chết Andrei vì là kẻ phản quốc. Quân pháp bất vị thân!
Sau đây là lời Taras vận động tinh thần quân nhân trước giờ xuất quân:

"Tôi muốn nói với các quân nhân, các bạn, tình chiến hữu của chúng ta quan trọng như thế nào. Các bạn đã từng nghe từ ông cha của chúng ta rằng danh dự của quê hương phải được tất cả mọi người giữ gìn. Bà mẹ tổ quốc của chúng ta đã cho người Hy

Lạp biết khả năng của Bà. Bà đã được khen ngợi và tri ân từ Constantinople. Các thành phố của Bà rất giàu có. Nhà thờ của Bà, và các vị hoàng tử của Bà đều là con dân quốc gia.[13] Các vị hoàng tử là của riêng Bà và không phải là bọn phản giáo. Tất cả những thứ kể trên đều bị bọn phản giáo bắt đi. Tất cả đều bị mất. Chúng ta bị bỏ rơi đến mức suy tàn, như những người góa phụ khi người chồng trụ cột trong gia đình đã chết, quốc gia của chúng ta cũng bị bỏ rơi cho tàn rụi như chúng ta! Trong những ngày như thế, chúng ta, những người cùng chung chí hướng, nắm tay nhau và biến thành anh em! Trên tinh thần huynh đệ, tình chiến hữu của chúng ta vững bền! Không có gì thánh thiện hơn là tình yêu thương dành cho chiến hữu. Người cha yêu đứa con của ông ta, người mẹ yêu đứa con của bà ấy, đứa trẻ yêu cha mẹ của nó; nhưng tình cảm này rất khác biệt, hỡi các anh em, loài thú hoang cũng biết yêu con của nó, nhưng chỉ có loài người mới có thể nối kết tâm hồn với nhau, cho dù không cùng chung huyết thống. Ở những quốc gia khác họ cũng có những người đồng đội nhưng tình chiến hữu như ở quê hương chúng ta thì chưa hề. Không ít người trong số các anh em đã từng sống ở nước ngoài, bạn cũng thấy ở đó có loài người! Họ cũng là sản phẩm của Thượng Đế và các bạn nói chuyện với họ cũng như với các bạn của mình; nhưng khi phải thố lộ những chuyện thầm kín trong tâm hồn thì – Không! Các bạn thấy đó, họ là những người rất khôn khéo, nhưng họ không giống như chúng ta; họ cũng là đàn ông nhưng không giống như chúng ta! Không. Các bạn, hãy yêu thương như cách chúng ta yêu thương – yêu thương không chỉ với khối óc hay với bất cứ cái gì khác, mà với tất cả những gì Thượng Đế đã ban cho các bạn, với tất cả chất chứa trong tâm hồn các bạn." Taras nói, ông ve vẩy bàn tay, lắc lư mái tóc bạc và bộ ria mép của ông nhúc nhích. "Không!" Ông nói. Không ai có thể yêu thương như thế! Tôi biết những trò man rợ đã tràn đến đất nước của chúng ta; giờ đây người ta chỉ biết đến tích trữ lúa gạo, gom thu gia súc, trữ rượu dưới hầm. Quỷ dữ biết họ tiếp nhận thói xấu của tà giáo ra làm sao; họ khinh thường ngôn ngữ của quốc gia, họ không quan tâm đến việc trò

---

[13] Ukraine vì lệ thuộc vào triều đại Nga Hoàng nên bị xem là người Nga.

chuyện với người dân của họ; họ bán đứng dân tộc của họ cũng giống như bán một con vật không có linh hồn ngoài chợ. Những quà cáp dành cho vua nước ngoài, thật ra kẻ ấy không phải là vua, mà chỉ là một tên quý tộc Ba Lan, kẻ sẵn sàng đá vào mặt họ bằng đôi ủng màu vàng của hắn, đối với họ lại quan trọng hơn tình đồng đội. Nhưng dẫu cho hắn là một kẻ hạ cấp nhất trên đời, một ngày nào đó hắn sẽ tỉnh ngộ và nhận ra những hành động nhục nhã của hắn. Hãy cho bọn chúng biết về tình anh em, tình chiến hữu có nghĩa lý như thế nào trên quê hương chúng ta! Nếu phải đến lúc chết, không một kẻ nào trong bọn họ sẽ được may mắn gặp một cái chết như thế! Không một kẻ nào cả! Loài chuột nhắt như bọn chúng sẽ không thể nào trồi lên được."

Tính chất độc đáo trong văn Gogol là sự nhạo báng những quyền lực đã được thiết lập, cho dù đó là văn hóa, lịch sử, hay trật tự trong xã hội. Tuy rất tự hào về giống nòi Cossack, Gogol cũng chế nhạo những thói hư tật xấu của người Cossack. Đa số họ là người tốt, dòng giống anh hùng, nhưng cũng có những kẻ say sưa, lừa dối, thiếu đạo đức, không lương thiện. Trong truyện Đêm Tháng Năm có người cha Cossack vì vợ mới mà bỏ rơi con. Trong truyện Lá Thư Bị Đánh Mất có anh Cossack bán linh hồn cho quỷ. Trong Đêm Giáng Sinh có những người Cossack chức sắc trong làng, có gia đình nhưng vẫn tìm cách dan díu với đàn bà góa. Đọc Taras Bulba, người đọc sẽ thấy người Cossack không hề biết sợ hãi là gì. Và nhờ thế, đọc Viy người đọc sẽ nhận thấy sự chế nhạo rất tinh tế cái khuôn mẫu can đảm của người Cossack. Những người bạn của Khoma Brut đã nói rằng anh ta chết chỉ vì để cơn sợ hãi trấn áp mình. Nếu không, anh ta chỉ cần làm dấu thánh giá và cầu kinh là ma quỷ sẽ sợ mà tránh xa anh.

Tâm hồn Ukraine của Gogol

Một trong những cách xác định bản sắc quốc gia của một người, bên cạnh quốc tịch và ngôn ngữ, đó là để người ấy tự nhận mình là người quốc gia nào. Gogol sinh ra là người Ukraine, nổi tiếng là nhà văn Nga, nhưng nhiều lần tự nhận mình là người

Ukraine. Tiếng Nga đối với ông là tiếng ngoại quốc. Trong lá thư gửi cho mẹ ông ngày 24 tháng Bảy năm 1829, ông viết.

"Nếu tác phẩm của con được xuất bản, nó sẽ bằng ngôn ngữ ngoại quốc; và con cần phải viết cho đúng hơn để không làm biến đổi danh từ của quốc gia với những cách đặt tên sai."[14]

Năm 1839, trên đường từ Rome đến Vienna, Gogol dừng chân ở Trieste, một thành phố cảng ở miền Đông Bắc nước Ý có nhiều người di dân xứ Slovenia. Trong lá thư đề ngày 26 tháng Chín năm 1839 gửi cho mẹ, Gogol tìm cách diễn tả ngôn ngữ Slovenia. Ông nhấn mạnh là nó nghe giống như tiếng Nga, nhưng giống tiếng Ukraine nhiều hơn. Điều quan trọng là ông nói với mẹ, tiếng Ukraine là ngôn ngữ "của chúng ta."

"Trieste là một thành phố thương mại náo nhiệt, phân nửa của nó do người Ý cư ngụ, phân nửa kia là chỗ ở của người Slavic. Ngôn ngữ của họ gần giống như tiếng Nga – nhưng so với ngôn ngữ Ukraine của chúng ta nó lại càng giống nhiều hơn.

Suốt đời, Gogol luôn nói tiếng Ukraine. Những lá thư Gogol viết từ năm 1818 đến 1852 cho thấy ông luôn có người giúp việc là người Ukraine. Ông cũng dùng tiếng Ukraine thật nhuần nhuyễn khi viết những lá thư trao đổi với nhà thơ nổi tiếng Jósef Bohdan Zaleski, người Ba Lan gốc Ukraine, vào năm 1837.

Lá thư Gogol viết gần mười năm sau khi ông rời khỏi quê nhà Ukraine, cho thấy khả năng sử dụng ngôn ngữ Ukraine của ông thật toàn hảo, ngay cả trong việc dùng thành ngữ:

"Thật là một điều đáng buồn là tôi đã không gặp được bạn ở nhà, người đồng hương của tôi. Tôi nghe nói bạn đang bị một chứng bệnh gì đó tấn công, hình như *sonyashnytsia* hay *zaviinytsia* (hãy để cho cả hai nhìn thấy con quỷ trọc đầu trong giấc mơ của tụi nó), nhưng bây giờ, cảm ơn Thượng Đế, theo như tôi nghe được, bạn có vẻ đã khỏe lại rồi. Tôi cầu xin Thượng Đế bạn sẽ có thể đá văng tất cả các loại bệnh và những điều khổ ải, vì sự vinh quang của quốc gia Cossack. Xin đừng quên chúng tôi và nhớ gửi thư về địa chỉ ở Rome. Nếu có ngày nào bạn đích thân đến chơi thì thật là hân hạnh quá. Người đồng hương thân thiết của bạn,

---

[14] Yuliya Ilchuk. Nikolai Gogol – Performing Hybrid Identity. p. 72

thật ra trong trái tim tôi, bạn còn gần gũi hơn cả quê hương của chúng ta." Sau đó ông ký tên bằng chữ Ukraine. Mykola Hohol.[15] Nghe nói rằng, "Người ta có thể bứng một người ra khỏi quê hương, nhưng không bao giờ có thể bứng được quê hương ra khỏi tâm hồn người xa xứ."

Có lẽ Gogol là người Ukraine hay là người Nga không quan trọng lắm. Cái quan trọng là ông để lại cho đời những tác phẩm giá trị. Trong những ngày Nga xâm chiếm và đánh phá Ukraine, tôi tự hỏi không biết nếu còn sống Gogol sẽ làm gì, sẽ phản ứng như thế nào.

Nói tiếng Ukraine cho đến hết cuộc đời. Tôi nghĩ Gogol sẽ không bao giờ thôi làm người Ukraine. Bên cạnh Tolstoy, và Dostoevsky, ngôi sao Gogol tuy không lu mờ nhưng nếu đặt lên bầu trời Ukraine, ngôi sao sẽ tỏa sáng hơn. Dẫu sao cũng nên trả lại cho Ukraine những gì của Ukraine.

Nguyễn Thị Hải Hà
9 tháng Tư 2022

chưa dám vội khen anh hùng
nhưng công nhận có chân dung nhân tài
yêu nước, đâu dễ mấy ai
lấy trứng chọi đá hẳn hòi uy nghi
quyết tâm bảo vệ quốc kỳ
không thèm học kiểu gối quì quan tôi
(một bọn không biết tình người
tham tàn quen thói truyền đời vong nô)
xin lỗi tôi chợt hồ đồ
chúc ông giữ vững cơ đồ tự do

---

[15] Yuliya Ilchuk. Nikolai Gogol – Performing Hybrid Identity. p. 72

LÊ MINH HIỀN
Món Quà Cho Em, Ukraina!

Xin được gởi em, từ tôi
là món quà to lớn nhất mà tôi có*
là thấu hiểu nỗi đau của người khác*
là tên gọi khác của yêu thương*
là tất cả những gì tôi có lúc này
là tình tự dân tộc
cho em: đất nước tử đạo, nơi dòng sông máu và nước mắt đã
chảy**
Ukraina! Ukraina!

Xin được gởi em, từ tôi
trong âm thanh cuồng nộ của chiến trận Ukraina,
trong im lặng chờ đợi Ukraina
một đợt tấn công mới từ bên kia,
những đội quân đến từ Russia,
đất nước của những thảo nguyên mênh mông, những rừng bạch
dương thơ mộng, những hồ thiên nga mùa đông tuyết trắng
đất nước của những bộ trường thiên tiểu thuyết vĩ đại "Chiến
tranh và hòa bình" của Leo Tolstoy, "Ltor Zhivago" của Boris
Pasternak và ấn tượng nhất: "Tội ác và hình phạt" của Dostoevsky
nhưng tồi tệ thay, của những
Vladimir Il'ich Lenin!
Joseph Stalin!
Vladimir Putin!
Ôi! Những cặp phạm trù: thiên đàng và địa ngục!

Xin được gởi em, từ tôi
sự thấu biết của một người Việt Nam đã từng trải nghiệm chiến
tranh từ 47 năm trước,
cuộc nội chiến 20 năm, từ bên kia vĩ tuyến (1955-1975)
cuộc chiến China xâm lăng Việt Nam 1979
những lời thấu hiểu từ California, của một Việt kiều!
thấu hiểu là yêu thương*
yêu thương em,
Ukraina! Ukraina!,
đất nước của Volodymyr Zelenskyy cùng những con người sinh ra
mang thân phận nhược tiểu bên cạnh Russia vĩ đại, đang vượt qua
nỗi sợ hãi, sẵn sàng tử đạo cho quê hương, như tôi-Việt Nam bên
cạnh China
Ukraina! Ukraina! ∎

Stanton-Little Saigon California March 7th, 2022 5:35 AM
**Thiền sư Thích Nhất Hạnh*
***Đức Giáo Hoàng Phanxicô, sau buổi Kinh Truyền Tin 6/3/2022,*
Vatican

LÊ HÂN
Bi Khúc Ukraine

1.
Con đánh mạnh bằng cánh tay yếu nhỏ
gào khản hơi trong nước mắt van lơn
ở với con ba không đi đâu cả
nghe chưa ba, ở với má cùng con

những cú đánh thay nụ hôn lên mặt
trán ưu tư dưới nón sắt nghiêng nghiêng
nắm nhẹ tay con ba ngậm ngùi nhẹ lắc
ngoan đi nào ba hứa sẽ về liền

mẹ ôm chặt đứa em chưa hiểu chuyện
cảnh chia tay như ly biệt đời đời
nỗi buồn con biến thành cơn giận lẫy
trong thản nhiên gió thổi lạnh bên trời

nước mắt vợ cùng lệ người ra trận
tràn ra đâu phút bịn rịn chia ly
sinh tử chờ bên người đi, kẻ ở?
lòng dễ chia, thân xác chẳng dễ gì!

2.
mẹ ao ước có ngôi nhà riêng biệt
với vuông sân đủ rộng đón nắng mai
chiều ngả ghế nằm vui nhìn con chạy
dáng cha về đầu ngõ đó chớ ai

trong phòng khách mẹ kê gần cửa sổ
đàn dương cầm mở nắp phím đợi tay
góc khuất sáng bình hoa thanh thản nở
đời bình yên đều đặn ghé mỗi ngày

vuông sân đó bây giờ hai nấm mộ
mẹ cùng con được hàng xóm vun lên
bốn mảnh gỗ làm nên hai dấu thánh
tay ai run khi chua xót đề tên?

người ra trận biết chưa hay cũng khuất
dưới mảnh bom đầu đạn tiễn vô tình
ai còn lệ thắp tình thơm hương khói
dòng thơ xa lòng quý kính lung linh... ∎

THY AN
Ukraine: Những Đóa Hướng Dương

thân hướng dương cháy sém
gục đầu nhìn về phía mặt trời
tiếng đạn bom vần vũ trên cao
màu vàng của lúa mì nhuộm máu
màu xanh của mây trời bật khóc nghẹn ngào
*

thành phố tan hoang mảnh vụn
phố nhà, cao ốc, bệnh viện vỡ tung
thây người la liệt
khói lửa ngút trời
từ đâu niềm hung ác của kẻ láng giềng thô bạo
mới hôm qua là anh em?
*

bé thơ ơi làm sao ngưng khóc
giữa bom đạn lầm than
giọt nước mắt vô tư nhất
cũng mang chất mặn
tiễn cha ra chiến trường
ôm sát mẹ dưới hầm trú bom
ôi đóa hướng dương ngã gục từ cánh đồng đỏ lửa
quê hương đau đớn
*

người chiến binh Ukraine bất đắc dĩ
ghì chặt tay súng
mới hôm qua ta bán bánh mì, ta là thầy giáo, ta là thương gia
mà hôm nay đứng giữa đường chờ giặc
lòng đau như cắt
trái tim ứa lệ trước tan hoang
*

tiếng bom đạn rền vang
đêm tối kinh hoàng còi hụ
còn bao nhiêu ngôi nhà đứng vững
như lòng dạ kiên cường của những người yêu quê hương
quyết tâm giữ nước
với trái tim sắt đá
*

còn bao nhiêu giọt máu
bao nhiêu giọt lệ
nhỏ ra trên những cánh đồng hướng dương
để thế hệ mai sau vun trồng
những đóa hoa màu vàng chất chứa Tự Do dũng mãnh
của những con người yêu sự sống
dám chọn lựa và không khuất phục
*

thế giới cúi đầu
người ơi xin chớ quên...∎

tháng 03-2022 khói lửa Ukraine
kính phục những con người dũng cảm

VÕ THỊ NHƯ HÀ
Mồng Tám Tháng Ba

Mồng tám tháng ba
Như có thể, hãy là
Người đàn bà
Ukraina!
Mồng tám tháng ba.
Không hoa, không quà.
Chỉ muốn
Lính Nga ra khỏi...
Chiến tranh.
Trời thật lạnh.
Xuôi ngược nơi sân ga...
Thì thầm, nước mắt chẳng muốn xa
Tuần qua. Raicha.**
Em trở lại, quê nhà
Cầm
AK!
Raicha! Raicha,
Thật kiêu sa.
Dưới vòng lửa đạn
Nguyện bình an ở cùng bạn,
Raicha! ∎

Đức quốc 8/3/2022

*** Raicha tên một người bạn người Ukraine.*

HỒ ĐÌNH NAM
DỖ DÀNH

"Tất cả thế giới này là huyễn trụ, do nhân duyên mà sanh khởi, do nghiệp phiền não mà khởi"
Guilt's not even in my vocabulary!

Tôi sinh trưởng trong một gia đình đông anh chị em, gia cảnh có thể nói là nghèo. Cha làm công chức nuôi một bầy con chín đứa ở tuổi ăn học. Mạ lo quán xuyến ba bữa cơm, hầu như đi chợ mỗi ngày. Buổi trưa lúc rảnh việc, Mạ thường ngồi xếp bằng trên bộ phản đem quần áo cũ của con may lại từng đường kim mũi chỉ đã sút, khi đơm hạt nút trong lúc tôi nằm bên cạnh Mạ đọc truyện của Tự Lực Văn Đoàn cho Mạ nghe theo yêu cầu. Chỉ có thời gian này tôi mới có dịp gần gũi mạ để nghe lời dỗ dành mỗi khi tôi bị các anh la mắng, đánh đòn về những tội không đâu. Lâu ngày sự dỗ dành của mạ đối với tôi đã thấm sâu trong máu khiến tôi cho đây là phương thuốc chữa lành hiệu nghiệm nhất những vết thương từ bên ngoài đến bên trong con người ngay cả khi đối xử với con chó Tô, con mèo Mướp nuôi trong nhà.

Tôi đã ứng dụng điều này lúc tôi vừa lên chín khi đưa đứa em gái kế thua tôi 6 tuổi lần đầu đến trường. Sân trường tiểu học Đoàn Thị Điểm, sau tiếng trống, các em học sinh đều tề tựu đứng ngay hàng, thẳng lối chờ cô giáo hướng dẫn vào lớp thì em gái tôi run lẩy bẩy, nắm chặt tay tôi khóc òa, dậm chân đứng cuối hàng.

Tôi dỗ dành đứt hơi, bảo không việc gì phải sợ. Ai cũng phải đi học để tập đọc, tập viết, có rứa mới có thể tự đọc truyện cổ tích cho mình. Lời dỗ dành của tôi không mấy hiệu nghiệm cho đến lúc cô Hà với chiếc áo dài trắng tiến đến chỗ chúng tôi, ân cần nắm tay em tôi đưa vào lớp với nụ cười ấm áp.

Hôm đó, sau khi ăn trưa, tôi lại đưa em đến trường. Lần này, trước khi chia tay, em tôi vẫn còn lưu vẻ áy náy trên khuôn mặt khi nhìn tôi. Tôi lại dỗ dành:

- Thấy chưa? Có chi mô nà! Học vui bức chết, chạy vô sắp hàng, chiều tau đón về.

Nói xong tôi giúi vào tay em mấy cây kẹo cau rồi hối hả lấy sách vở đi học.

Một ngày nào đó, theo giòng chảy cuộc đời, em tôi tự lần hồi bước lên bậc Trung Học trong niềm tự tin. (Năm 1972, em tôi tốt nghiệp Đại Học Sư Phạm Sài Gòn đồng thời đỗ Cử Nhân Anh Văn, dạy Anh Văn trường Trung Học Trung Thu, chồng là nhà văn Dương Nghiễm Mậu). Tôi lúc này vừa qua kỳ thi Tú Tài Bán phần. Hôm đi xem kết quả khảo thí được xướng danh ở trường Quốc Học, trong sân đầy hoa phượng nở và tiếng ve kêu râm ran. Túy, bạn tôi thi trượt, tay run lẩy bẩy, vẻ đau đớn hiện rõ trên nét mặt. Tôi sấn bên bạn dỗ dành:

- Học tài thi phận, buồn mần chi. Mi, tau học trong lớp đâu có giỏi bằng thằng Diệp, thằng Phước... để tin chắc thế nào cũng đậu? Ba tháng sau thi đợt tiếp, trước sau chi năm tới mi cũng lên học lớp đệ nhất với tau mà!

Trước khi đưa về nhà, tôi rủ nó đến quán cô Dung uống cà phê ghi sổ. Ngồi bên nhau, tôi lại tiếp tục dỗ dành nó. (Năm 2000, tôi nghe nói nó lấy xong Master rồi đậu PhD, đi dạy học, nay về hưu hiện ở Maryland với vợ con).

Tuổi mới lớn tôi đã từng chạy theo những mối tình chớm nở đầu đời trong đau đớn vì tình phụ. Bạn bè biết chuyện, không đứa nào an ủi, dỗ dành. Tôi ngậm ngải đắng ngắt mà không thấy trầm nơi đâu. Vậy mà đến phiên bạn tôi khi bị người yêu bỏ rơi đi lấy chồng, thấy bạn sống như kẻ vô hồn tôi lại buông lời dỗ dành với triết lý ba xu:

- Mày thư sinh mặt trắng, hằng tháng phải ngửa tay xin tiền Ba Mạ, nó lấy chồng nhà giàu, bác sĩ, kỹ sư là phải rồi, buồn mần chi! Hãy coi như đánh cờ, thua keo này, bày keo khác.

Cuộc chiến trong nước ngày càng leo thang dữ dội. Đến lúc tôi cũng phải nhập ngũ. Ngày bế mạc khóa học ở quân trường Thủ Đức với cấp bậc Chuẩn Úy, tôi được điều về Tiểu Khu Quảng Nam làm Trung Đội Trưởng thuộc Đại Đội 743 Địa phương Quân dưới quyền chỉ huy của Đại Úy Chi Khu Trưởng Quế Sơn.

Trong một lần chạm địch ở xã Sơn Thượng, trung đội tôi bị thiệt hại nặng vì bị phục kích bất ngờ. Trung sĩ Nhất Thới, trung đội phó của tôi vừa bị đạn bắn thủng ruột vừa đạp phải mìn. Đến khi dứt tiếng súng tôi thấy thằng phó của mình người bê bết máu, ruột banh ra ngoài, hai chân không còn nữa, hai ống quần rách tận háng. Tôi chụp ống liên hợp máy PRC 25 gọi về Chi Khu báo cáo tình hình và xin trực thăng tải thương. Tôi nâng đầu thằng phó để trên đùi mình, cầm bàn tay run rẩy của nó dỗ dành:
- Tao kêu trực thăng rồi, mày ráng chịu đau, không sao đâu!
Mắt nó nhắm nghiền, nước tuôn nhỏ giọt lăn trên má, không biết nó có nghe tôi nói không.
Nhìn đám lính đứng gần to nhỏ với nhau, tôi quát:
- Đ.M. tụi bây không lo tản ra, dòm cái gì?

Mười phút sau, từ trên không đã nghe có tiếng máy bay trực thăng đang tiến lại gần. Dùng tay trái còn lại, tôi lục bên hông lấy trái khói màu, răng cắn chốt khoen tròn, cật lực ném ra xa cho máy bay biết vị trí. Trực thăng đáp xuống cát bụi bay mù mịt. Trước khi thằng phó Thới được nằm trên cán cứu thương, tôi cởi chiếc áo trận đang mặc trên người đắp lên thân nó.

Sau lần hành quân hôm đó, tôi không biết số phận thằng phó của tôi đi về đâu. Nó đã chết hay còn sống. Chiến tranh vẫn tiếp tục. Bom rơi, đạn vãi, chết chóc, thương tật là điều bình thường xảy ra hằng ngày. Nhưng tôi không làm sao xóa được hình ảnh thương tâm trong đầu về thằng phó đầu đời binh nghiệp của mình ngày nó bị thương. Nó lớn tuổi hơn tôi, coi trọng tôi là cấp chỉ huy nhưng trong cư xử, nó lo lắng, săn sóc tôi như tình cảm người anh đối với em. Nó luôn để dành cho tôi trong balô từng gói cà phê bột đã được bọc kín vào bao nylông, lọ thịt ruốc đến mấy gói thuốc lá dự trữ những ngày hành quân rét mướt kéo dài cả tháng trước khi đổi quân.

Sáu năm sau vào ngày chủ nhật, tôi là sĩ quan trực của Chi Khu Hòa Vang cùng ba sĩ quan trẻ Trưởng các Ban thuộc Bộ Chỉ Huy chất nhau trên xe Jeep lùn A1 lái về Đà Nẵng ăn sáng, uống cà phê. Đang mùa Hè, buổi sáng trời trong xanh, gió mát, không gian yên tĩnh trên đoạn đường từ Đò Xu về thị xã. Hai bên đường có thửa ruộng vừa gặt xong còn trơ gốc rạ với đàn cò trắng thơ thẩn tìm mồi bên cạnh mấy con trâu đằm mình dưới vũng lầy.

Bốn đứa chúng tôi ghé vào tiệm phở Cấp Tiến nhìn cảnh nhộn nhịp của thành phố đang bày ra trước mắt. Mọi sinh hoạt bình thường. Phố xá tấp nập dần với người đi lại mỗi lúc mỗi đông cùng với tiếng xe lưu thông trên mọi nẻo đường. Dường như không ai lưu tâm, lo lắng đến chiến tranh đang diễn ra ác liệt chỉ cách Đà Nẵng hơn 10 cây số đường chim bay, nơi đang có cuộc giao tranh đẫm máu xảy ra hằng giờ với chết chóc ở Điện Bàn, Hiếu Đức, Đại Lộc, Duy Xuyên, Thượng Đức...

Sau khi ăn sáng, tôi lái xe ra đường Độc Lập ghé vào tiệm Thành Ký đối diện nhà thờ, trên nóc tháp cao có tượng con gà, để uống cà phê. Tôi gọi tách trà cúc cho riêng mình. Quán Thành Ký này, trước đây tôi vẫn thường la cà sau mỗi lần dạo phố. Chủ quán là hai cô người Hoa, mặt mày hiền lành, nụ cười luôn tươi tắn trên môi khi tiếp khách. Đến khi tách trà cúc được đem ra, vừa lúc có người đàn ông đẩy chiếc xe lăn tiến đến chỗ tôi mời mua vé số. Chiếc xe lăn chỉ cách tôi hơn một thước thì ngừng lại. Tôi thấy người đàn ông ngồi trên xe dùng hai bàn tay nắm chặt lấy hai bánh, cố nhổm người đứng dậy. Bao nhiêu tấm vé số rơi tung tóe xuống nền nhà. Y nhìn tôi trân trối, miệng la lớn:

- Ông Thầy! Ông Thầy Nam của em phải không? Em là Thới, đệ tử ruột của ông Thầy đây này!

Người trên xe ôm chầm lấy tôi trước những con mắt tò mò của người chung quanh.

- Mày đây hả Thới. Tau nhớ mày hoài. Mày thấy chưa, lúc bị thương ôm mày trong tay, tau đã dỗ dành mày trước giờ chờ tải thương vì tau tin mày thế nào cũng sống, thế nào có ngày ông trời run rủi cho tau với mày sẽ có lúc gặp lại nhau.

Buông tay, tôi quan sát nó. Giờ trông khác trước, khuôn mặt đầy đặn, da bóng lưỡng, bên má trái có vết chàm lấm tấm xanh do hậu quả của mìn còn lưu lại.

Tôi hỏi thăm tình cảnh đời sống nó hiện nay. Trái với ý nghĩ của tôi, nó cười lớn, vẻ mặt rạng rỡ:

- Giờ em ngon lắm ông Thầy. Vợ em có sạp bán mắm cái (mắm nêm) ngay chợ Hàn gần đây. Em không lo gì về sinh kế hết. Sáng, vợ em ra cửa hàng, em cũng đến chỗ đại lý vé số lấy một ít đi bán dạo khắp nơi cho đỡ buồn thế thôi, chứ không phải để kiếm sống. Vợ em cự nự em hoài về chuyện này, bảo em nên ở nhà để dưỡng thân. Dưỡng thân em để phục vụ cho nó ông Thầy ui!

Bọn tôi nghe nó nói không tránh khỏi cười thành tiếng.

Nó lại tiếp lời:

- Ông Trời có mắt ông Thầy! Mất cái này, bù cho cái khác. Trước đây khi chưa cụt chân, mỗi lần gần nhau, vợ em có lúc cũng hờ hững lắm, nhưng nay thì cưng em vô số kể. Vợ chồng em sinh con năm một nghe ông Thầy.

Trước nỗi ngạc nhiên của bọn tôi, nó hết nhìn người này sang người nọ, lớn tiếng tiếp lời:

- Quê em ở xã Bình Triều, quận Thăng Bình, trước thuộc Quảng Nam, giờ thuộc tỉnh Quảng Tín thường vẫn có tục nuôi vịt trong ống tre. Vịt con sau khi đã chặt hai chân và đôi cánh nuôi trong ống tre già, thời gian ước chừng năm tháng sau thì chẻ ống tre đem vịt ra ăn. Lúc này con vịt thân dài ra, béo nung núc, nhưng ít mỡ. Nấu với măng khô hầm, xương mềm, ăn rất ngon. Người ta vẫn thường nói ở bầu thì tròn, ở ống thì dài là do vậy. Cũng như em rứa thôi. Cụt hai chân, ăn uống không nuôi chân thì nuôi cái nó, càng ngày thấy càng khác hẳn, nó không nở bề ngang thì cũng tăng chiều dài, vì rứa mà được vợ thương và cưng em hơn trước.

Nói xong câu, không riêng gì nó mà bốn chúng tôi đều cười ầm ĩ khiến một số khách trong quán đều hướng mắt nhìn về phía chúng tôi.

Trước khi chia tay nhau, bốn người chúng tôi không ai bảo ai rút tiền trong túi giúi vào tay người lính cũ. Nó xua tay không nhận. Tôi nói số tiền này mày khoe với vợ hôm nay tình cờ gặp lại mấy người lính đồng đội ngày xưa.

oOo

Hôm nay đang ở xứ người, sắp đến tuổi 80, thường đêm không đêm nào ngủ được thẳng giấc. Thể xác hao mòn dần. Ai đến tuổi già cũng khó ngủ như định luật chung.

Hằng đêm tôi trằn trọc nhớ đủ thứ chuyện, tinh thần ngày càng sa đọa. Ráng hít thở một hồi như sách dạy thiền định cố dỗ một giấc ngủ mau đến cho đêm còn quá dài, nhưng cuối cùng đành phải ngồi dậy tìm viên thuốc ngủ Zopiclone.

Che hết màn cửa trong phòng, trong đêm tối, tôi có cảm tưởng đang ở địa ngục mà linh hồn còn quanh quẩn bên thân. Dỗ hoài giấc ngủ không đến, tôi quay qua tự dỗ dành mình: thôi hãy ráng quên mọi chuyện bất hạnh, đau đớn xảy đến trong đời do tình người và cuộc đời đem lại.

Cuối cùng tôi nhận ra một điều, trong đời đã bao lần đem hết tấm lòng mình để dỗ dành người, nhưng đến lúc tự dỗ dành mình là điều cực kỳ khó khăn, nếu không nói là vô khả thi trong những đêm dài lắm mộng.

Hồ Đình Nam
London, cuối năm 2021

THIẾU KHANH
TRẢ LỜI PHỎNG VẤN VỀ CUỐN SÁCH VIỆT NAM THỜI DỰNG NƯỚC (*)

Thiếu Khanh

Lam Điền

Người phỏng vấn: **Ký giả Lam Điền**

HỎI: *Đọc* Việt Nam thời dựng nước *của K. W. Taylor, thấy có vẻ buổi đầu lịch sử thành văn của nước ta chưa được đào sâu khảo cứu kỹ. Với công việc của người dịch quyển này, lại là người quan tâm về đề tài này, ông nhận thấy tác giả K. W. Taylor có những lợi thế gì khi viết quyển* The Birth of Vietnam?

Thiếu Khanh: Thú thật, khi dịch cuốn sách tôi không lưu ý điểm này. Theo lời tác giả, cuốn sách là kết quả của việc ông phát triển luận án Tiến sĩ sử học của mình dựa trên một số tư liệu bổ sung. Nếu tác giả có lợi thế nào đó, có lẽ là về mặt Nguồn tư liệu tham khảo, và khả năng ngoại ngữ giúp ông tiếp cận tư liệu từ các học giả có cùng nghiên cứu bằng nhiều ngôn ngữ khác. Danh mục tư liệu tham khảo của ông gồm "Nguồn Tham Khảo Chính" với 33 tác phẩm Hán Văn, trong đó có 5 tác phẩm đã được dịch sang tiếng Việt.

Ngoài ra, Nguồn Tham Khảo Thứ cấp có 174 tác phẩm và bài báo bằng các ngôn ngữ Việt, Pháp, Anh và Nhật. Số tác phẩm tham khảo như thế không thể nói là ít, nhưng chưa phải là nhiều lắm. Cuốn *"Lịch Sử Việt Nam từ Khởi thủy đến Thế kỷ X"* trong bộ sách Lịch Sử Việt Nam đồ sộ 15 tập, dày khoảng 10.000 trang của Viện Sử học thuộc Viện Hàn Lâm Khoa học Xã Hội Việt Nam, do Phó Giáo sư Tiến sĩ Vũ Duy Mền chủ biên, mục lục tham khảo đã gồm đến 412 tác phẩm và bài viết, chủ yếu là tiếng Việt, chỉ có 39 tác phẩm chữ Hán. Phần tác phẩm tham khảo của các tác giả viết bằng tiếng Anh hay tiếng Pháp của sách này chỉ có khoảng 4 hay 5 người, mà tác phẩm của họ cũng đã được dịch ra tiếng Việt. (Đặc biệt, cuốn sách *The Birth of Vietnam* của Tiến sĩ Keith Weller Taylor cũng được liệt kê, nhưng chỉ là một bài điểm sách đăng tên tạp chí Nghiên Cứu Lịch Sử). Cuốn sách Lịch Sử Việt Nam tập 1 do Tiến sĩ Vũ Huy Mền chủ biên ra mắt vào năm 2017, sau cuốn *The Birth of Vietnam* của Tiến sĩ K. W. Taylor 34 năm. Như vậy, nguồn tham khảo của Tiến sĩ Taylor tuy rộng hơn về mặt ngôn ngữ, nhưng tôi không nghĩ đó là lợi thế tuyệt đối.

Tuy cuốn sách của Tiến sĩ Taylor ra đời vào năm 1983 là gần 60 năm sau thời gian phát hiện Văn hóa khảo cổ Đông Sơn, nhưng từ năm 1958 VNDCCH đã có bộ sách Lịch Sử Việt Nam Tập 1: *Từ Nguồn Gốc đến Thế Kỷ X* của học giả Đào Duy Anh, và VNCH cũng có *Việt Nam Thời Khai Sinh* của Giáo sư Linh mục Nguyễn Phương của Đại học Huế, nghiên cứu về giai đoạn lịch sử này. Trừ việc người đi sau có thể "đứng trên vai người đi trước," có lẽ Tiến sĩ Taylor không có lợi thế đặc biệt nào.

Tuy nhiên, không loại trừ việc tôi chỉ là một dịch giả, không phải là người nghiên cứu sử học nên không nhận ra giữa khoảng thời gian nhiều thập niên "im lặng" của giới sử học Việt Nam (từ sau cuốn sách của học giả Đào Duy Anh xuất hiện sau thời kỳ CCRĐ cho đến bộ sử của Tiến sĩ Vũ Duy Mền ra đời vào năm 2017, cũng gần 60 năm!), mà sự xuất hiện của *The Birth of Vietnam* là do tác giả của nó có được lợi thế nào đó, như không bị ràng buộc hay hạn chế về tư tưởng chính trị, chẳng hạn?

HỎI: *Cùng với những tư liệu, tình tiết lịch sử được Taylor đề cập một cách thú vị, như vai trò của Mã Viện: "cuộc chinh phục của Mã Viện không hề làm cho nước Việt cổ bị tan rã hay băng hoại hoàn toàn; nhưng vẫn tiếp tục tồn tại như một xã hội có tổ chức...", hay thông tin "có bằng chứng cho thấy Hai Bà Trưng được thờ cúng ở nhiều vùng bên Trung Hoa trong các thế kỷ về sau", với ông, quyển sách của K. W. Taylor mang lại những soi sáng hay thay đổi nhận thức nào đáng kể nơi ông?*

Thiếu Khanh: Câu hỏi này có hai ý: Ý đầu về hậu quả mà cuộc chinh phục của Mã Viện gây ra trong xã hội Việt Nam thời đó; và ý thứ hai về việc thờ cúng Hai Bà Trưng tại nhiều nơi bên Trung quốc, *"Cuộc chinh phục của Mã Viện không hề làm cho nước Việt cổ bị tan rã hay băng hoại hoàn toàn; nhưng [đất nước] vẫn tiếp tục tồn tại như một xã hội có tổ chức..."* không phải là một nhận xét "hay ho" hoặc "đặc biệt" gì cả. Quân Tàu nhiều phen "tận diệt" nước Lâm Ấp bên cạnh ta, sát hại hàng vạn người quân và dân, vơ vét hết của cải của nhân dân, ngay cả các bài vị (bằng vàng) thờ các tiên vương của nước này, và chở hết về Tàu, khủng khiếp hơn Mã Viện đánh phá Việt Nam, mà Lâm Ấp đâu có bị tiêu diệt! Trái lại sau vài thế kỷ, họ trở thành nước Champa hùng mạnh một thời. Trong thế chiến 2, nước Pháp bị Đức chiếm đóng và dựng một chính phủ tay sai để cai trị mà nước Pháp có "tan rã" gì đâu?

Bản thân cuộc chiến tranh Việt Nam hết sức khốc liệt vừa qua, đâu có làm cho Việt Nam tan rã! (Tình trạng đất nước ruỗng nát vì tham nhũng hiện nay không thể đổ lỗi cho cuộc chiến tranh). Mặc dù Mã Viện tàn sát hàng vạn người Việt và vơ vét cướp đoạt tài sản của nhân dân cả nước, kể cả cướp đoạt một "đặc tính" văn minh của người Việt là trống đồng), thì đất nước và nhân dân Việt Nam vẫn còn để gây dựng lại. Vậy, ý thứ nhất là nhận xét của tác giả cuốn sách không cần phân tích hay giải thích gì thêm.

Về ý thứ hai, vài thập niên trước đây, có lần tôi đọc thấy thông tin nhà văn, giáo sư, tiến sĩ, bác sĩ Trần Đại Sỹ, viện phó viện Pháp-Hoa, giáo sư Trường Y khoa Arma (Paris) có nhiều năm làm việc cho Ủy ban trao đổi y học Pháp-Á, cho biết trong thời gian ông làm việc bên Tàu, ông có gặp và tiếp xúc một cộng đồng người Việt vài trăm người sống ở đó từ thời Hai Bà Trưng. Họ xưng là hậu duệ của binh sĩ của Hai Bà. Họ nói tiếng Việt cổ, còn giữ một số phong tục Việt và có đền thờ Hai Bà Trưng cùng các nữ tướng của Hai Bà. Gần đây có lúc "cư dân mạng" ở Việt Nam cũng thấy trên mạng Internet giới thiệu một nhóm người gọi là "Dân tộc Kinh," được cho là người Việt cổ thời Hai Bà Trưng còn sinh sống bên Trung Quốc. (Thông tin này có thể nằm trong kế hoạch tuyên truyền nào đó của Đảng Cộng sản Trung Quốc?). Nếu trong sách *The Birth of Vietnam* cũng đề cập thông tin này mà không phải tham khảo từ Tiến sĩ Trần Đại Sĩ (không có tên trong nguồn tư liệu tham khảo) có lẽ tác giả đã tham khảo từ một tư liệu độc lập nào khác. Điều này càng xác nhận sức mạnh sinh tồn của dân tộc Việt Nam, và xác nhận thêm sự đúng đắn lời phát biểu của tác giả ghi trong sách: ***"Di dân người Hán bị Việt Nam hóa dễ hơn so với chiều ngược lại."*** (*Việt Nam Thời Dựng Nước*, trang 94)

HỎI: *Với một khởi đầu như ta thấy trong Việt Nam thời dựng nước, liệu khái niệm "thoát Trung" (đang được nhiều người nhắc đến) có thể hiểu theo nghĩa nào, và theo ông, "thoát" theo cách nào là tiện nhất?*

Thiếu Khanh: Dường như hiện nay hoặc là nhiều người không hiểu mình nói gì với hai từ "Thoát Trung"; hoặc là họ nghĩ "Thoát Trung" chỉ đơn giản là thoát khỏi sự lệ thuộc về chính trị, thoát khỏi sự kềm hãm nhiều mặt mà Đảng Cộng sản Trung quốc áp đặt lên Đảng Cộng sản và nhà nước Việt Nam.

Chỉ thoát khỏi tình trạng đó là khó rồi. Nhưng chừng đó vẫn chưa thoát ra khỏi cái vòng kim cô của văn hóa Trung quốc đang bóp chặt lấy đầu óc của nhiều người Việt Nam. Vòng kim cô đó là gì? Trước hết, đó là sự tự ti về văn hóa. Ta không tin mình từng có một nền văn hóa độc lập trong tinh thần Vương đạo; nhiều người cứ luôn luôn tin chắc mình lệ thuộc văn hóa Trung quốc đến nỗi mặc định tất cả tinh thần ta là sản phẩm của văn hóa Trung quốc. Ta bị "nhồi sọ" rằng người Việt Nam chịu ảnh hưởng văn hóa của Tàu, rằng cái gì của ta cũng do vay mượn từ Tàu mà có.

Ta tưởng một mình mình là "con nợ" vay mượn, mà không ngờ Tàu cũng vay mượn của ta, hoặc họ và ta cùng chia chung những giá trị văn hóa.

Vào khoảng giữa thế kỷ trước, giáo sư linh mục Kim Định xây dựng một triết thuyết Việt Nho, hay triết thuyết An vi, bị một số người tỏ ra rẻ rúng, coi như tất cả Nho giáo là của Tàu. Cho đến nay có lẽ không mấy người tin rằng một nền văn hóa Vương đạo rực rỡ mà vài ngàn năm trước hầu hết người Tàu có tri thức đều ngưỡng mộ và đánh giá rất cao, là của giống người Lạc Việt, chớ không phải của Tàu. Người Tàu coi trọng Vương đạo đến nỗi họ vẽ riêng một chữ Quốc để chỉ riêng đất nước của người Việt – có nền Vương đạo đó. Đó là chữ Quốc với một hình vuông có chữ Vương ở giữa.

Chúng ta chỉ có thể thực sự ngẩng cao đầu Thoát Trung khi nhận thức rõ giá trị tinh thần của dân tộc mình. Một dân tộc có các vị Hùng Vương và có tinh thần Vương đạo.

(Xem thêm: Thiếu Khanh - *The Birth of Việt Nam – Dịch và ngẫm nghĩ*:
http://www.art2all.net/tho/tho_tk/TheBirthOfVietnam_DichVaN gamnghi.htm

----

(*) *Việt Nam Thời Dựng Nước*, bản dịch của Thiếu Khanh, từ "The Birth of Vietnam" của Tiến sĩ Giáo sư Sử học K. W. Taylor, do công ty Văn hóa Truyền Thông Nhã Nam xuất bản, 2021.

ĐỖ DUY NGỌC
MỘT CHUYỆN Ở XÓM CỤT

Khu dân cư đó người ta gọi tên là Xóm Cụt. Nó cách đường lộ khoảng cây số, đi vào bốn cái xuyệt thì mới đến xóm. Xóm Cụt nằm mép bờ kinh, đây đó vẫn còn những bụi cây xơ xác không lớn nổi vì nắng và vì nước kênh đầy ô nhiễm. Xóm có khoảng hơn hai ba chục hộ, toàn nghèo. Từ lộ vào, đầu đường có dãy nhà lầu hai ba tầng, đi vô nữa là những căn nhà trệt, qua ba bốn đường vòng chỉ thấy mấy nhà tôn và khi đến Xóm Cụt thì toàn nhà lá, nhà tạm bợ như những cái lều chăn vịt đắp bằng bìa, bằng bạt nhựa, bằng những tấm thép han rỉ. Người không quen lọt vào đây sẽ ngửi thấy mùi thum thủm của những vũng nước tù đọng, mùi thối khẳm của mấy đống rác trộn lẫn mùi hôi của dòng nước đen kịt từ bờ kinh xông lên. Ở đây nắng cũng khổ mà mưa cũng mệt ghê lắm. Nắng như đổ lửa xuống những mái tôn, tấm bạt hắt hết vào những con người ở đấy. Mưa thì trút xuống những mái lều, những căn nhà có lắm khe hở, nhiều nhà thức suốt đêm, bì bõm trong vũng nước từ đất trồi lên và từ trên giội xuống. Xóm cũng có một cái chợ nhỏ, nằm ở cái quẹo thứ ba trước khi vào ngõ cụt. Chợ bán lèo tèo vài miếng thịt đã đổi màu, đôi ba con cá từ sông lên, một ít rau cỏ và cũng có một gánh bún chẳng biết gọi là bún gì cho mấy người nghèo ăn sáng, ăn trưa qua bữa. Thoạt nhìn, Xóm Cụt như là vùng quê nào còn sót lại ở thành phố nhộn nhạo này. Hình như cái xóm này bị bỏ quên, nằm im lìm như một cảnh quê nghèo trong những cuốn phim kể về một thời của quá khứ.

Một hôm, sau một đêm mưa tầm tã, sáng ra người đi làm sớm thấy có một lão già nằm ngủ bên mái hiên của ngôi nhà sang nhất xóm, nhà ông Tư Lực, chuyên làm nghề xây dựng. Tư Lực là người giàu nhất Xóm Cụt này. Nhà Tư Lực xây tường, lợp tôn, còn có cái sân và mái hiên nhỏ. Sân nhỏ đó có tráng xi măng đàng hoàng dù đã loang lổ vài nơi. Lão già khoảng tuổi sáu mươi, dáng còm cõi với áo quần tả tơi. Khuôn mặt lão nhàu nhĩ, đôi mắt buồn nhưng cũng không giấu nét phong trần của người đàn ông của một thời. Tư Lực dắt chiếc xe Honda ra uống cà phê buổi sáng, nhìn thấy lão ngồi co ro ở mép tường bèn hỏi:

- Ngồi làm gì đây?

Lão ngước mắt lên, lí nhí:

- Lang thang, hôm qua mưa lớn quá nên tạt vào đây ngủ đỡ tránh mưa.

- Ở đâu mà lại vào xóm này, có giấy tờ chi không? Tư Lực hạch hỏi.

- Tui nghỉ một bữa rồi đi thôi mà, tôi đi ngay đây.

Nói rồi lão dợm đứng lên, tay xách cái túi cũng nhàu nhĩ như thân hình của lão. Liêu xiêu bước về phía bờ kênh. Tư Lực nhìn theo một lát, lẩm bẩm gì trong miệng rồi rú xe đi.

Khi chợ bắt đầu nhóm thì người ta lại nhìn thấy lão. Lão đứng ở gần hàng canh bún, nhìn thèm thuồng theo bàn tay múc của bà hàng bún. Đứng một lát, mỏi chân, lão ngồi bệt xuống đất. Bà hàng canh bún thấy thế la lên:

- Ối dào! Cái ông này, ở đâu ra mà ám sớm thế. Đi giúp tôi cái. Để cho người ta còn bán buôn nữa chứ.

Vừa nói bà vừa khoát tay xua xua đi. Lão ngước nhìn, mắt như van lơn, miệng lắp bắp: Tui đói. Tui đói quá. Bà cho xin một miếng bún, tui xin. Ở hai khoé mắt đọng hai giọt nước mắt, tay lão chắp trước ngực, khẩn cầu. Có một chị đang ăn bún, quay nhìn ông, ngẫm nghĩ một lát thì bảo:

- Bà múc cho ông ấy một tô đi. Tôi trả tiền.

Nghe thấy thế, lão như vươn người lên, hai tay xá xá, miệng cứ cám ơn, cám ơn mãi.

Rồi ngày mai, ngày mốt vẫn thấy lão loanh quanh trong cái Xóm Cụt ấy. Lúc ngồi lê la ở cái chợ nhỏ, khi thì ngồi ở bờ kè nhìn ra con kênh. Lão ăn bất cứ thứ gì người ta cho, ăn bất kể thứ gì nhặt được, ăn được trên đường đi. Nhiều hôm lão ra tận ngoài lộ, đi vất vưởng trên phố, xin tiền khách qua đường, bới đống rác kiếm ăn, nhặt chai bao phế liệu mang bán. Đêm lại về Xóm Cụt. Trời không mưa lão nằm ngoài bờ kè, hôm nào mưa lão lại lê thân về hàng hiên nhà lão Tư Lực. Nằm ở chỗ đấy, lão phải thức dậy sớm vì sợ Tư Lực mắng nhiếc, đuổi như đuổi tà. Riết rồi thành quen, lão trở thành cư dân của Xóm Cụt này lúc nào cũng chẳng ai hay.

Một đêm trời mưa lớn lắm, sấm sét đì đùng. Lão nằm ở hàng hiên nhà Tư Lực, người ướt sũng vì mưa tạt vào. Lão không thể ngủ được đành ngồi chập chờn nơi góc tường lim dim. Nửa đêm thì có hai thằng thanh niên đi xe gắn máy lượn là lượn lờ. Một lát chúng dừng lại trước nhà Tư Lực. Một thằng bước xuống xe, nhìn quanh quan sát. Nhìn thấy lão, nó bước tới đá nhẹ vào chân lão. Lão ngồi im. Nó đá thêm mấy cái, thấy lão không nhúc nhích liền trở lại với thằng ngồi trên xe. Hai đứa bàn tán chi đó rồi một thằng đến trước cửa nhà, dùng cái kềm lớn bắt đầu cạy cửa. Lão ngồi im nhưng mắt mở he hé xem chúng làm gì. Đến khi cánh cửa sắp bung thì lão hét lớn: trộm, có trộm ông Tư ơi. Trộm. Tiếng của lão vang trong tiếng mưa. Thằng trộm quay lại đánh vào mặt lão tới tấp. Nó đấm cú nào ra cú nấy vào mặt, vào thân thể còm cõi của lão. Nó vừa đấm đá vừa chửi. Lão cũng vừa bụm mặt vừa la: trộm. Trộm ông Tư ơi! Lão gục xuống, máu đầm đìa trên mặt. Đèn nhà Tư Lực bật sáng. Hai thằng trộm hậm hực rú xe đi buông lời chửi: Đ.M. thằng già. Khi Tư Lực bước ra với cây sắt dài cầm tay cùng với mấy người nhà thì lão đã bất tỉnh, nằm gục một đống với máu me. Lão được Tư Lực chở vào trạm y tế, băng bó vết thương và nằm ở đấy hai hôm. Lão lại về Xóm Cụt, lúc này thì lão không ngại Tư Lực đuổi nữa. Vì từ hôm đấy, Tư Lực xem như lão là kẻ canh nhà cho y. Lâu lâu y lại cho lão gói thuốc hút dở dang, có khi mấy miếng thức ăn thừa. Lão vui trong bụng. Lần nào gặp Tư Lực lão cũng chắp hai tay xá xá.

Cuối năm, Xóm Cụt tổ chức tất niên trong xóm. Lão cũng lân la khiêng cái ghế, kéo cái bàn, sắp xếp chén dĩa. Lão cũng phụ các cô, các bà kéo nước, nhóm lửa, cắt tiết gà, vịt. Lão lăng xăng giúp mọi người. Đến lúc tiệc, xóm cũng dành cho lão một ghế góc sân với mấy món ăn và chai bia. Lão sướng. Cười móm mém. Giữa tiệc, bia rượu ngà ngà, Tư Lực đứng lên nói lớn với hơn hai chục người trong xóm:

- Xin thưa với bà con, lão này về với xóm ta cũng khá lâu rồi. Chắc bà con cũng thấy lão hiền lành, thật thà. Tui lại còn mang ơn lão cứu gia đình tui khỏi bị trộm. Giờ năm hết, Tết đến tui xin đề nghị bà con thế này...

Mọi người ngừng đũa, nghe Tư Lực nói. Lão cũng nhìn Tư Lực xem y nói gì về mình. Tư Lực e hèm, nói tiếp:

- Lão này tứ cố vô thân, đến xóm ta và giờ xem như người của xóm ta. Tui thấy cuối đất của xóm, gần bờ kè còn chút rẻo. Hay là ta để cho lão dựng cái lều cho lão có chỗ trú nắng mưa. Tui sẽ cho lão mấy tấm tôn lợp mái, còn chung quanh thì ai cho gì tốt đấy hay lão kiếm được gì đắp vào thành cái chỗ trú của lão. Bà con thấy thế nào?

Cũng chẳng ai có ý kiến chi, đất hoang chó ỉa, người đái, ai làm gì cũng chẳng phạm, chẳng mất gì của mình nên chẳng ai tranh giành.

Thế là từ đó, lão có nhà. Chỉ là mấy tấm ván với mấy tấm bạt làm vách. Chỉ là mấy cây cừ người ta đóng cọc bỏ ra lão lượm về làm cột chống. Chỉ là hai tấm tôn của Tư Lực. Cái nhà đã hình thành. Lão không ngại nắng, cũng không sợ mưa nữa. Chấm dứt những đêm giữa trời, kết thúc những bữa nằm hàng hiên nhìn mưa. Tư Lực lại dẫn lão giới thiệu với một đại lý vé số, giao cho lão ít vé số bán kiếm cơm. Lão tươm tất hơn lúc mới xuất hiện ở cái Xóm Cụt này. Áo quần tuy cũ nhưng sạch sẽ, tóc tai buộc gọn thành búi sau đầu. Chỉ còn bộ râu quai nón không cạo, nhìn xồm xoàm như nhân vật Cái bang. Và lão đã trở thành công dân Xóm Cụt.

Lão ít nói nhưng gặp ai lão cũng chào, có khi chắp tay xá xá. Lão đi bán vé số suốt ngày, với cặp giò khẳng khiu, lão lội bộ từ

Bình Thạnh sang Gò Vấp. Từ Gò Vấp đến quận một, quận ba. Xem như lão đi khắp thành phố. Chiều về, lão ra chỗ mép nước, nấu cơm, chế biến thức ăn rồi ngồi ăn giữa trời. Cũng có hôm lão uống rượu say một mình, ngồi nói một mình, kể chuyện một mình rồi cười khóc một mình. Và cũng qua những cơn say ấy, mọi người lờ mờ đoán được nhân thân của lão.

Lão gốc ở Long An, chẳng biết huyện, xã nào. Là con ở cô nhi viện, không biết cha mẹ, họ hàng là ai.

Đại khái là lão cũng có vợ. Vợ lão là người cũng có chút nhan sắc. Lão cũng thuộc loại đẹp trai mà. Hai vợ chồng sống với nhau gần hai chục năm mà không có con. Không rõ là lỗi ở ai. Lão chuyên chở hàng cho mấy sạp ở chợ. Vợ lão có gian hàng xén. Không con nhưng sống hạnh phúc, tuy cũng không giàu có gì nhưng cũng khá trung lưu, thu nhập cũng kha khá. Hai vợ chồng thuê một căn nhà trên phố, đang vun vén để có thể sắm riêng cho mình một căn. Người ta bảo sống có nhà thác có mồ mà. Nhà chưa sắm được thì sinh chuyện. Lão có thằng bạn học, xa cách nhau đã lâu mới gặp lại. Thấy bạn bơ vơ, sống một mình, kiếm sống bằng nghề xe ôm cũng nhiều khó khăn, lão cho bạn về ở chung nhà. Nhưng đúng là làm ơn mắc oán. Vợ lão và bạn lão lại tằng tịu với nhau. Lão chỉ lo kiếm tiền nên chẳng hay biết gì. Một bữa bỗng mệt, lão trở về sớm nhìn thấy bạn lão đang nằm trên người vợ lão mà nhún như ngựa phi. Vợ lão thì rên ư ử, hình như sướng lắm. Cả hai trần truồng như nhộng. Lão đứng sững ở cửa, máu như đông đặc lại, chân không nhúc nhích được, miệng không kêu được. Lão nghĩ chúng nó kiểu này đã ngủ với nhau lâu rồi, giờ làm ầm lên chỉ mất mặt chứ chẳng ích lợi chi. Đành im. Sau một lúc trấn tĩnh, lão đi ra đường, vào quán kêu một ly cà phê, ngồi suy nghĩ. Lão định đợi dịp sẽ nói chuyện công khai với vợ, ba mặt một lời, giải quyết cho xong. Nhưng rồi thấy thái độ lầm lì của lão lúc về nhà, linh tính của đàn bà khiến cho vợ lão biết là đã vỡ chuyện nên một bữa đẹp trời vợ lão và bạn lão cuốn gói đi mất. Bao nhiêu tiền bạc, vàng vòng vợ lão mang đi tất. Thế là lão trắng tay. Vợ mất, tiền mất. Lão hóa điên sa vào rượu chè, chẳng thiết gì làm việc. Lần hồi trở thành kẻ lang thang với nỗi buồn và lòng căm thù ngùn ngụt trong lòng. Lão đi khắp chốn để tìm đôi gian phu dâm phụ đó mà không tìm được. Một lần, trong khi lang thang, lão bắt gặp hai người trong một quán ăn, lão đã dùng dao chém tới tấp vào tên bạn lão. Vết thương nặng lắm, lão ra tòa và bị kết án mười năm. Mười năm ở trong tù, lão ngẫm ra nhiều điều, lão sáng ra nhiều thứ và lão cũng tập quên được hận thù. Ngày ra tù, chẳng biết về đâu. Lão nghĩ với thân tàn ma dại thế này, cứ bám thành phố mà kiếm cơm hơn là về chốn cũ. Hơn nữa, chắc mọi người cũng chưa quên chuyện lão bị cắm sừng. Nên lão sống vất vưởng mãi thế cho đến ngày lão trôi giạt đến cái Xóm Cụt này.

Giờ thì lão xem như cũng đã ổn. Có cái lều đi ra đi vô, tránh nắng che mưa, có cái nghề bán vé số kiếm ăn qua ngày, có buổi chiều nhìn nước chảy, có buổi tối nhìn trăng lên. Lão thấy thế cũng chấp nhận chờ tới tuổi thì ra đi trong lặng lẽ.

Một bữa trời mưa cũng lớn lắm, Xóm Cụt tràn trề nước. Lão đi về với một thằng bé khoảng mười hai tuổi. Hay người ướt sũng, co ro đi vào Xóm Cụt. Hôm sau lão dẫn thằng nhỏ đi, gặp ai lão cũng bảo là thằng cháu. Từ nay hai người sống chung với nhau trong cái lều bé tí. Thằng nhỏ cũng dân mồ côi, đi bán vé số thì gặp lão. Nó ở gầm cầu, ăn cơm hàng cháo chợ. Kiểu như nó lớn lên chút nữa sẽ không bán ma túy thì cũng thành ăn cướp. Lão xót cho nó lắm mà chẳng biết làm sao. Hôm lão và nó về Xóm Cụt là bữa đó thằng nhỏ lên cơn sốt. Không đành lòng, lão mang nó về chăm sóc và từ đó nó ở luôn với lão. Sáng sáng hai ông cháu dắt nhau đi bán vé số. Chiều chiều về, ông cháu tắm cho nhau giữa bãi đất hoang. Ông gội đầu cho cháu, cháu kỳ lưng cho ông. Chiều nào cũng đầy tiếng cười. Lão thương thằng bé lắm, lão không con giờ có một thằng bé bên cạnh cuộc sống hẩm hiu và cô đơn. Lão xem nó như con. Lão định khi nào để dành kha khá sẽ cho nó đi học, chỉ có con đường học hành mới giúp nó thoát khỏi số phận thôi. Thằng bé cũng thương lão lắm. Từ bé đã không có cha mẹ, sống vất vưởng ở vỉa hè, đường phố. Giờ gặp lão xem nó như con, nó cũng coi lão như cha của mình. Nó gọi lão là sư phụ nhưng trong lòng nó, nó đợi sẽ có ngày nó gọi lão là cha. Nó thèm được gọi cha ơi. Nhiều lần lão tắm cho nó, nhiều đêm lão ôm nó trong giấc ngủ, nó định mở miệng gọi cha ơi, nhưng khi nó mở miệng lại gọi là sư phụ. Nhiều người trong xóm hỏi nó tên gì, nó bảo nó tên Tèo. Nên dân Xóm Cụt cứ gọi nó là thằng Tèo con ông lão.

Mấy năm trôi qua, lão cũng bắt đầu già, tóc đã muối tiêu, muối nhiều hơn tiêu. Thằng nhỏ cũng đã lớn, ra dáng thanh niên rồi. Hai ông cháu kiếm được chiếc xe đạp, sáng sáng thằng Tèo chở lão đi, lang thang hè phố bán vé số kiếm ăn, dòng đời cứ lặng lẽ trôi đi.

Nhưng rồi cơn dịch ập đến, người ta không cho bán vé số nữa. Gạo hết, tiền cạn dần, hai ông cháu ăn mì gói, đến lúc mì gói cũng hết. Thằng Tèo bương ra đường kiếm cơm, có bữa nó mang về hộp cơm từ thiện xin được đâu đó, có bữa nó mang về ổ bánh mì, gói xôi, hai người cùng ăn. Cái khoảnh đất rẻo bờ kè vắng hẳn tiếng cười. Đôi khi cũng có một đoàn thiện nguyện ghé vào Xóm Cụt, phát cho mấy phần cơm rồi mất hút. Xóm Cụt trong những ngày dịch đã bắt đầu đói. Dân Xóm Cụt tản mát bốn phương kiếm sống. Xóm Cụt lặng lờ như xóm ma, đêm đêm im lìm không tiếng nói. Nghèo quá, chẳng ai giúp được nhau. Ban đầu nhà Tư Lực còn tặng cho mỗi nhà vài gói mì qua bữa, rồi thôi. Tiền bạc còn đâu mà cho mãi. Rồi một ngày người ta phát hiện trong Xóm Cụt có người dương tính với con virus. Thế là dây giăng, là thép gai tung ra từng cuộn, là chốt chặn và chẳng ai còn được đi đâu. Một toán y tế đến xét nghiệm từng người, rùng rùng đầy lo âu. Thằng Tèo bị dính dương tính. Xe hú còi vang cả ngõ, Tèo bị giải đi như tội phạm lúc nửa đêm. Tiếng loa um sùm thông báo. Lão hớt hải chạy theo nhưng mấy dân phòng giữ lại. Thằng Tèo bước qua chỗ dây giăng, ngó lại thấy lão nhìn theo với đôi mắt đẫm lệ. Lão quơ quào hai tay trong không khí như muốn níu giữ điều gì. Lão thét lên: Tèo ơi! Con ơi! Đừng bỏ cha Tèo ơi. Thằng Tèo chân bước lên xe, miệng hét lớn: Cha ơi! Chiếc xe cứu thương hú còi í e í e rú đi. Tèo đưa tay lên cửa kính, nói trong hơi thở: Cha ơi! Lão gục xuống, ngất đi.

Từ hôm Tèo đi, lão buồn hiu hắt. Ngõ Xóm Cụt giăng dây, đã có mấy người đi cách ly rồi không về nữa. Lão đi loanh quanh trong Xóm Cụt rồi ra bờ kè ngồi. Hôm nào có đoàn từ thiện phát cơm, lão lặng lẽ ra xếp hàng lãnh hộp cơm về chỉ ăn được vài muỗng. Gặp ai lão cũng hỏi về thằng Tèo, nhưng chẳng ai biết để trả lời. Có lần lão nghe mấy anh em dân phòng gác chốt bảo hình như đưa thằng Tèo về bệnh viện dã chiến đâu ở Củ Chi. Lão nhờ mấy người trong xóm điện hỏi thăm nhưng chẳng ai trả lời. Lão xọp đi trông thấy, râu tua tủa đầy mặt, đôi mắt hõm sâu, dáng đi như không muốn vững. Lại một lần nữa, lão nhờ người hỏi thăm thằng Tèo. Lần này là nhờ lão Tư Lực. Tư Lực gọi mấy lần, đầu dây bên kia mới có người bắt máy.

- Tèo. Tèo nào. Ở đâu? Cái gì Tèo, nói họ tên rõ ràng mới trả lời được.

- Dạ. Tèo này không có họ tên vì không giấy tờ, nó 14 tuổi ở Xóm Cụt.

- Chờ chút gọi lại nhé. Để tôi tìm.

Lão đứng cạnh, lắng nghe, tim đập như muốn nhảy ra lồng ngực. Lão nghe hết nhưng vẫn hỏi lại Tư Lực

- Sao rồi chú? Họ bảo sao chú?

- Họ bảo chờ. Họ đang tìm. Nó chẳng có giấy tờ tên tuổi gì nên cũng khó.

Ừ! Đợi thì phải đợi thôi. Cầu trời khấn Phật. Cầu Đức Quan Thế Âm Bồ Tát giúp cho thằng Tèo con của con tai qua nạn khỏi. Nó qua được bệnh, Trời Phật muốn con làm gì con cũng làm, con giảm thọ mấy năm con cũng chịu. Trời Phật giúp con.

Tư Lực định bước đi thì chuông điện thoại reo.

- Phải người nhà của Tèo 14 tuổi ở Xóm Cụt không?

- Đúng rồi, tôi nghe đây.

- Báo cho thân nhân của Tèo nhé. Tèo đã chết hôm qua. Sáng nay đem thiêu rồi. Anh cho địa chỉ để gởi cốt về nhé.

- Dạ. Này chị ơi! Cứ gởi về Xóm Cụt là có người nhận, xóm này không có số nhà.

- Rồi.

- Chị ơi chị! ...

Tút... tút. Máy bên kia cắt ngang. Lão đứng cạnh, lão nghe hết. Nhưng lão vẫn đứng mắt mở trừng trừng, đôi tay run lên bần bật. Rồi ngã xuống bất tỉnh.

Mấy hôm sau ở ngay chốt chặn, một chiếc xe Grab mang lủ khủ một đống hũ cốt đem đến đưa cho anh dân phòng nhờ mang giúp cho người nhà anh Tèo. Hũ cốt bé tí, ghi mấy chữ nguệch ngoạc: Tèo - Xóm Cụt. Nhìn thấy hũ cốt, lão khóc không thành tiếng, những giọt nước mắt đầm đìa trên mặt sạm đen và đôi mắt trõm sâu. Lão lặng lẽ kiếm miếng bìa cứng, đặt hũ cốt trên đống đồ đạc ngổn ngang, đốt lửa thắp một cây nhang. Lão vái và bật lên tiếng khóc bi ai.

Mấy hôm rồi không có ai thấy lão, mấy lần người ta vào phát cơm, cho gạo, cho mì cũng không thấy lão ra lãnh. Đến khi dân Xóm Cụt nghe thấy mùi hôi của xác vật chết mới nghi ngờ lão đã qua đời. Chẳng ai dám đến cái lều bên rìa bờ kênh để xem lão thế nào. Cuối cùng cũng chính Tư Lực cả gan hé cửa nhìn xem sau khi trang bị cho mình bộ áo quần và cái nón có lưới che mặt cùng cái khẩu trang. Tư Lực nhìn vào và quay ra nói với mọi người
- Lão ấy chết rồi. Chắc mấy hôm rồi. Trương phình.

Gọi xe đến chở xác lão đi, nhiều căn nhà không dám mở cửa. Người ta xịt thuốc diệt khuẩn ướt cả căn lều của lão. Hũ cốt của thằng Tèo chổng chơ có cắm cây nhang cháy nửa chừng.

Đêm đó, Tư Lực đem hũ cốt của thằng Tèo chôn ở góc bờ kè và lấy lửa đốt cháy căn lều. Lửa cháy sáng rực một góc Xóm Cụt. Sáng ra người ta chỉ thấy còn lại một đống tro tàn.

Đỗ Duy Ngọc
6.8.2021, Sài Gòn Lockdown
(Trích Bước Không Qua Số Phận, *vừa phát hành)*

TIỂU NGUYỆT
MÂY CHIỀU

Thanh đi qua, đi lại trước cổng bệnh viện, lòng ngổn ngang trăm bề, không biết phải làm thế nào, khi Vân - vợ anh, đang cách ly, vì bị dương tính virus Corona, đang nằm điều trị ở đây. Chỉ mới đây thôi, chưa được một tuần, anh đưa Vân vào đây để tái khám và vô thuốc (xạ trị), theo lịch của bác sĩ. Hai vợ chồng anh còn tính toán đủ thứ; nào là xong đợt vô thuốc này, anh sẽ đưa vợ đi du lịch, trong nước hoặc ngoài nước, miễn vợ anh vui là hai vợ chồng anh đi, không ngại tốn kém, lo lắng chi hết; bởi anh nghĩ, chị đã khổ nhiều rồi, thời gian còn lại không được bao nhiêu, nên anh muốn bù đắp cho chị, có chút niềm vui, niềm an ủi, hạnh phúc cuối đời. Vậy mà, vô thuốc về lại khách sạn mới được hai ngày, Vân trở mệt, khó thở, cả đêm hôm ấy Vân nóng sốt mê man, anh thức suốt đêm lau nước ấm để chị hạ sốt; sáng hôm sau, vội đưa ngay vào viện cấp cứu. Sau khi xét nghiệm, Vân bị dương tính virus Corona 19, phải cách ly, điều trị; họ không cho anh ở lại bên cạnh để chăm sóc chị, khiến anh hoang mang, hốt hoảng, cảm giác như mình vừa rơi xuống dòng nước xoáy hung dữ, toàn thân tê cứng. Anh đâu ngờ rằng, chị bị dương tính, cứ ngỡ nóng sốt là do vô thuốc bị phản ứng gì đó thôi, vào viện chắc sẽ khỏi; bởi nghĩ vậy, nên anh chị chưa dặn dò nhau điều gì, đó là điều mà anh cảm thấy ân hận, ray rứt nhất. Anh biết căn bệnh của chị - ung thư phổi, bị dương tính virus Corona, thì chắc chắn dữ nhiều rồi. Có thể, anh sẽ không còn được gặp lại chị nữa, khiến trái tim anh như muốn vỡ tan, đau đớn đến nghẹn thở.

Thanh sợ, rất sợ con virus này, bởi nó vô hình, không biết làm sao mà né tránh nó. Anh không dám tiếp xúc với bất cứ ai, nếu không cần thiết, ngay cả việc đi xe, đi tàu, đưa chị vào Sài Gòn tái khám; cho nên, cả mấy tháng nay, dịch bùng phát, chỉ thị 16 ban hành, vợ chồng anh tái khám rồi ở lại khách sạn (Sài Gòn), chờ khám lại lần sau, cho tiện; chứ đi lại cả năm, sáu trăm cây số, xe tàu không có, phải thuê xe riêng, khó khăn trăm bề. Hằng ngày, anh chị không ra khỏi phòng, đặt cơm, họ mang tận phòng, anh rất yên tâm. Vậy mà, con rirus dữ dằn này, đã len lỏi vào chị tự lúc nào không hay, khiến chị nằm xuống, còn anh thì ngã quy. Anh nghĩ, có thể lúc đưa chị vào vô thuốc đợt vừa rồi, chị bị lây nhiễm chăng? Nhưng rồi, anh không muốn nghĩ, không muốn biết gì hết, nó đã quật ngã chị rồi; dòng máu trong người anh như bị tắt nghẽn, làm tay chân anh tê cứng, đầu anh râm ran đau nhức. Anh khóc. Những giọt nước mắt của một lão già thất thập như anh, vẫn trong vắt, long lanh, dù cuộc đời đã vùi dập anh tơi tả. Lạ chưa?

Ngày nào, cũng như ngày nào, anh lang thang trước cổng bệnh viện, dõi theo chị trong linh cảm, trong suy nghĩ; dù suy nghĩ anh hạn hẹp, vậy mà xuyên thấu, như nhìn thấy chị hằng ngày chiến đấu với bệnh tật, với cơn đau, mong muốn được trở về bên mái gia đình ấm áp, yêu thương của mình, dù hy vọng le lói, mờ xa. Nhìn thấy những chiếc áo blouse trắng thoắt ẩn, thoắt hiện trên hành lang, trong khuôn viên bệnh viện lòng anh lại nơm nớp, run sợ. Anh không biết mình sợ gì, mà sao cứ thắc thỏm, hồi hộp, lo âu. Anh thương chị vô cùng. Thương chị hiền lành, đôn hậu. Thương chị thiệt thà, hiếu thuận. Thương chị luôn hy sinh vì chồng, vì con. Thương vì chị rất hiểu chuyện, biết chia sẻ, động viên một người "lỡ thầy lỡ thợ" - một sĩ quan chế độ cũ, không nghề nghiệp như anh. Thương vì chị quá thánh thiện, quá đáng yêu; đâu cần phải học cao, phải có trình độ, giáo viên, kỹ sư, giáo sư... chị là một người bình thường, học chỉ vừa hết bậc tiểu học thôi, mà với anh, tâm hồn chị thật thanh cao, thánh thiện.

Anh rời khách sạn, về nghỉ ở phòng trọ gần bệnh viện, cho tiện và anh có cảm giác gần chị hơn. Căn phòng nhỏ xíu, cũ kỹ, anh nghĩ cũng không sao, chỉ là chỗ đỡ lưng cho một ngày; bởi cả ngày anh quanh quẩn trước cổng bệnh viện, thì cần gì phòng ốc rộng rãi, thoáng mát chứ? Anh ngóng đợi tin chị, dù lành hay dữ, cả người anh như căng ra, mỏi mệt, rã rời; không cảm thấy đói, dù từ sáng đến trưa chưa ăn chút gì vào dạ. Anh lấy điện thoại bấm máy gọi chị, hồi hộp, lo sợ ai đó bắt máy chớ không phải chị. Thanh mừng rỡ khi nghe tiếng chị yếu ớt bên kia đầu dây:

- Em nghe đây anh! Anh đừng lo gì cả, em không sao đâu.

Anh nén xúc động, an ủi chị:

- Cố lên nha em! Em còn phải đi với anh về thăm cố đô Huế, thăm lăng tẩm, đền đài các vị vua triều Nguyễn, thăm chùa Thiên Mụ, ngắm dòng Hương Giang; còn ra Hà Nội để được nhìn tận mắt ba mươi sáu phố phường và nhiều nơi, nhiều nơi nữa, em nhớ nghen!

Tiếng chị run run, gượng gạo:

- Em biết rồi mà. Em sẽ cố gắng, anh yên tâm.

Nghe tiếng chị yếu ớt, nhỏ dần, anh hoảng hốt:

- Em sao vậy? Em có làm sao không, em ơi!

Chị thều thào:

- Em hơi lạnh chút thôi mà, không sao đâu.

Tiếng chị nhỏ dần rồi im bặt. Anh gào lên trong tuyệt vọng: "Em ơi!", rồi chạy vội vào bệnh viện, cầu xin các y, bác sĩ cho anh được vào bên chị lần nữa, nhưng họ nhất định không cho, dù anh năn nỉ, van xin, họ bảo đó là quy định phòng chống dịch. Anh thấy mình thật bất lực, chị đấy, anh đây, khoảng cách có bao xa mà vời vợi, thăm thẳm. Dù biết đây là quy định của chính phủ, nhưng anh vẫn cứ muốn được bên cạnh chăm sóc chị giây phút cuối cùng ấy. Anh biết, chị sẽ không thể nào qua khỏi vì mắc Covid-19, khi đang mang trong người căn bệnh ung thư phổi quái ác, cuộc sống chỉ đếm từng ngày, thì có hy vọng gì? Anh dẹp hết sự kiêu hãnh, lòng tự trọng của một quân nhân, quỳ xuống cầu xin các bác sĩ, điều dưỡng, cho phép anh được chăm sóc chị những ngày cuối đời này, anh sẵn sàng ký vào giấy cam kết, sẽ chịu trách nhiệm nếu mình bị lây nhiễm; nhưng họ đáp lại là không thể, dù họ rất xúc động trước lời khẩn thiết của anh.

Những ngày tiếp theo, anh quanh quẩn ngoài cổng bệnh viện để chờ đợi, dù không biết chờ đợi điều gì? Một tin dữ? Một phép mầu kỳ diệu? Vậy là anh cứ đợi, đợi một phép mầu với niềm hy vọng mong manh, le lói! Anh tự tập cho mình luôn có niềm tin. Anh nghĩ, niềm tin sẽ giúp mình vượt qua và chiến thắng. Anh lẩm nhẩm cầu nguyện, mong điều kỳ diệu sẽ đến với bao thiết tha, mong mỏi.

Buổi chiều xuống chậm, những chiếc áo blouse trắng qua lại vội vàng hơn trên dãy hành lang trong khuôn viên bệnh viện, làm anh cảm thấy niềm tin càng mãnh liệt hơn. Anh thầm cảm ơn những "thiên thần áo trắng", đã không quản ngày đêm tuyến đầu chống dịch, mang lại sự yên vui cho tất cả.

Nhìn lên trời cao, mây chiều trong xanh, vô tư, nhởn nhơ, trôi về cuối chân trời xa; anh chợt thấy lòng bồng bềnh theo những áng mây trên cao và thầm nghĩ: giá như anh có thể thay thế cho chị, gánh nỗi đau cho chị, thì hay biết chừng nào? Nghĩ vậy, nước mắt anh lại chảy ra, anh lâm râm khấn nguyện: "Xin ông Trời cho con được thay thế cho vợ con, con không sợ chết, mà con rất sợ "sinh ly, tử biệt". Xin ông Trời cứu giúp chúng con!"

Ngồi dựa lưng vào bức tường, trước cổng bệnh viện, toàn thân mệt mỏi, rã rời, anh nhắm mắt hít thở thật đều, thư giãn đôi chút. Đôi mắt anh cứ ríu lại, không thể cưỡng được, cơn buồn ngủ cứ chập chờn, chập chờn, cùng bao nỗi lo âu. Và hình bóng Vân - cô "hàng xén" có chiếc răng khểnh xinh xinh, với nụ cười tươi lần đầu gặp anh, bỗng chấp chới...

Vân dọn hàng, mang gởi nhà người quen, rồi vội đi bộ về nhà. Vừa đi được một đoạn, chị chợt nghe có tiếng người gọi phía sau:

- Cô gì ơi! Cho tui hỏi thăm chút.

Vân quay ngoắt lại, chị nhìn thấy một chàng trai dong dỏng cao, tư chất thông minh, điềm đạm, vừa bước xuống khỏi chiếc xe đạp. Anh nhìn chị cười tươi:

- Cô cho tui hỏi thăm nhà anh Chí xóm Gò, cô có biết không, chỉ giùm tui với.

Vân nhìn thẳng vào anh, giọng nhỏ nhẹ:

- Có phải anh Chí trước kia là thầy giáo?

Anh gật đầu mừng rỡ:

- Đúng rồi. Cô chỉ giùm tui nha!

- Chưa tới. Còn một đoạn nữa - giọng chị chợt lo lắng, mà anh tìm anh Chí có chuyện gì vậy?

Anh bỗng bối rối:

- Tui tìm thăm thôi mà. Nhưng mà… - chợt ngập ngừng, có chuyện gì, tui cũng đâu thể nói với cô được.

- Anh không nói, lỡ anh tới chơi rủ anh ấy làm chuyện tầm bậy, tầm bạ sao? Tui chỉ nhà, thì phải có trách nhiệm với gia đình anh ấy chớ!

Anh bỗng cười lớn:

- Bộ cô thấy tui giống người hay làm chuyện tầm bậy, tầm bạ lắm sao? Nói thiệt tui hiền lành lắm à. Cô yên tâm đi, anh Chí là bạn học cũ thời trung học của tui á.

Vân cười theo anh, cởi mở:

- Tại tui thấy dạo này trong xóm tui nhiều người vượt biên, đi không được bị bắt tùm lum, nên tui sợ. Tui cùng xóm với anh ấy, muốn thì đi theo, tui chỉ cho.

Vừa nói xong, chị đi tiếp, anh dắt chiếc xe đạp đi bên cạnh chị. Giọng anh vui vẻ:

- Cảm ơn cô nhiều lắm nè!

- Khỏi cần cảm ơn, tui cũng về đó mà. Sợ anh đi bộ không được đấy chớ!

Anh thấy cô gái thật xinh xắn, nét đoan trang, đôn hậu toát ra từ khuôn mặt, trong giọng nói, thật dễ mến; khiến anh dạn dĩ hẳn:

- Đi bộ bên một cô gái xinh xắn như cô, có đi cả ngày tui cũng không mệt chút nào, càng vui nữa đó chớ.

Vân cười bẽn lẽn:

- Cái anh này, khéo nói quá. Tui là cô gái quê mùa, anh cứ đùa!

- Tui nói thiệt mà, không đùa với cô đâu. Cô rất xinh. Rất dễ mến. Gặp là mến, là thích liền hà.

- Tui ít học, không biết nói lời văn vẻ, bóng bẩy, nên rất sợ những lời của ai đó khen. Tui tiện đường về nhà, nên giúp anh thôi. Xin trả lại anh những lời anh vừa khen tui.

Anh giật mình thầm nghĩ, cô gái này có tư chất thông minh, khéo ăn nói, lại biết giúp đỡ người, thật đáng quý. Anh bỗng thấy vui, một chút xôn xao len nhẹ vào tâm hồn - một cảm xúc mới lạ, mà bấy lâu nay (từ ngày học tập ở Ngân Điền về), anh chưa hề bắt gặp. Anh chợt thấy lòng bối rối, có chút ngượng nghịu:

- Tui nói thiệt lòng mà. Cho tui xin lỗi, nếu như những lời tui nói làm cô không vui.

Vân bỗng đi nhanh hơn, cảm thấy lòng mình có chút rộn ràng, bối rối. Anh dắt xe bước vội theo chị, cả hai không ai nói lời nào. Đến ngôi nhà ngói, có giậu Hoàng Anh nở vàng trước ngõ, chị dừng lại nói khẽ:

- Nhà anh Chí đây rồi. Anh vào đi.

- Cảm ơn cô nhiều lắm! - chợt ngập ngừng, tôi tên Thanh, còn cô tên là gì, cho tôi biết được không?

Vân bỗng thấy ngượng ngùng, lí nhí:

- Tui tên Vân. Một áng mây buồn.

- A! Tên cô hay quá! Không phải một áng mây buồn, mà là "mây xanh". Thanh Vân!

Nghe tiếng người nói chuyện, Chí nhìn ra ngõ, thấy một chàng trai đang nói chuyện với em gái, vội bước ra. Thanh reo lên:

- Chí! "Chí mén"! Lâu rồi không gặp. Mầy vẫn vậy, không khác chút nào. Nhìn ra tớ không?

Chí nheo mắt, suy nghĩ, chợt vỗ tay, nói lớn:

- Thanh! "Thanh cò" phải không? Ui! Sao ông bạn lại đi cùng em gái mình vậy?

Không để cho bạn kịp trả lời, Chí quay qua em gái, ra lệnh:

- Mầy mau vô nhà, pha cho anh bình trà để anh đãi khách. Nhanh lên nha!

Vân cúi đầu chào Thanh, rồi vội vào nhà.

Thanh nhìn theo Vân ngạc nhiên, hóa ra cô ấy là em gái của bạn Chí. Anh nghe trái tim mình rộn ràng, lâng lâng một niềm hạnh phúc mơ hồ...

Tiếng chuông điện thoại vang lên, Thanh giật mình, tay run run bắt máy. Một giọng nữ từ đầu dây bên kia, thật rõ ràng:

- Anh có phải là người nhà của chị Nguyễn Thị Thanh Vân không?

Thanh hốt hoảng, giọng run rẩy:

- Dạ đúng rồi. Vợ tui sao rồi bác sĩ?

- Chúng tôi báo cho anh biết tin, chị Nguyễn Thị Thanh Vân đã đi rồi, lúc hai giờ chiều ngày hôm nay.

Thanh bàng hoàng, cả người anh cứng đơ, không nhúc nhích nổi, chiếc điện thoại rơi xuống đất tự lúc nào. Anh chợt thấy trước mắt mình là một màu đỏ thẫm, loang lổ những vệt sáng nhấp nháy, bên tai có tiếng gì cứ ù ù, rền rĩ; rồi bỗng thấy mình rơi thật nhanh vào một cái hố sâu thăm thẳm đầy bóng tối, cùng tiếng hú rợn người. Anh chới với, hụt hẫng, chìm dần vào bóng đêm tối mịt, hãi hùng; và anh cố gượng lại, cố bơi, cố vùng vẫy thoát ra khỏi vũng tối đầy ghê rợn ấy đến mệt nhoài, rời rã, cho đến khi không còn bơi được nữa.

Tiếng còi của xe cứu thương chạy vào cổng bệnh viện, hú thật to đánh thức anh trở về với thực tại. Toàn thân anh tê buốt, râm ran những cơn đau âm ỉ, nhức nhối. Thanh lê bước đi về phía trước, dù không biết mình đi đâu, về đâu?

Thanh đi chậm rãi trong vô thức, đầu trống rỗng; niềm tin trong anh vỡ vụn, nhạt nhòa. Anh thầm nghĩ, "một cái chết ư?", rồi anh tự trả lời "đúng rồi, một cái chết!". Anh muốn đi cùng chị, muốn là bạn đồng hành cùng chị, đến một nơi nào đó xa xăm, vời vợi, như lời anh chị đã từng nói với nhau: "chúng ta sẽ không bao giờ rời xa nhau, cùng vui buồn, hạnh phúc, trong suốt cuộc hành trình này"; vậy mà giờ đây, chị đã rời bỏ anh. Anh muốn gào to lên rằng: "Em đã thất hứa với anh rồi, em có biết không? Chúng ta chưa đi thăm Huế, chưa được ngắm dòng Hương Giang khi hoàng hôn xuống, chưa nhìn thấy tận mắt Hà Nội ba mươi sáu phố phường, chưa nghe tiếng chuông Thiên Mụ, chưa..., chưa gì hết, em ơi! Lúc nào em cũng chịu thiệt thòi, bữa cơm ăn chẳng được ngon, vừa bưng chén cơm lên, có người vào mua hàng, vội buông đũa chạy ra. Bà con, họ hàng cứ đùa rằng, anh nói chữ a, em tô đậm thành chữ a bông (A), thiệt không sai chút nào; lúc nào em cũng yêu quý anh, nhường hết phần tốt cho anh, là sao? Em được gì? Cuối cùng đến cái chết em cũng giành phần? Vân ơi! Em là áng mây xanh trong trẻo, mang ấm áp, yên vui cho đời anh. Anh biết sống làm sao khi thiếu vắng em? Biết làm sao, hở em yêu? Người ta lấy chồng, thường cân nhắc, so sánh, tìm một nơi có thể nương tựa; nhưng với em, lấy chồng để bù đắp những thua thiệt, yếu thế của chồng, vì nghĩ anh không được may mắn, em ơi!".

Chuông điện thoại trong túi anh vang lên, anh không buồn bắt máy, cho đến khi chuông không còn reo nữa. Một hồi chuông nữa vang lên, anh vẫn không bắt máy. Một hồi chuông nữa, hồi chuông nữa, như giục giã, réo gọi anh; làm anh giật mình, suy nghĩ, biết đâu người ta báo tin nhầm, giờ vợ anh đỡ rồi, gọi cho anh. Anh vội bắt máy, giọng run run:

- Vân. Vân đấy phải không em?

Giọng Hà - con gái anh, từ đầu dây bên kia hoảng hốt:

- Ba ơi! Con đây mà. Ba sao vậy? Má sao rồi hở ba?

Thanh òa khóc nức nở:

- Má bỏ cha con mình đi rồi, con ơi!

Một khoảng im lặng kéo dài, cả hai bên đầu dây đều nghẹn ngào, thổn thức. Dường như linh cảm điều không lành về cha mình, bên kia đầu dây, giọng Hà lạc đi:

- Ba ơi! Ba về nhà đi, để con vào đưa má về sau nghen ba.

- Ba muốn chết theo má con, Hà ơi!

Hà khóc nức nở:

- Ba ơi! Ba nỡ bỏ con sao ba? Ba không được bỏ con lại một mình, con sợ lắm!

- Ba sống ích gì nữa đâu con? Lúc đi, có vợ, có chồng, giờ ba về một mình...- giọng thổn thức, ba về một mình, ba không về được đâu, con ơi!

- Không được. Ba không được bỏ con. Con chỉ còn có ba thôi, ba ơi!

Tiếng khóc của bé Uyên thét lên từ đầu dây bên kia, làm anh như bừng tỉnh. Ừ nhỉ! Còn có con gái và cháu ngoại, làm sao mình nỡ bỏ chúng mà đi. Anh bỗng sợ chị buồn, chị lo. Anh biết vợ anh sẽ không yên tâm khi không còn anh bên cạnh con gái và cháu ngoại. Giọng anh run run:

- Được rồi con gái, ngày mai ba về.

Hà mừng rỡ:

- Ba về nhà đi, con sẽ vào lo cho má, nghen ba!

Thanh như vừa thoát khỏi cơn mộng du, ngước nhìn lên trời cao, những áng mây ảm đạm trôi bồng bềnh trên kia, cùng giọng nói yếu ớt văng vẳng, "Em chỉ lạnh chút thôi mà, không sao đâu" của Vân, như lời trăng trối sau cùng. Và anh như thấy Vân cùng bồng bềnh trôi về tận chân trời xa tắp, theo đám mây trên kia. Anh ngẫm nghĩ, cuộc đời mình giờ đây, là một áng mây chiều, ảm đạm, trôi lang thang trên bầu trời xám xịt, đen tối. Mình chỉ là một áng mây chiều cô đơn, buồn bã!

Tiểu Nguyệt

Bên dòng sông Tắc, những ngày đầu tháng 12/2021

mấy ai đọc thơ vụn
trám giấy trống thế này
lần đầu tôi áp dụng
tưởng chơi nhưng hóa hay

ít ra tôi cũng có
chỗ xớ rớ mỗi kỳ
còn phụ họa đặc biệt
khuôn mặt mốc đôi khi
luanhoan

NGUYỄN ĐỨC NAM

NHỮNG NGƯỜI ƯA VẤT VẢ

(để tặng những người thích làm báo và để tưởng nhớ Nguyễn Nhật-Hoàng)

Vào khoảng hai mươi năm trước, một nhóm bạn của Nguyên gồm có Linh, Bùi, Nhật, Tường, Đoàn và Vĩnh đã ôm mộng làm một tờ báo song ngữ. Tờ báo có hai phần: phần Việt ngữ là phần đầu, do các nhà văn nhà báo có tên tuổi phụ trách và phần Anh ngữ do ban dịch thuật gồm có những giáo sư Anh văn đảm trách với sự cố vấn của một nhà báo Mỹ. Vì kỹ thuật ấn loát và hệ thống computer hồi ấy còn nghèo nàn, đơn giản và chậm chạp nên các bài vở đều phải đánh máy và bỏ dấu bằng tay.

Chị Vĩnh, dù bận rộn với hai cháu gái nhỏ, đã tình nguyện làm công việc đánh máy. Nguyên, vốn là một nhà báo có tiếng một thời ở Saigon, được anh em giao cho việc đánh dấu và sửa những lỗi đánh máy vì Nguyên là dân "Bắc Kỳ", nhận rất rõ sự sai lầm của những dấu "ngã" và "hỏi". Bùi là một luật sư, quen biết nhiều, được anh em ủy thác làm chuyên viên đi lấy quảng cáo. Nhật, trẻ nhất trong nhóm, đang học ngành kỹ sư ở Đại Học Maryland, nhận những trách vụ linh tinh như đi bỏ báo, gửi báo qua hệ thống bưu điện, ngoài ra còn phụ trách trang khoa học, kỹ thuật và tìm hiểu. Linh, nguyên là giáo sư Anh Văn nên ngoài vấn đề dịch thuật còn phải làm "thầy cò" cho phần Anh ngữ vì Nguyên chỉ biết đọc, hiểu Anh ngữ sơ sơ chứ chưa đủ trình độ để biết một câu Anh văn viết sai hay đúng. Tường, trước là giáo sư văn chương được anh em yêu cầu làm biên tập viên, làm việc cùng với Đoàn, một cựu sĩ quan cao cấp, để chọn lựa bài vở. Vĩnh, một nhà thơ, dĩ nhiên là có nhiệm vụ phụ trách trang thơ ngoài ra còn được anh em tín nhiệm trong vai trò Trưởng Ban Điều Hành. Dù việc làm gì hay giữ chức vụ gì, phần đóng góp đều như nhau: mỗi người chung vốn một ngàn Mỹ kim. Nguyên được bầu làm thủ quỹ, giữ sổ chi, thu, khai thuế, ký ngân phiếu cùng với Trưởng Ban Điều Hành...

Báo mới ra được vài số đã nhận được rất nhiều thư khen ngợi nhất là các bậc phụ huynh có con cái đang tuổi đi học, rất vui mừng khi thấy trang Anh ngữ có những bài viết về lịch sử Việt Nam. Quý vị phụ huynh cho rằng các trẻ em lớn lên ở Mỹ, khi muốn nghiên cứu về lịch sử Việt, chắc chắn là gặp khó khăn trong vấn đề am hiểu Việt ngữ. Do đó, dịch lịch sử Việt Nam sang Anh ngữ cho các em là điều rất hữu ích. Số báo bán ở các tiệm thực phẩm Á châu không được nhiều nhưng số lượng độc giả dài hạn thì càng ngày càng tăng. Nhất là các thư viện của tiểu bang và cả thư viện lớn nhất nước Mỹ là "Library of Congress" gửi giấy đặt hàng dài hạn và trả tiền trước cả năm trời, làm anh em vô cùng phấn khởi.

Sau những giờ làm việc để kiếm sống, sau những giờ học miệt mài, với hy vọng đạt được một vài bằng cấp Đại học để có một công ăn việc làm tương đối ổn định, Nguyên và các bạn thường đến nhà Vĩnh ở Germantown để đọc bài vở, sửa lỗi đánh máy, trang trí, trình bày báo và bàn bạc cũng như nghe Văn tường trình bảng kết toán.

Chị Vĩnh là người vất vả nhất vì ngoài việc sửa chữa những chữ, những câu sai, lại còn phải lo cơm chiều cho sáu bảy ông bạn của chồng. Nguyên thích nhất món rau xào thịt bò của chị Vĩnh. Cơm chiều thường chỉ có vài món đơn giản nhưng Nguyên ăn thấy ngon vô cùng, ngon hơn tất cả những món ăn ngon đắt tiền trong cái khách sạn sang trọng mà Nguyên làm Trưởng Phòng Kế Toán. Người vất vả thứ hai là anh Đoàn, đã gần sáu mươi tuổi mà vẫn phải lái xe từ Philadelphia về đây họp hành thường xuyên, nhiều khi đến sáng. Người vất vả thứ ba phải kể là Nhật. Sau những giờ học thi phờ người, Nhật phải đi bỏ báo tại tất cả các siêu thị Á châu, các tiệm ăn, tiệm sách. Vất vả thì Nhật chịu đựng được. Nhưng chính Nhật là người phải nghe những câu phê bình như sau: *"Trời ơi, báo mỏng dính như thế này mà bán tới 2 đô thì ai mua!"*, *"Anh ngữ viết tầm bậy tầm bạ, sai be bét mà cũng bày đặt. . ."*, *"Báo cho cả đống mà không thèm lấy về nữa kìa..."*. Những câu nói ấy làm cho Nhật mệt mỏi, chán chường, đau buồn vô cùng. Những câu nói ấy làm một thanh niên tràn đầy sinh lực, một tâm hồn trong sáng đầy ắp những lý tưởng cao đẹp như phục vụ cộng đồng, phát triển văn hóa dân tộc, tự dưng cảm thấy hao mòn, suy sụp, rã rời.

Người vất vả thứ tư là Bùi. Là một luật sư mới mở văn phòng được ít lâu mà Bùi cứ phải bỏ văn phòng đi thu tiền quảng cáo. Lúc hỏi đăng thì thân chủ nào cũng đồng ý nhưng đến khi thu tiền thì chê ỏng chê eo. Có nhiều bà còn kêu đắt rầm lên và đòi hạ giá. Người vất vả thứ năm là Linh. Linh là giáo sư Anh văn tại Saigon nhưng khi viết bài cứ bị nhà báo Mỹ sửa tơi bời. Nhà báo Mỹ bảo Linh:*"You* không viết tiếng Mỹ. *You* viết tiếng Việt rồi dịch qua tiếng Mỹ, nó không có cái nét Mỹ chút nào cả. Vả lại, *You* viết tiếng Anh, thứ ngôn ngữ học trong Anglais Vivant nó không còn sống nữa. Dịch như vậy, các cụ gọi là mắc dịch, *You* hiểu chưa?". Người vất vả thứ sáu dĩ nhiên là Vĩnh. Là Trưởng Ban Điều Hành, Vĩnh trông coi từ nội dung đến hình thức của tờ báo. Vĩnh làm cho công ty Fairchild, công việc ở sở bận túi bụi. Lúc ấy, công ty này mất rất nhiều "contracts" nên lỗ lã nặng, sa thải bớt nhân viên. Vĩnh đã phải làm thêm công việc của ba, bốn người. Về đến nhà, Vĩnh phải trông hai cô con gái nhỏ, phụ vợ trong việc nấu bếp rồi làm báo đến nửa đêm về sáng.

Người vất vả thứ bảy phải là Tường. Tường là người đứng tuổi thứ nhì sau anh Đoàn. Có nghĩa là gần năm mươi rồi mà mới cưới một cô vợ trẻ. Vợ của Tường còn trẻ lắm, kém Tường ít nhất là hai chục tuổi. Vợ trẻ thì hay nhõng nhẽo, vậy mà Tường, sau giờ làm việc ở nhà in, cứ đến nhà Vĩnh hoài, làm vợ Tường giận lắm. Làm gì chứ làm vợ giận là nguy to. Chị Tường bèn giả vờ quên uống cái thuốc "Morning After" mà anh Tường đã mua lậu ở bên Tây mang về cho chị. Thế là chị có bầu rồi anh chị Tường có một cô con gái đầu lòng xinh xắn. Thế là anh Tường càng vất vả thêm, phải chọn một trong hai: săn sóc con đẻ hay con tinh thần?

Người vất vả sau cùng là Nguyên. Sau một thời gian đi thu tiền quảng cáo không thành công, Bùi đùn cho Nguyên chuyện đó. Sau một thời gian viết tiếng Anh mỏi tay quá (vì phải lật từ điển nhiều lần), Linh không thèm viết nữa, bảo Nguyên đi tìm bạn bè để thay Linh. Sau một thời gian vừa đi làm, vừa đi học, vừa làm báo, Nhật đau nặng. Anh em đề nghị Nguyên giữ chức bán báo, gửi báo đi các tiểu bang khác và đi thu hồi các báo không bán được.

Chị Vĩnh xin được một việc làm trong Trung Tâm Nuôi Trẻ ở gần nhà, lương tốt lại được dẫn cả hai cô con gái cưng đi làm cùng. Vấn đề đánh máy bài vở bèn được giao cho Nguyên. Từ bé đến lớn, Nguyên chưa bao giờ học đánh máy. Ở trong sở luôn luôn có những cô thư ký xinh đẹp đánh máy văn thư cho chàng. Bây giờ Nguyên phải làm việc "mổ cò", hai ngón tay trỏ đau nhức như bị phong thấp.

Đoàn chán lái xe từ Phila về Thủ Đô rồi, không xuống họp thường xuyên nữa. Phần việc chọn đọc bài vở bây giờ thuộc về Nguyên. Nhà in báo ở Maryland tự dưng lên giá. Vĩnh bảo Nguyên mang sang Virginia in vì Nguyên ở bên Virginia nên công việc ấn loát, đi đi lại lại dễ dàng hơn. Thế là Nguyên gần như "ôm" cả tờ báo. Vòng tay của Nguyên thì nhỏ mà tờ báo thì to như gốc cổ thụ, cố ôm mà cũng chẳng tới đâu.

Tưởng làm báo cũng dễ thôi, ai ngờ làm báo vất vả quá! Thế tại sao người ta vẫn thích làm báo? Chẳng hóa ra những người làm báo là **Những Người Ưa Thích Sự Vất Vả?**

Mỗi lần báo ra là mỗi lần vất vả. Nếu chưa có tiền trả nhà in thì nhà in Mỹ, không có tình cảm, không dễ dàng thông cảm như mấy ông bà chủ nhà in Việt Nam ngày nay, không cho mang báo về, dù chỉ một số nhỏ để đưa cho các thân chủ đăng quảng cáo. Mà không có báo biếu thì bằng chứng đâu mà đòi tiền?

Có một ông chủ nhà hàng, lúc nào thấy mặt Nguyên cũng giả vờ bận rộn, không có thời giờ ký check và hẹn Nguyên đến ngày sau. Hôm sau Nguyên đến, ông cũng vẫn bận rộn như thường. Đợi chờ mãi để lấy mấy chục bạc, Nguyên thấy mất thời giờ và nhục nhã quá. Là một Executive member của một khách sạn lớn, gần 900 phòng, Nguyên đã từng ký check trên cả triệu đô-la. Thời giờ của Nguyên rất hiếm quý, vậy mà cứ phải đợi chờ hết giờ này qua giờ khác để nhận mấy chục bạc cho tờ báo, cho một công trình văn hóa, cho một cơ quan ngôn luận phục vụ cộng đồng, Nguyên thấy buồn, nản vô cùng!!!

Có lần Nguyên mang báo biếu đến văn phòng bác sĩ ABC thì gặp một bà làm nhân viên quét dọn trong khách sạn mà Nguyên đang làm Giám Đốc. Vì Nguyên ăn mặc rất thường, lại đội mũ lưỡi trai cho nên bà nhân viên ấy không nhận ra. Bà lấy ngón tay ngoắt ngoắt Nguyên và hất đầu hỏi:

- Báo gì vậy ? Có báo hại không đó? Mấy chục xu một số?

Nguyên lễ phép:

- Thưa bà, báo *Việt Nam Thời Báo* ạ. Báo bán 2 đồng một tờ. Xin bà mua ủng hộ một tờ nhé!

Người đàn bà ấy tru tréo lên:

- Báo gì mà mắc vậy cha? Báo Việt vứt đầy ngoài chợ, không ai thèm lượm mà ông đòi bán tới 2 đô thì ai mà mua!

oOo

Báo ra được 10 số (10 tháng) thì hết tiền... Tiền vốn có 7 ngàn đô-la, do 7 người chung, dùng để mua máy chữ, văn phòng phẩm, tem thư, và trả tiền nhà in được 7 số. Tiền quảng cáo thu được chỉ đủ trả cho 3 số báo. Tất cả cộng sự viên đều phải bỏ tiền túi ra để chi cho những chi phí linh tinh, xăng nhớt. Quảng cáo đăng rất nhiều nhưng thu chẳng được bao nhiêu. Những người hứa giúp đỡ vung vít nhất là những người quịt nhiều nhất. Đó có phải là lý do nhà báo Lê Thiệp không làm báo nữa mà nhảy ra mở tiệm phở 75 vì không có ai ăn phở quịt cả???...

Nguyễn Đức Nam

NGUYỄN ĐÌNH PHƯỢNG UYỂN
NGHỀ TAY TRÁI

Để tồn tại (trong lúc chưa chết) nhà tôi đã làm đủ thứ nghề. Thôi thì chăn nuôi, làm nương phá rẫy, buôn tạp hóa, thuốc lá, đi bỏ mối bia, bánh, bổ cau… hầm bà lằng xắng cấu. Ấn tượng nhất là những lần bố mẹ tôi được người quen mách bảo cách chăn nuôi kiếm tiền.

Đầu tiên, nhà tôi nuôi thỏ và gà. Chuồng trại thuê người tới đóng. Ga ra (nhà trong Làng Báo Chí có mẫu xây như vậy chứ chưa bao giờ nhà tôi sắm xe hơi nhưng cũng tiện làm chỗ để xe máy hay xe đạp) là chái nhà liền với phòng ngủ nhỏ, chỉ cách một bức tường có cửa sổ thông nhau, trở thành "Trại súc vật". Thỏ đẻ là ông cụ ra vào thăm cả đêm vì sợ lũ chuột cắn chân thỏ con. Đáy chuồng là lưới ô vuông, đủ lớn để phân rớt xuống đất cho mình quét dọn. Chân thỏ con mới đẻ bé như cây tăm, thập thò qua những cái lỗ mắt cáo, lũ chuột rình mò đống đồ ăn rơi vãi thế nào cũng nghiến đứt chân chúng. Công toi! Khi thỏ con lớn một chút bố tôi hay thả chúng vô nhà chơi. Năm sáu con nhảy lưng tưng, con nào cũng tròn ủm. Thỏ trắng, vàng, xám, mắt đỏ. Thỏ đen hay đốm, mắt đen xanh. Mấy con mắt ngơ ngác đến phát tội. Bế nó trong tay như nâng nắm bông gòn mềm mại có màu sắc. Nó run như rẽ, mũi hin hin, lộ hai cái răng bé tí.

Bốn con gà, Bố bảo cho bốn anh em mỗi đứa một con để chăm. Chăm gì? Bố chăm là chính, tụi tôi chỉ việc ngắm. Gà đẻ trứng. Ông soi qua ánh sáng trời để biết quả nào có trống rồi cho gà ấp. Bốn con ấp ra bốn lứa, mỗi lứa cả chục con. Gà lớn nhốt chuồng không sao. Gà con cả bầy, sáng ra là chí chóe inh ỏi đòi đi chơi nên bố tôi thả ra hết cho chúng đi kiếm ăn. Khổ! Gà mẹ nào cũng sợ lộn con. Gà con đàn A mà chạy qua đàn B, sẽ bị gà mẹ đàn B mổ đến chết. Đằng này, sân nhà bé tẹo, gà đến bốn đàn. Hết con này bị mổ đến con kia bị mổ. Bán được vài mẻ trứng, đàn gà èo uột dần rồi lần lượt nhảy vô nồi hết. Chắc lúc đó bố mẹ tôi buồn lắm nhưng mấy anh em tôi thì hớn hở ra mặt, tíu ta tíu tít. Thời đói vàng mắt, cơm suông đã là cao lương mỹ vị huống hồ gì có thêm gà rô ti.

Thỏ thích ăn cà rốt và cỏ. Cà rốt thời ấy đến người còn không có ăn, nói gì thỏ. Bố tôi đi khắp nẻo ruộng đồng để cắt cỏ. Hình như lúc đó nhiều người nuôi thỏ nên cỏ khan hiếm. Bò ở ngoài đồng gầy tong teo vì bị người giành hết thực phẩm. Bố tôi đạp xe từ An Phú xuống tận Cát Lái để kiếm cỏ. Có lần ông xỉu giữa đồng không mông quạnh, không ai hay biết. Tỉnh dậy, ông lại tiếp tục cắt cỏ cho đầy hai bao. Sau lần ấy, thằng em mười một, mười hai tuổi có nhiệm vụ đi hành quân cùng với ông để có chuyện gì "Bộ tổng tham mưu" còn biết đường mà kiếm. Cỏ phải cắt từng ít một, đủ cho thỏ ăn trong một hai ngày thôi. Để lâu cỏ thối, thỏ ăn sẽ bị đau bụng rồi lăn quay ra chết. Ông bà cụ còn cho nó ăn thóc, châm nước uống... Ai bảo thỏ không uống nước là sai lầm nhé, có đấy! Nhưng phải tránh không được làm ướt bụng thỏ. Da bụng nó mỏng tang nên dễ bị đau bụng. Hôm nào Hợp Tác Xã bán rau tem phiếu, lũ thỏ nhà tôi lại có thêm mấy mảnh rau già hay mấy củ khoai lang sùng để lai rai.

Tôi không nhớ ông bà cụ tôi bán buôn đàn thỏ như thế nào nhưng giờ nghĩ lại, ai là người sẽ mua chúng? Để ăn thịt thì mấy ai có tiền trong lúc cơm còn phải độn với khoai sắn, bo bo? Để làm cảnh ư, ai mua nhiều thế? Điều đáng nói nhất là nhà tôi hôi thối dữ lắm. Phân thỏ tràn ngập dù bố mẹ tôi siêng năng quét dọn nhưng dọn đi đâu? Làng Báo Chí lúc đó không có dịch vụ đổ rác. Ừ, có cái gì ăn đâu mà ra rác. Rau cỏ nhặt nhạnh đến tận rễ. Cá tôm chỉ mua được những con bé bằng ngón tay út từ mấy người bắt cá quanh làng. Năm thì mười họa mới được một bữa thịnh soạn, làm sao dám phí đầu cá đuôi tôm. Thịt lại càng khó mơ nên giấy bọc cũng không có để vứt. Bao nhiêu năm trời nhà tôi nói riêng và Làng Báo Chí nói chung sống không cần xe đổ rác. Ngộ há! Vì vậy đống phân thỏ được ông bà cụ đổ vào mấy cái gốc cây trong sân, đầy quá thì đổ tới cái nhà hoang xê xế trước cổng. Năm này qua tháng nọ, nắng mưa làm đống phân bốc mùi. Phòng ngủ bố mẹ tôi chỉ cách "Trại súc vật" cái cửa sổ được bịt bao ni lông, sức khỏe của ông bà xuống hẳn. Đến khi thỏ dội chợ, nhà tôi chén dần mấy con thỏ rồi dẹp tiệm. Chuồng gà, chuồng thỏ lần hồi được chẻ ra chụm củi.

Chế độ khi ấy công ăn việc làm chỉ dành riêng cho cán bộ hay người theo phe cách mạng. Những gia đình trong chế độ cũ đừng hòng chen chân vào nhưng buôn bán lẻ lại bị cho là bất hợp pháp. Người từ tỉnh thành đem mấy ký gạo, cà phê hay thịt heo lên thành phố cho con ăn cũng bị bắt và tịch thu như đồ quốc cấm. Vì vậy, lúa gạo ở quê mênh mông hà địa không bán được cho ai trong khi người ở thành phố thì đói meo đói mốc. Mọi người đều trông chờ vào những ký gạo nhà nước phân bổ hàng tháng và mấy thứ rau cỏ, thịt cá, ươn thối gì cũng được, chút nào hay chút ấy, về tỉa tót, lạng lách thế nào cũng có một hai bữa cơm cho ra hồn. Nhà nhà xếp hàng, tranh giành nhau mua. Đến trễ, về tay không là chuyện bình thường. Một tháng có một hay hai lần nhà nước bán gạo và thức ăn giá rẻ mà không mua kịp thì lấy gì ăn? Công ăn việc làm không có, tiền đâu mua gạo ngoài chưa kể các ngài còn ngăn sông cấm chợ.

Gạo của nhà nước không đầy sạn thì đầy thóc hay bông cỏ. Mỗi bữa ăn, bốn năm lon gạo, cả nhà phải ngồi nhặt, rồi sàng sẩy, rồi vo... đủ trò mới thổi được nồi cơm. Nhà có bốn đứa trẻ tuổi mới lớn. Cơm chỉ có rau với nước mắm hay chao, đậu phộng cho qua bữa. Cứ ăn một chốc lại đói nên tôi phải nấu nồi cơm to. Chả bù với bây giờ, nhà bốn người lớn mà hai bữa cơm chỉ tốn nhõn một lon gạo. Có lần tôi đến nhà con bạn chơi, thấy nó trộn cơm trắng với một miếng thịt kho cho chó ăn mà động lòng. Thằng em hay vòi mẹ, "Bữa nào mình liên hoan, mẹ nấu cơm đừng độn bo bo nha". Thằng em nhỏ nhất thấy nhà hàng xóm bày bán mâm khoai lang chết rét, củ quăn queo gầy guộc, thì thầm, "Chừng nào mẹ có tiền, mẹ mua khoai nhà bác Quỳnh cho con há."

Một hôm đi học về, tôi mệt lả vì từ sáng không có gì trong bụng lại còn đạp xe cả chục cây số trong cái nắng chói chang và gió ngược trên xa lộ thì nghe mẹ tôi bảo, "Ăn đỡ bo bo với muối tiêu đi con. Nhà mình chả còn gì khác." Tôi còn nhớ tôi giận mẹ mình ghê lắm. Tôi không hiểu tại sao bà lại để cho con cái bà ăn uống như thế. Phải ăn tuyền bo bo trường kỳ đã khủng khiếp lắm rồi. Ít nhất cơm (sao mình vẫn gọi là cơm nhỉ?) phải có một chút nước mắm hay rau xào hay bất cứ cái gì gọi là thức ăn thêm vô mới nuốt được chứ. Tôi bỏ bữa cơm đó, cốt để mẹ mình xót ruột. Thế mà đến bữa sau, bữa sau nữa... kéo dài đến mấy tháng, cả nhà chỉ có muối và bo bo. Lâu lâu lãnh được thùng quà nước ngoài, nhà tôi liên hoan mấy nồi cơm không độn rồi lại quay về với bo bo và muối.

Sau đó bố tôi nuôi ong. Cả nhà bị ong chích hoài nhưng có mật để nhâm nhi cũng khoái. Mật ong thật có vị hơi chua chua. Thằng cháu nội mới sanh được lấy mật ong rơ miệng, mút chụt chụt rất thích. Cu cậu bị ong đốt mấy lần, sau chắc quen, không khóc nữa. Bố tôi bảo nọc ong tốt cho con nít, có chứa kháng thể. Bố tôi chăm đàn ong rành đến độ ông biết giờ nào đàn ong sẽ về tổ. Con nào ong chúa, nhiệm vụ là gì. Con nào ong thợ. Tổ nào đựng trứng... Dù đã may một cái lưới nhựa để bọc đầu và tay cho ong khỏi chích khi thăm chuồng, mặt và tay của bố tôi vẫn cứ sưng vù, méo mó vì ong đốt.

Mật lấy được ít lâu thì đàn ong đổ bệnh. Mấy đàn còn lại thay phiên nhau bay đi nơi khác để sinh sống. Bố tôi nhìn đàn ong bay vần vũ trên đầu, thở dài ngao ngán. Tiền bạc và công sức của ông đang chắp cánh bay đi trước mặt, không gì ngăn cản nổi.

Mấy bình sữa đổi đời của cô Perrette đã rơi xuống đường không chỉ một lần mà là hết bình này đến bình kia. Đổi đời gì cho cam? Cô Perrette chỉ muốn đổi sữa lấy gạo nuôi con thôi cũng không thành.

Bố tôi ở tù. Mẹ tôi ngày xưa là xướng ngôn viên đài phát thanh, giờ ai chỉ gì bà làm nấy. Không kinh nghiệm. Không vốn liếng. Không tính trước tính sau gì cả.

Lần đầu bà đi buôn pháo Tết với bác Hùng. Hai bà xách hai tay hai giỏ pháo nặng trĩu đi hết chợ này đến chợ kia chào mời, mà lại đi bằng xe buýt, chật như nêm. Nghĩ xem, trời Việt Nam nóng đổ lửa, giữ đống pháo trong người có khác giữ bom cảm tử? Khách đòi giao hàng gối đầu. Lúc trả tiền, lúc không. Buôn chưa hết mùa Tết thì nảy ra lệnh bắt pháo lậu. Nhà bác Hùng gần cầu Trương Minh Giảng. Đợi đêm khuya, bác lén vất hết mấy giỏ pháo xuống sông đen. Cú áp phe của mẹ tôi thành công rực rỡ!

Tiếp theo, mẹ tôi sản xuất thuốc lá điếu với bác Thụy Vũ.

Thuốc sợi bỏ vào cái bàn gỗ rồi lăn cho thành điếu, mỗi mẻ ba điếu, xong cắt xén đầu thuốc cho gọn gàng rồi bỏ vào bao ny-lông nhỏ. Trẻ con như chúng tôi lăn không đều tay, điếu thuốc khi chặt khi lỏng. Keo nhiều thì ướt thuốc. Keo ít thì giấy bọc bung ra. Vì thế chúng tôi được giao nhiệm vụ tỉa đầu thuốc cho gọn gàng và cho vào bao, hàn lại. Sáng hôm sau mẹ tôi và bác Vũ đạp xe đi bỏ mối hàng. Bổn cũ soạn lại. Ai cũng muốn giao hàng trước, bán được hàng mới trả tiền. Người trả người không, chưa kể người đưa thuốc để mình sản xuất lại giao thuốc mốc. Tiền không lấy được còn bị mắng. Thua!

Lúc chưa ai nói gì về biến đổi khí hậu, Làng Báo Chí đã nóng như thiêu như đốt nhất là mùa hè, khi trẻ con được nghỉ học. Lũ trẻ túm năm tụm bảy ngoài đường chơi bắn bi, óc dích óc táng, chơi tạt lon, chơi đuổi bắt... Toàn những trò đổ mồ hôi cái, mồ hôi con nên khát nước ghê lắm nhưng hiếm nhà nào có tủ lạnh để có nước mát hay nước đá mà uống vì tủ lạnh đã biến thành cơm hết rồi. Nhà ai còn tủ lạnh trong bếp được coi là nhà giàu, mà giàu thiệt vì họ là nguồn cung cấp nước đá cho cả xóm. Khi ấy, uống ngụm nước đá giữa buổi trưa hè nóng rang không chỉ thấy ngon mà còn thấy hạ lửa trong lòng, không nổi sùng với người chung quanh nữa. Không ngon sao được vì nước đá quý hiếm, có tủ lạnh mà nhà nước cắt điện một tuần ba bốn ngày thì đá đấm đâu đủ buôn bán.

Thấy có mòi làm ăn, mẹ tôi và bác Thụy Vũ hùn hạp mở "hãng nước đá".

Hai bà mua một tủ làm nước đá lớn, tính để bỏ cho sạp tiệm và một tủ nhỏ để bán trong làng. Ngẫm rằng làm đá chỉ tốn nước lã, không phải bỏ vốn lại không thiu thối nên hai bà yên bụng. Tủ, chỉ kham nổi loại second hand rồi nhờ thợ độ lại nên phải chờ. Trong lúc chờ đợi, hai bà mẹ lên kế hoạch địa điểm chào hàng. Bọn trẻ con hai nhà lên kế hoạch giải khát mỗi khi đi học về hay sau mỗi trận chơi u, chơi keng với hàng xóm. Hộp trứng gà của cô Perrette thấy vừa gần lại vừa xa.

Chả hiểu máy móc bị gì mà thợ thuyền sửa lâu ơi là lâu. Kế hoạch đã lên khuôn mà bản thân hai nhà khát vẫn cứ khát với cái nắng Thủ Đức.

Tủ lạnh nhỏ được giao trước. Hai nhà hí hửng bán buôn. Sướng nhất là trẻ con chúng tôi không cần phải xách lon đi đâu xa để mua đá. Hàng xóm sang mua ủng hộ được dăm bữa thì điện nhà nước chập chờn, lúc có lúc không, tăng giảm đột ngột nên đá không đông rồi thậm chí con gà đẻ trứng vàng cũng hư luôn. Hai bà mẹ hì hụi mướn xe chở tủ đá lên nhà ông thợ cũ nhờ sửa trong lúc cái tủ lớn vẫn chưa ra lò. Vài ngày sau, hai bà nghe tin nhà ông thợ bị cháy.

Chăn nuôi, sản xuất không thành, bố mẹ tôi xuống Lộc Ninh phá rừng trồng tiêu hạt.

Tôi nghe ông bà bàn chuyện "Vui thú điền viên" không phải tranh chấp, mua bán gì với ai lại có cái rau cái quả để ăn. Trong lúc chờ mùa thu hoạch tiêu, ông bà trồng đậu phộng, đậu xanh "Lấy ngắn nuôi dài"...

Bốn anh em ở nhà với nhau để bố mẹ đi làm rẫy cả mấy tuần. Hai ông bà gầy nhom như con cò hương, không biết lấy sức đâu ra mà phá rừng, mà cuốc đất. Cụ rủ thêm hai vợ chồng ông chú lên trông rẫy khi các cụ vắng mặt. Bốn đứa con của ông chú lại còn bé hơn anh em chúng tôi năm sáu tuổi cũng bị bố mẹ bỏ cho tự xử vài tuần để cô chú đi kiếm ăn. Nhà tôi vay mượn tiền đủ chỗ để mua phân bón, mua nọc tiêu, cuốc xẻng... Tiền ăn cho bố mẹ hay cô chú dưới rẫy. Tiền ăn cho bốn đứa con ở nhà và bốn đứa con ông chú. Công nhận đậu phộng và đậu xanh nhà trồng ngọt và ngon hơn chợ nhiều nhưng tôi nhớ không nhầm là các cụ chỉ đem về dăm ba bận rồi tịt ngòi. Chưa được một mùa thu hoạch tiêu thì bố mẹ tôi đầu hàng vì hết "Đạn". Vườn tược, đậu xanh, đậu phộng... bỏ mặc, trở thành đất hoang, ai muốn lấy thì lấy.

Ấy là tôi chỉ kể những nghề nhà tôi làm gây ấn tượng nhất cho tôi thôi. Linh tinh thì còn nhiều.

Kể cũng hay. Thời cuộc dạy cho mình bao nhiêu cách để sinh tồn, đâu phải mình chỉ có một nghề. Dĩ nhiên ai cũng có cái nghề mà mình thích nhất, hợp với khả năng mình nhất nhưng nếu không dụng được, mình sẽ luyện võ công thứ hai, thứ ba, thứ một trăm để cứu mấy cái tàu há mồm. Con cái rút tỉa sinh lực của cha mẹ nhưng cũng là động lực để cha mẹ học hỏi, trau giồi và quyết tâm: SỐNG.

Nguyễn Đình Phượng Uyển

SONG THAO
HÁT CÔ ĐẦU

Cũng lại tên Khánh Giang! Những ngày của thập niên 1960-1970, Thư Ký Tòa Soạn bán nguyệt san Thời Nay luôn luôn là tên đầu têu chuyện ăn nhậu của chúng tôi. Hồi đó, gần khu hồ bơi Đại Đồng bên Bình Thạnh có một nhà hát cô đầu nhỏ. Sau một cuộc rượu, Khánh Giang bỗng nảy ra ý đi hát cô đầu. Thời chúng tôi chuyện hát cô đầu là chuyện xưa quá là xưa, chúng tôi không nghĩ là còn nhà hát. Khoảng chục tên làm báo đổ bộ vào nhà hát nhỏ. Khi họ đưa cho chiếc trống cầm chầu thì các "quan viên" ngó quanh. Có tên nào biết chi đâu. Khánh Giang nói tôi cầm chầu vì tôi là dân Bắc Kỳ. Rượu đã có trong máu, tôi gật đầu. Khi cô đầu hát, tôi chẳng biết trống triếc ra sao mà từ cô đầu tới các nhạc công mở to mắt nhìn. Tôi gõ lung tung, chẳng biết tại sao mình gõ. Chầu hát cô đầu hôm đó, lần đầu và là lần cuối, tôi thất bại nặng. Coi như một kỷ niệm không đáng nhớ. Nhưng cho tới nay, khi định viết về hát cô đầu, tôi đọc một số tài liệu mới thấy mình điếc không sợ súng. Tác giả Bùi Trọng Hiền luận về cầm chầu như sau: *"Trong quan hệ cung cầu, giá trị quan viên cầm chầu chính là một trong những yếu tố hấp dẫn, thu hút khán giả. Nó như một sự thách đố, kích thích tầng lớp thức giả cô đầu phố thị. Bởi đi nghe hát mà* không biết cầm chầu thì sẽ bị coi là chưa biết thưởng thức ả đào. Nên ai cũng có tâm lý phải tập, phải đi nghe nhiều để học hỏi chúng bạn, những mong nâng tầm nhận thức nghệ thuật. Thưởng thức các thể cách, khách chơi - quan viên được coi là sành điệu tất phải am hiểu lề luật âm nhạc, thơ ca để có thể khen thưởng hay điểm chầu khớp với các khổ phách/ khổ đàn. Những quan viên sành điệu bao giờ cũng được giới đào kép nhất mực nể trọng. Ở Hà Nội thời đầu thế kỷ 20, lịch sử đã ghi nhận những cuộc thi lớn được tổ chức thường niên giữa các nhà hát cô đầu. Bên cạnh giải thưởng cho đào kép, cũng có cả giải thưởng dành riêng cho giới quan viên cầm chầu. Nó chứng tỏ một mối quan hệ cung cầu, một đời sống nghệ thuật phát triển sôi động của thể loại. Nhu cầu làm quan viên của khán giả đô thị thể hiện rõ qua việc Tân Dân Thư Quán xuất bản cuốn "Sách Dạy Đánh Chầu" ở Hà Nội vào năm 1927. Cuốn sách bán chạy tới mức nó đã được tái bản ngay hai năm sau đó (1929)".

Tái mặt với nhận xét của tác giả Bùi Trọng Hiền, tôi còn bị một cú ca dao giữa cho te tua. *"Quan viên ba bảy quan viên / Chém cha cái loại lấy tiền vung văng / Cầm chầu roi trống vụt xằng / Say tình nhập nhằng rờ mó hơn ma!"*.

Bị hai cú *knock down* tôi toát mồ hôi hột. Cái thứ "quan viên" như tôi thiệt xấu hổ. Thực ra tôi cũng có chút hiểu biết về hát cô đầu từ những giờ Việt Văn lớp Đệ Nhị tại trường Chu văn An. Ngày đó, nhân giảng về bài hát nói "Gặp Cô Đào Cũ" của Dương Khuê, Giáo sư Vũ Hoàng Chương đã bắt qua kể chuyện đi hát cô đầu. Nghe đó nhưng tôi chẳng bao giờ nghĩ có ngày mình sẽ là "quan viên" cầm chầu nên nghe qua rồi bỏ. Nếu nhớ lời giảng của thầy chắc tôi chẳng dám cầm cái dùi trống. Có điều tôi nhớ bài hát đầu tiên của đêm đó chính là bài "Gặp Cô Đào Cũ".

Hồng Hồng, Tuyết Tuyết
Mới ngày nào chửa biết cái chi chi,
Mười lăm năm thấm thoắt có xa gì
Ngoảnh mặt lại đã đến kỳ tơ liễu.
Ngã lãng du thời quân thượng thiếu,
Quân kim hứa giá ngã thành ông.

Cười cười, nói nói thẹn thùng
Mà bạch phát với hồng nhan chừng ái ngại.
Riêng một thú thanh sơn đi lại
Khéo ngây ngây, dại dại với tình.
Đàn ai một tiếng Dương tranh!

Đây là bài hát phổ biến nhất mà các ả đào thường hát khi mở đầu chầu hát. Nội dung kể lại chuyện gặp lại cô đầu cũ, nàng đã già, con nàng khi xưa bé chút xíu giờ đã tới kỳ tơ liễu khiến tác giả mê mẩn tiếc nuối.

Ngày xưa Tuyết muốn lấy ông,
Ông chê Tuyết bé, Tuyết không biết gì.
Bây giờ Tuyết đã đến thì,
Ông muốn lấy Tuyết, Tuyết chê ông già.

Tâm trạng tiếc nuối trong bốn câu mưỡu của bài hát nói này rất hợp với những quan viên muốn yêu xuyên suốt hai thế hệ. Chẳng cứ các quan viên hát ả đào, anh đàn ông nào cũng thấy có mình trong tâm trạng tiếc của trời đó.

Không biết do đâu mà cô đầu bị mang tiếng là những người không đứng đắn. Có lẽ do cái không khí buông thả trong nhà hát. Thế hệ trên lũ chúng tôi, có tí máu văn nghệ, hầu như đều đã lê la nơi nhà hát. Tới thế hệ chúng tôi, phòng trà là nơi chúng tôi lui tới thường xuyên. Tới phòng trà là để nghe hát. Một bên là ca sĩ, một bên là khán giả. Người hát người nghe, người nghe ngồi dưới, người hát đứng trên sân khấu cao, khi phòng trà đóng cửa, mọi người ra về. Nhưng hát cô đầu có khác. Đó là nơi tụ tập, lui tới của giới sĩ, nhiều người biết làm thơ. Họ không chỉ thụ động làm khán giả mà đem thơ của mình tới cho ca nhi hát, hoặc có khi họ ứng tác thơ ngay khi đang ngồi trong nhà hát để bạn bè bình thơ hoặc ca nhi tùy hứng nhập vào hồn thơ hát cho mọi người nghe. Mối giao tình giữa người hát và người nghe thêm phần sinh động. Có lẽ vì vậy mà giao tình giữa cô đầu và quan viên khắng khít hơn. Nhiều nhà thơ, nhà văn đã sáng tác ngay tại các nhà hát cô đầu.

Phải kể ngay tới nhà thơ Tú Xương. Các bài thơ của ông đã được ca theo cung đàn nhịp phách có thể kể: ĐánhTổ Tôm, Hát Cô Đầu, Thi Hỏng, Câu Đối Ngày Tết, Cảnh Tết Nhà Cô Đầu.

Cái thú cô đầu nghĩ cũng hay
Cùng nhau dan díu mấy đêm ngày
Năm canh to nhỏ tình dơi chuột
Sáu khắc mơ màng chuyện nước mây
Êm ái cung đàn chen tiếng hát
La đà kẻ tỉnh dắt người say
Thú vui chơi mãi mà không chán
Vô tận kho trời hết lại vay.

Một ông tú khác là Tú Mỡ cũng mô tả sự đổ bộ xuống xóm cô đầu của các văn nhân.

Họ kéo từng đàn xuống xóm hát
Lu bù ngày ấy sang đêm khác
Phen này ông quyết xuống Khâm Thiên
Mở tiệm cô đầu có lẽ phát.

Khâm Thiên là nơi mỗi lần đi qua, tôi phải quay mặt đi. Thuở ấu thơ, trước khi tản cư khỏi Hà Nội vào năm 1946, nhà tôi ở Giáp Bát, lúc đó còn là ngoại thành Hà Nội. Từ nhà tôi lên Hà Nội phải qua phố Khâm Thiên. Chuyện lên Hà Nội của một đứa bé sáu bảy tuổi là chuyện hiếm hoi. Năm thì mười họa mới được ngồi trên *porte-bagage* của chiếc xe đạp màu đen của cậu tôi. Thường là đi bệnh viện Phủ Doãn. Nhưng cũng có những lần được đi chơi ăn kem Bờ Hồ. Mỗi lần đi qua Khâm Thiên, tôi thấy những cô gái son phấn đậm đà, quần áo đẹp đẽ lượn lờ trước cửa những căn nhà nhỏ. Cậu tôi bắt quay mặt đi không cho nhìn. Dĩ nhiên tôi phải thi hành theo lệnh, nếu không thì nhịn ăn kem! Các cô đầu là những người ăn mặc tân thời hơn các phụ nữ của các tầng lớp khác. Họ là những tiên phong trong việc lăng-xê-mốt. Khi họa sĩ Cát Tường tung ra mẫu áo dài Le Mur với quần sa tanh trắng, thân áo bó sát phô trương phần ngực, giới tiểu thư con nhà lành cũng thích ăn diện nhưng vẫn không dám tròng vào người chiếc áo cải cách. Ông nghĩ ra cách dụ các bà chủ nhà hát cô đầu ở Khâm Thiên cho các cô đầu mặc áo Le Mur đi ra ngoài phố. Các tiểu thư con nhà lành thấy đẹp nên mặc theo. Chiếc áo dài Le Mur lên ngôi, đánh bạt các kiểu áo dài cũ. Cũng vào thời đó, phụ nữ thường mang hài có phía trước cong lên như cái mỏ vịt. Đôi hài này không hài hòa với áo dài cải cách bằng đôi guốc cao gót. Cũng chính các cô đầu đuổi đôi hài mỏ vịt chạy có cờ.

Cái giống văn nhân thường thích những cái mới. Cô đầu là tầng lớp cầm… đầu trong việc trình diễn những cái mới khiến các nhà văn nhà báo mê mẩn sự đời. Cô đầu có hai hạng: cô đầu hát và cô đầu rượu. Cô đầu hát ngồi giữa các nhạc công chỉ có hát, nghiêm trang và đứng đắn. Cô đầu rượu ngồi bên các quan viên để hầu trà hầu rượu. Kề cận bên nhau nên tình thân nhiều khi đi tới… vô tận. Ca dao bình dân ngày đó đã than thở: *Cô đầu, cô đít, cô đuôi / Bố tôi sạt nghiệp ai nuôi cô đầu*. Nữ sĩ Anh Thơ cũng đã cay đắng tâm sự: "Tôi mất lòng tin vào đàn ông một thời gian dài. Từ bỏ cuộc đính hôn với ông Cẩm Văn, chủ nhà xuất bản Nguyễn Du, vì mỗi lý do ông ấy mê cô đầu. Khi thấy Cẩm Văn nhìn cô đầu rất say đắm, tôi đã ngất đi vì nhục nhã. Tôi nhất quyết đoạn tình, ông ấy chạy theo thanh minh: "Anh chỉ yêu cái bản sắc văn hóa dân tộc thể hiện qua cái áo tứ thân của cô ấy chứ không yêu gì cô ta. Anh chỉ yêu em thôi". Sau này nghĩ lại tôi cũng thấy thương ông ấy một chút nhưng rồi nghe tin tôi đã bỏ đi, cô đầu ấy dọn luôn đến nhà Cẩm Văn ở, thế là tan một nhà xuất bản danh tiếng".

Năm 1973, nhà văn Vũ Bằng nhớ lại: "Thực tình đến bây giờ, cố moi trí nhớ, tôi chưa thấy nhà văn nhà báo đất Bắc nào mà lại không ra vào nhà hát cô đầu... Các văn nghệ sĩ hội họp uống rượu, ngâm thơ, đánh một khẩu trống để thưởng một câu văn hay, một tiếng đàn khéo bấm, hay một giọng ca buông bắt thật tài tình. Đôi khi tức cảnh, họ tạo nên những câu mưỡu, bài hát nói hay những vần thơ bát cú hoặc lục bát thật hay". Vũ Bằng còn tôn xưng xóm cô đầu Khâm Thiên là "cái nôi văn nghệ của Hà Nội". Từng thế hệ văn nghệ sĩ đã ăn dầm nằm dề nơi nhà hát cô đầu. Thế hệ của Phạm Quỳnh, Hoàng Tăng Bí, Dương Bá Trạc, Nguyễn văn Vĩnh, Nguyễn Đỗ Mục. Rồi thế hệ Vũ Bằng, Dương Phượng Dực, Doãn Kế Thiện, Hoàng Tích Chu, Phùng Tất Đắc, Phùng Bảo Thạch, Tạ Đình Bính, Đái Đức Tuấn, Trần Quang Trân, Hoàng Ngọc

Thạch, Trần Tuấn Khải. Tha thiết hơn nữa, Vũ Bằng đã ví các cô đầu như "những vú nuôi" của giới văn nghệ sĩ Hà Thành.

Thậm chí ông còn viết: "Một người không văn nghệ mà sống trong không khí ở Khâm Thiên dần dần cũng hóa ra thành văn nghệ sĩ lúc nào không biết!". Vũ Bằng còn tiết lộ các nhà văn nhà báo như Phùng Bảo Thạch, Vũ Đình Chí, Lưu văn Phụng, Vũ Liên, Nguyễn Triệu Luật, Ngô Tất Tố mỗi khi bàn về nội dung của số báo sắp ra đều làm tại nhà hát cô đầu vào lúc khuya khoắt. Hoặc Vũ Trọng Phụng, Lưu Trọng Lư, Nam Cao, Nguyễn Tuân, Trần Huyền Trân, Nguyễn Công Hoan, Lê văn Trương, Thâm Tâm, Ngọc Giao cũng thường lấy nhà hát cô đầu làm nơi cảm hứng sáng tác, đàm đạo văn chương.

Trong tiểu luận "Ca Trù Thăng Long - Hà Nội", nhà nghiên cứu Trần Thị Kim Anh viết: "Những bài viết sâu sắc với những từ ngữ đẹp đẽ nhất dùng để ngợi ca nghệ thuật ca trù của Phạm Quỳnh, Nguyễn Xuân Khoát, Ngô Linh Ngọc đều bắt nguồn từ đây. Nhạc của Nguyễn văn Thương, thơ của Vũ Hoàng Chương, Trần Huyền Trân lấy cảm hứng từ đây. Bản dịch Tương Tiến Tửu của Đái Đức Tuấn, tác phẩm "Con Voi Già của Vua Hàm Nghi" của Lưu Trọng Lư đều bắt đầu viết ở đây trong những cơn cao hứng. Đặc biệt Nguyễn Tuân yêu quý và trân trọng ca trù tới mức, dường như với ông, ca trù là một ngôi đền linh thiêng để hóa giải những nỗi đau tục lụy. Ca trù trong ông luôn như một nỗi ám ảnh, và nỗi ám ảnh đó từng được thể hiện sâu sắc, đau đớn trong những truyện ngắn như "Chiếc Lư Đồng Mắt Cua", "Chùa Đàn", những truyện ngắn đánh dấu một giai đoạn tuyệt diệu trong cuộc đời sáng tác của ông".

Nguyễn Tuân là dân hát ả đào thứ thiệt. Sau tháng 4/1975, Nguyễn Tuân có viết cho Vũ Hoàng Chương một bức thư vỏn vẹn có mấy chữ: "Mấy lời hỏi thăm cố nhân. Thư bất tận ngôn". Vũ Hoàng Chương cười nói với Mai Thảo: "Thằng Tuân ngày xưa với tao thân lắm. Khâm Thiên, bàn đèn, tao đâu nó đó, mà nó sợ. Chỉ dám dùng bốn chữ 'thư bất tận ngôn'". Thỏ đế như vậy nhưng khi máu hát ả đào nổi lên, Nguyễn Tuân, khi đó theo Việt Minh lên an toàn khu, cũng dám anh hùng tổ chức một chầu hát chui đãi ông Trần Đức Thảo ở bên Tây về, chưa bao giờ biết chuyện tom chát ra sao. Địa điểm là một căn nhà chòi có cót che kín mít, dùng để chứa nông cụ, thúng mẹt, cày bừa nằm giữa cánh đồng vừa gặt xong. Nghe xong, ông Thảo khen: "Sao thứ dân ca này có thể nghệ thuật đến thế. Trong đời tôi, tuy đã từng thưởng thức những tiếng đàn, lời ca cổ điển vô cùng nghệ thuật của lối hát *opera* phương Tây, nhưng đây là lần đầu tiên tôi khám phá ra một lối ca nghệ thuật tuyệt kỹ, vừa trữ tình, vừa huyền bí, thiêng liêng như của một tôn giáo, nghe mà rợn cả người, cứ y như bỗng mình được lạc vào cõi thiên thai".

Năm 1971, tại Sài Gòn, nhân kỷ niệm 10 năm báo Văn Học, Phạm Kim Thịnh tổ chức một buổi hát cô đầu. Thịnh trên tôi vài tuổi, coi như cùng thế hệ với tôi, chẳng biết cô đầu cô đuôi ra làm sao mà nổi hứng mời hai bậc trưởng thượng Vũ Bằng và Vũ Hoàng Chương tới gõ trống chầu. Thi hào Vũ Hoàng Chương cầm chầu lối buông xuôi trong khi Vũ Bằng đánh trống lối bóc. Vũ Bằng giải thích: "Tiếng trống buông xuôi không kêu to nhưng kiểu cách nhẹ nhàng. Còn tiếng trống bóc nghe to, nghĩa là một tay bịt nửa trống, lúc dùi trống giáng xuống mặt trống nghe nó to và giòn. Đa số các cụ xưa thích đánh trống buông xuôi, còn thanh niên thích lối đánh bóc".

Chúa mẹ ơi, nghe tới kỹ thuật đánh trống cầm chầu mà tôi tá hỏa. Tiếng trống tôi đánh tại Đại Đồng năm xưa chắc chẳng buông xuôi mà cũng chẳng bóc. Không chừng nó giống tiếng trống múa lân!

Song Thao
04/2022

LỮ QUỲNH

BÓNG TỐI DƯỚI HẦM

Người đàn ông ngồi trên một chiếc ghế bằng gỗ tạp thấp, gã cúi người xuống tì trán lên mu bàn tay lồng vào nhau. Thanh niên ngồi xổm có vẻ đang chú ý nghe tiếng động trên nóc hầm, thỉnh thoảng hắn nhìn lên chút ánh sáng nơi lỗ thông hơi. Dưới ánh sáng lờ mờ, khuôn mặt hắn hốc hác và linh động nỗi bất an. Trong xó tối cạnh đó, một thiếu nữ nằm im. Nàng mặc một bộ đồ đen, mái tóc xõa tung bê bết mồ hôi trên trán. Ba người như không chú ý đến sự có mặt của nhau. Căn hầm hẹp, bề dài khoảng hơn hai thước và bề rộng một thước rưỡi. Những giọt nước từ thành đất rỉ ra, thỉnh thoảng nhỏ thành tiếng xuống mặt hầm. Sự im lặng hình như tăng thêm. Trời bên trên hẳn đã hoàng hôn. Chút ánh sáng nơi lỗ thông hơi nhạt nhòa không còn nhìn rõ. Thiếu nữ cựa mình trong bóng tối, cùng lúc người đàn ông ngồi thẳng dậy nhìn mà không thấy gì cả. Gã nuốt nước bọt, rồi nói bằng một giọng khô tưởng như sắp chết khát:

- Ai đói?

Không ai trả lời gã hết. Có lẽ họ chưa chuẩn bị. Sự im lặng kéo dài suốt buổi, có khi cả ngày, làm họ tưởng mình câm. Thanh niên có lần định lên tiếng, chỉ để xem mình có còn nói được không nhưng hắn vẫn ngồi im lặng. Chỉ cố gắng đó thôi cũng thật khó. Bây giờ hắn nghe tiếng người đàn ông hỏi, hắn tự hỏi mình có đói không? Hắn không cảm thấy gì cả. Giọt nước cuối cùng đã hết từ buổi sáng. Nghĩ tới mấy thức ăn khô khan mà người đàn ông vừa gợi ra, cổ hắn như càng khô thêm đắng chát.

- Ai đói không?

Người đàn ông lặp lại câu nói một cách khó khăn hơn. Thiếu nữ trả lời gọn:

- Chú ăn đi.

Thanh niên nói tiếp:

- Khát, không đói.

Người đàn ông:

- Tôi cũng vậy.

Cả ba người lại im lặng. Họ ở nguyên vị trí. Thiếu nữ nằm quay mặt vào thành đất. Nàng nghe trong đầu như có những mũi kim chích. Trong bóng tối dày đặc nàng nhắm mắt lại, hai bàn tay rịn mồ hôi lạnh toát. Bỗng nàng ngồi dậy, hốt hoảng gọi người đàn ông:

- Chú Sửu, chú Sửu...

Người đàn ông chồm tới, nắm chặt cánh tay thiếu nữ dằn mạnh với nỗi tức giận:

- Im ngay. Cô biết đang ở đâu không? Phải nhớ lệnh tôi, không được gây tiếng động. Sự chết đang ở trên đầu chúng ta.

Người đàn ông chợt lo lắng, nhưng gã bình tĩnh ngay:

- Cô không lo gì hết. Sự xảy ra, có tôi.

Tiếng nói của người đàn ông nhỏ nhưng lạnh như thép. Thiếu nữ nghe lạnh sau gáy. Nàng nằm cong người lại, đưa hai bàn tay đẫm mồ hôi bấu vào mặt. Nước mắt chảy ra lặng lẽ. Thiếu nữ không nghĩ là mình đang khóc.

Thanh niên ngồi bệt xuống đất, hai tay bó gối. Hắn hỏi trong đầu: Ông Sửu và cô Liên vẫn còn hơi để nói chuyện được, mình thì hết. Hắn dùng lưỡi rút nước bọt ra từ mấy chân răng, rồi nuốt xuống cổ.

Tiếng người đàn ông lại vang lên:

- Ai khát?

Thanh niên chồm tới, rồi ngừng lại ngồi xuống như cũ.

- Tôi. Có nước hả?

Người đàn ông:

- Không. Khát, ráng thức đừng ngủ quên. Thế nào trời cũng mưa. Ta hứng nước từ lỗ thông hơi...

Thanh niên thở dài thoáng thất vọng, nhưng sau đó hắn cũng cảm thấy chút mát mẻ len qua tâm hồn. Hắn nói với người đàn ông:

- Có lý. À, mà tại sao bà già biệt tăm thế?

Người đàn ông suy nghĩ một lúc:

- Tôi nghi loạt súng nổ trên đầu mình đêm qua quá. Có lẽ nào thế nhỉ. Bà già bị lạc đạn... Có thể bị bắn thẳng, ban đêm ai mà biết bà già...

Thanh niên:

- Không đâu. Cứ hy vọng.

Thiếu nữ có lẽ đã ngủ thiếp. Người đàn ông nhìn về phía nàng nhưng không thấy gì, gã ngẩng cổ cao về phía thanh niên.

- Tâm à.

- Tôi nghe.

Im lặng một lúc:

- Theo anh, khi cô Liên lên cơn thì chúng ta phải làm gì?

Thanh niên suy nghĩ nhưng có lẽ không tìm ra cách giải quyết, hắn nói:

- Ông tin cô Liên sẽ lên cơn thật à?

Người đàn ông:

- Mấy ngày ở dưới này cực khổ quá, Liên lại là con gái đau tim, thỉnh thoảng bị rối loạn thần kinh... Nước không có, thức ăn thiếu. Lại lạnh, hơi đất...

Thanh niên:

- Ông định làm gì?

Người đàn ông im lặng. Thanh niên cảm thấy bồn chồn trong lòng. Hắn mở mắt thật lớn cố nhìn người đàn ông nhưng không thể thấy gì ngoài màu tối thăm thẳm. Hắn hình dung ra khuôn mặt thường ngày của gã. Một khuôn mặt thật lạnh lùng rất ít khi xuất hiện giữa mọi người. Gã có những công tác thật bí mật. Những người chung quanh có một số kính nể, nhưng cũng có số người khác thật e ngại gã. Họ không tin vào cái mớ lý thuyết mà gã được nhồi nhét để biến gã thành một con người toàn diện, tượng trưng cho tình thương, lòng vị tha và sự công bằng. Im lặng hay lạnh lùng, có lẽ là thái độ khôn ngoan nhất của những kẻ chưa có lập trường hay một lý thuyết vững chãi. Thanh niên tự hỏi, sự lạnh lùng của người đàn ông có nằm trong trường hợp đó không?

oOo

Người đàn ông nhớ tới một bài hát. Bài Từ ngày chinh chiến mùa thu. Cái không khí bấy giờ thật cảm động. Đêm giã từ Mỹ Lộc. Người nhạc sĩ đứng bên ánh lửa bập bùng, một chân gác lên ghế đẩu thấp, gảy đàn ghi-ta. Từ ngày chinh chiến mùa thu. Giọng hát của người tình gã. Người tình, có phải là người tình không? Người con gái mặc áo nâu và quần đen bóng láng, tóc kẹp sau gáy chảy xuống nửa lưng. Đôi môi không phấn son mà mọng thắm. Nàng hát, những đầu ngón tay bối rối quấn vào nhau. Tiếng đàn người nhạc sĩ chậm rãi. Anh ngẩng mặt lên trời mà đàn. Đàn hững hờ, như không một chút bận tâm. Nhưng tiếng đàn, giọng hát đã làm những người ngồi vây quanh nhìn ánh lửa hồng mà chết ngất cõi lòng. Những đôi mắt ướt lấp lánh. Người con gái dứt bài hát với những giọt nước mắt lóng lánh quanh mi. Nàng bước về phía gã. Sao em lại khóc? Khi câu hỏi đó bung ra, gã mới thấy mình quả thật ngu ngốc, lẽ ra không nên hỏi như vậy. Người con gái đưa tay chặm nhẹ những giọt nước mắt, nói thật nhỏ nhẹ: Em nghĩ tới sự chia tay ngày mai... Gã cay đắng trong lòng. Nghĩ tới sự chia tay, hay chính bài hát tiếng đàn đã làm nàng cảm xúc? Nàng muốn giấu đi sự yếu mềm của mình. Ai cũng lựa chọn cho mình một cách trả lời cả. Lựa chọn. Ta phải lựa chọn trong ta một cái tôi và thường xuyên giữ gìn để cái tôi đó không phản trắc, không nhầm lẫn, không đi sai đường lối. Ta phải canh chừng cả những giấc mơ, gã nghĩ đó là sự lựa chọn đúng. Phải nghĩ tới tập thể, nghĩ tới những cứu cánh mà tập thể đang theo đuổi. Sự hãnh diện chỉ dành cho những người sống. Mọi người đều cảm thấy hãnh diện, không ai nghĩ mình sắp chết nhưng cũng không ai từ chối sự chết đến với mình cả.

Năm giờ sáng hôm sau những người tham dự lửa trại lên đường. Người nhạc sĩ và một số lớn ra bến đò chờ vượt sông. Gã, một mình đi đường bộ với gùi thức ăn và chiếc ba lô trên vai. Người con gái hát "Từ ngày chinh chiến mùa thu" ở lại. Lúc ra đi gã không gặp nàng. Gã mang cái cảm giác lênh đênh của một thứ tình yêu không bao giờ được tỏ. Lúc gã vượt được một phần đường, lúc mặt trời vừa xuất hiện với những tia nắng đầu tiên, gã chợt nghe tiếng máy bay gầm và tiếp theo nhiều tiếng nổ chát chúa của bom và súng liên thanh. Gã dừng lại, nhìn về phía bến đò. Những đám khói bốc lên. Những chiếc máy bay đang chao lượn trên vòm trời. Gã ngồi đợi cho đến lúc những chiếc máy bay đó nối đuôi nhau bay thẳng về cuối trời mới đứng dậy vội vã đi trở lại con đường cũ. Gã chạy thẳng ra bến đò. Gã thầm mong người nhạc sĩ và đoàn người đã vượt khỏi bên kia sông từ lúc trời còn tối. Nhưng gã thất vọng. Lúc gã đến nơi bến đò còn thưa thớt người. Đồng bào vẫn ngại máy bay có thể trở lui oanh tạc nữa. Những người y tá đang hớt hải di tản số người bị thương về trại cấp cứu. Những xác chết còn nằm nguyên chỗ. Gã thấy xác người nhạc sĩ hai chân chìm dưới nước, phần thân thể còn lại nằm sấp trên bờ. Gã gỡ ba-lô gùi thức ăn trên vai xuống, bước tới kéo xác chết lên hẳn trên gò đất cao. Người nhạc sĩ chỉ nhắm một mắt. Con mắt còn lại mở lớn, tròng mắt lồi ra đến hãi hùng. Chiếc áo nâu của anh rách một mảng lớn, phơi màu da tái xám với một vết máu đã đông lại. Xác người nhạc sĩ tương đối lành lặn. Một viên đạn xuyên qua ngực. Cái chết trong những cuộc oanh tạc ồ ạt được như vậy, quả thật có nhẹ nhàng. Gã nhìn xác chết nhớ tới đêm lửa trại. Hình ảnh người nhạc sĩ vừa gảy đàn vừa ngước mắt nhìn trời cao. Tiếng đàn của anh như còn văng vẳng đâu đây, lời hát u buồn cũng còn đó. "Từ ngày chinh chiến mùa thu." Bây giờ cũng mùa thu. Anh chết giữa một buổi sớm mùa thu. Gã nghĩ tới nhưng không dám tin, cái không khí buồn bã đêm qua với những ánh mắt rớm lệ là cái điềm báo trước sự cách ly vĩnh viễn bây giờ.

Gã nhìn xác nhạc sĩ, nhìn những người chung quanh rồi lặng lẽ khoác ba lô lên vai. Vẫn một mình trở lại con đường cũ, gã lủi thủi đi và bấy giờ gã biết rằng nước mắt mình đang ràn rụa.

oOo

Trong bóng tối của chiếc hầm chật hẹp, người đàn ông cố nhìn bàn tay mình mà vẫn không thấy nổi. Gã vừa nghĩ tới những kỷ niệm thật xa. Lúc này gã nhớ lại hình ảnh người nhạc sĩ nằm chết trên bến sông, gã đã khóc thật nhiều trên quãng đường công tác còn lại. Con tim bật máu làm trào nước mắt. Chính gã khóc chứ không phải cái tôi mà gã chọn lựa, cái tôi không bao giờ mềm yếu phản trắc lầm lẫn ấy khóc cả.

Ngày đó dĩ nhiên gã chưa già như bây giờ. Đứa con lớn của gã tám tuổi. Gã chiến đấu hết mình với rất nhiều hoài bão. Gã nghĩ gần gũi nhất ít ra, gã cũng chiến đấu dù phải chết đi, cho đàn con gã sống. Gã hy sinh để nhìn lũ trẻ được sống tự do sau này, được trở thành những con người chứ không phải những tên nô lệ. Nhưng bao nhiêu năm qua, sự chiến đấu của đồng bào gã vẫn còn. Đứa con trai lớn của gã đã cầm súng tham dự và đã gục chết. Trọn đời với niềm tin vào sự thanh bình cuối cùng cho đất nước, nhưng niềm tin đó đã mỏi mòn. Gã cảm thấy ý chí đã lụt và sức khỏe yếu kém hẳn.

Bây giờ giả sử bà già, chìa khóa của cái hầm này đã chết thật thì gã phải làm gì đây? Cuộc hành quân hẳn đã đi qua. Bọn gã sống dưới cái hầm này đã hơn hai ngày đêm. Gã cảm thấy sốt ruột. Bỗng một ý nghĩ thoáng qua hãy đội nắp hầm và vượt thoát. Chỉ có chết và sống. Gã hoàn toàn không bận tâm về điều đó nữa. Sống hay chết chỉ là một.

Bàn tay người đàn ông mò mẫm trong bóng tối tìm mấy quả lựu đạn. Chợt bàn tay gã chạm vào chân người thanh niên. Gã vội rút tay về, nhưng thanh niên đã nhận ra. Hắn cảm thấy ái ngại vì cảm giác hốt hoảng của người đàn ông để lại trên da thịt. Hắn hỏi:

- Ông Sửu đấy hả?

Im lặng. Thanh niên hỏi tiếp:

- Ông tìm gì đấy?

Giọng người đàn ông bối rối:

- Không.

Thanh niên chợt nghĩ đến sự phản trắc. Hắn bắt đầu đề phòng. Hắn vội vàng di chuyển mấy quả lựu đạn sang một vị trí khác. Giữa lúc đó thiếu nữ thức dậy.

- Chú Sửu à.

Người đàn ông:

- Cô Liên gắng ngủ đi. Đừng gọi lớn quá.

Trong bóng tối thiếu nữ cảm thấy chới với khi nghe tiếng nói của người đối diện. Tiếng nói, chỉ có tiếng nói thôi. Ma quái quá sức. Tiếng nói. Trong căn hầm chỉ có tiếng nói và tiếng nói thôi. Thiếu nữ nghĩ mình cũng không còn nhận ra mình. Tiếng nói không biết có phải là của mình không nữa?

- Chú Sửu à.

Thiếu nữ muốn nghe tiếng mình nhưng người đàn ông không hiểu.

- Cô đừng gọi mãi như thế.

Thiếu nữ nuốt nước miếng và thở hổn hển:

- Chú ra lệnh cho tôi đi, khi sắp lên cơn thì tôi phải làm gì?

Người đàn ông:

- Tôi đã trả lời cô rồi. Cố gắng ngủ thêm một chút để lấy sức.

Thiếu nữ dựa lưng vào thành đất, hơi lạnh thấm qua lưng làm nàng cảm thấy dễ chịu.

- Chú có biết chuyện ngày trước cha tôi điên như thế nào không nhỉ? Ông ta uống rượu cắn luôn ly. Ông ta nhai mẻ chai giữa hai hàm răng và máu chảy ra đỏ cả khóe miệng...

Người đàn ông hốt hoảng khi nghe thiếu nữ kể đến đây. Gã sợ câu chuyện sẽ làm nàng lên cơn thật sự.

- Cô Liên, tôi bảo cô gắng ngủ đi. Dạo đó ông cụ uống rượu say, chứ đâu phải điên khùng gì. Tôi biết rồi. Cô ngủ đi, phải ngủ đi cô Liên. Thanh niên xích vào gần thiếu nữ. Hắn chuẩn bị đối phó nếu nàng có hành động làm lộ mục tiêu. Sự im lặng kéo dài một lúc lâu. Sau đó thiếu nữ vẫn lên tiếng:

- Chú Sửu, cả anh Tâm nữa... Các người phải cho tôi biết khi tôi lên cơn thì chúng ta sẽ làm gì?

Người đàn ông:

- Không bao giờ cô lên cơn cả. Tôi tin vậy mà.

Thiếu nữ:

- Chú tin vậy hay chú đang nghĩ tới cách bóp cổ tôi chết, lấy dao găm đâm lút tim tôi? Còn cách nào nữa không nhỉ?

Người đàn ông sợ hãi. Gã cố trấn an thiếu nữ nhưng giọng gã trở nên lúng túng:

- Cô đừng nói vậy. Xin cô hãy gắng ngủ đi...

Thiếu nữ giận dữ:

- Ngủ, ngủ, ngủ...

Người đàn ông chồm tới. Gã muốn tỏ phản ứng để thiếu nữ hiểu nhưng trong bóng tối dày đặc không còn cách biểu lộ nào khác ngoài tiếng nói. Mò mẫm một lúc mới nắm được tay thiếu nữ, gã dịu dàng.

- Cô đừng giận. Phải biết rằng chúng ta đang ở đâu. Sự sống của chúng ta hoàn toàn tùy thuộc vào nhau. Sự sơ hở của một người sẽ giết chết cả bọn...

Thiếu nữ lạnh lùng:

- Tôi biết như vậy. Nhưng tại sao chú không nói thẳng điều chú đang nghĩ. Tôi đâu sợ hãi gì. Tôi chấp nhận mà. Chết để cứu những người khác sống là một bổn phận. Tôi biết chú, anh Tâm sẽ giết tôi ngay khi cơn điên của tôi bộc phát. Chú hãy nhận đi. Tôi không bao giờ làm phiền các người cả... À, tại sao bây giờ mẹ tôi chưa xuất hiện nhỉ... Đầu đêm hình như chú bảo có thể mẹ tôi đã chết.

Thiếu nữ nói nhỏ đủ nghe làm người đàn ông yên tâm. Gã nói:

- Cô suy nghĩ nhiều quá. Tốt nhất là bây giờ chúng ta nên im lặng. Bà cụ... Trong một phút tuyệt vọng quá bọn tôi nghi ngờ vậy thôi. Sự thực, như cô biết... không có gì chắc chắn khi ta còn ở dưới này... Chỉ toàn phỏng đoán... Có thể mấy ngày qua bọn lính dừng quân trên đầu ta...

Thanh niên mệt mỏi ngồi gục đầu xuống hai đầu gối ngủ thiếp từ lúc nào. Người đàn ông trả lời thiếu nữ xong, cũng ngả lưng vào thành đất. Gã nghĩ tới bà già, mẹ Liên, và tự hỏi một lần nữa bà ta chết rồi chăng?

oOo

Những ý nghĩ buồn thảm hiện ra trong đầu thiếu nữ. Nàng nghĩ tới người mẹ rồi ứa nước mắt. Kể từ ngày cha chết đi, mẹ đã kéo dài chuỗi sống hẩm hiu với anh Ba và nàng trên mảnh vườn nhỏ với hoa lợi mỗi ngày chỉ đủ sống. Bà thường ái ngại nhìn hai con với nỗi lo lắng duy nhất, bệnh thần kinh di truyền. Hình ảnh của người chồng trước khi chết đã làm bà hãi hùng tưởng không bao giờ nguôi. Sau này vì cuộc sống bất ổn ở quê, anh Ba bỏ lên tỉnh đầu quân vào lính. Người mẹ bề ngoài tỏ ra phàn nàn, nhưng tự thâm tâm bà hài lòng. Dù sao nó cũng yên được một bề, còn hơn ở quê để chịu không biết bao nhiêu áp lực. Thời buổi chiến tranh lòng nhân đạo thường vắng mặt, chỉ thấy có áp bức, đe dọa và tàn sát. Sau khi vào lính thỉnh thoảng anh Ba có về thăm nhà. Da anh đen, thân thể cường tráng ra làm mẹ hài lòng lắm. Chiến tranh ngày càng khốc liệt, làng trở nên bất an, anh Ba chỉ ghé thăm nhà trong những dịp hành quân qua. Anh khuyên mẹ và em hết lời, nên bỏ làng lên tỉnh sống nhưng mẹ suy nghĩ mãi rồi không nghe. Mẹ không quen sống ở thành thị, hơn nữa ra tỉnh sống có nhiều vấn đề đặt ra quá. Từ cuộc hành quân qua làng lần đó anh Ba không bao giờ trở về. Làng bị oanh tạc thường xuyên. Hai mẹ con sống giữa gọng kìm. Hãi hùng tất cả. Họ sống giữa nỗi hoài nghi của mọi người. Và chỉ còn một cách duy nhất để tồn tại là trốn. Người mẹ nhận làm cái chìa khóa của căn hầm bí mật này từ đó. Người đàn ông giữ thiếu nữ như một con tin. Không còn cách nào hơn. Mọi thủ đoạn chỉ có tính cách tạm thời, cố gắng thoát chết từng ngày, cố gắng vượt qua từng chặng nguy hiểm.

Thiếu nữ nhớ lại những lời của người đàn ông và thanh niên vào lúc đầu đêm. Bà già có thể bị lạc đạn chết rồi. Nàng cũng linh cảm thế. Nếu không tại sao hai ngày qua mẹ không xuất hiện. Mẹ chết rồi chăng? Thiếu nữ nhủ thầm rồi nuốt nước mắt xuống cổ. Nàng cắn môi để khỏi bật khóc thành tiếng.

Trong góc hầm người đàn ông cựa mình. Bàn tay gã mò mẫm trên mặt đất một lúc rồi dừng lại. Gã cất tiếng gọi:

- Tâm à.

Thanh niên cũng vừa tỉnh.

- Gì thế?

- Có lẽ trời sắp sáng.

- Đồng hồ tôi chết máy từ hôm qua rồi.

Người đàn ông thở dài. Một lát sau gã rụt rè hỏi:

- Anh có nghĩ gì không?

Thanh niên lạnh lùng:

- Ông muốn tôi nghĩ gì?

- Nghĩ bà già chết rồi chẳng hạn...

- Sao nữa ?

- Nghĩ cô Liên sẽ lên cơn điên...

Thanh niên nghe lạnh tận đáy lòng. Hắn đưa hai bàn tay lên áp má.

- Ông đã chuẩn bị cả rồi mà.

Người đàn ông:

- Vâng.

Thanh niên:

- Cô Liên cũng nghĩ ra những gì ông sẽ áp dụng khi cơn điên đến...

- Anh nghĩ còn cách nào hơn?

Thanh niên im lặng. Người đàn ông nhìn sững vào bóng đêm. Trong khi đó thiếu nữ vẫn tỉnh táo. Nàng nghe cuộc đối thoại giữa hai người đàn ông một cách dửng dưng. Nàng cảm thấy tâm hồn bỗng sáng láng lạ lùng. Còn cách nào hơn. Nhưng họ sẽ giết mình bằng dao găm hay với hai bàn tay siết cổ?

Bằng dao găm hay bóp cổ? Thiếu nữ choáng váng. Nàng nghĩ tới mẹ tới anh Ba, rồi lẩm bẩm trong trí, có lẽ mình sắp lên cơn thật.

oOo

Lúc đó thanh niên mở mắt, hắn thấy ánh sáng lờ mờ hiện ra ở lỗ thông hơi. Hắn ngồi yên mải mê nhìn lên chút ánh sáng nhỏ nhoi đó. Hắn cảm thấy nhớ thứ ánh sáng đầu ngày lạ lùng. Hắn nghe bứt rứt trong lòng. Một chút nắng, chỉ một chút nắng của trời mà hắn cũng thèm khát. Hắn nhìn người đàn ông đang ngủ say trong góc tối. Không biết trong đầu gã trong những ngày qua đã nghĩ những gì? Có nghĩ tới chuyện vượt thoát khỏi căn hầm này không? Bà già có lẽ đã chết thật rồi. Hắn nhìn người đàn ông ái ngại, không cách nào hiểu nổi con người đó.

Thanh niên đưa tay mò mẫm mấy quả lựu đạn mà đêm qua hắn vùi dưới cát. Hắn nghĩ đến cách thoát khỏi căn hầm. Không còn cách nào hơn. Hãy chấp nhận trước mọi rủi ro, sống hoặc chết. Hắn chợt nghĩ đến số tuổi hai mươi của mình. Số tuổi mà chiến tranh đã tước đoạt mọi ý nghĩa, đã cướp hết thời gian để sống của hắn. Hai mươi tuổi, hắn không có một chọn lựa nào hết. Sinh ra và lớn lên giữa chiến tranh, hắn thụ động trước mọi áp lực. Hắn như con thú sợ hãi trước họng súng của người thợ săn. Ai cũng có thể bắn ngã, và suốt cả một phần đời hắn chỉ biết chạy trốn. Hắn cảm thấy cay đắng và nước mắt chực trào ra khi nghĩ đến cái chết như côn trùng của mình. Một cái chết tẻ lạnh như nỗi tình cờ.

Người đàn ông cựa mình rồi choàng mở mắt. Bấy giờ ánh sáng đã giúp thanh niên nhìn rõ gã:

- Lại một ngày mới.

Giọng gã đặc sệt.

Thanh niên không nói gì. Hắn chăm chú nhìn lên lỗ thông hơi. Người đàn ông đảo mắt khắp mặt hầm với ánh mắt đầy mưu toan. Bỗng gã dừng lại ở thiếu nữ. Nàng nằm sấp, một phần thân thể chệch ra ngoài đất, mặt úp xuống im lìm. Gã chăm chú nhìn. Khuôn mặt gã mỗi lúc càng tái, rồi như không kìm nổi sự hốt hoảng gã gọi:

- Cô Liên, cô Liên!

Nhưng thiếu nữ không cử động. Người đàn ông chồm tới băng qua người thanh niên, đặt tay lên bàn chân nàng. Bàn chân lạnh ngắt. Lúc đó thanh niên cũng vừa kịp hiểu, hắn giúp gã đỡ nàng dậy. Nhưng thiếu nữ đã mềm nhũn. Một vết cắt trên cổ tay trái, máu đọng đen dưới một khoảng đất ướt.

Không khí trong căn hầm đã đổi khác. Trong ánh sáng còn nhạt nhòa bóng đêm, người đàn ông nhặt chiếc ly vỡ từ một góc hầm. Gã im lặng ngồi ngắm mớ thủy tinh trong tay. Thanh niên thì mân mê quả lựu đạn mà hắn lấy ra dưới cát từ lúc nào. Hai người nhìn xác thiếu nữ. Họ không nói với nhau một lời.

Có lẽ trong đầu họ bây giờ bóng đêm là thứ ánh sáng duy nhất, là niềm hy vọng cuối mà họ chờ đợi.

Lữ Quỳnh

TRẦN THỊ NGUYỆT MAI
Nhớ Mẹ

nhắm mắt lại con vẫn nhìn thấy mẹ
của ngày nào còn bé bỏng ấu thơ
dẫn tay con trong buổi đầu đến lớp
đặt niềm tin cho đến tận bây giờ...

không phải út nhưng được cưng chiều nhất
lúc nào như cũng có mẹ ở bên
những cuốn sách hay bài thơ gửi đến
bao giờ xem, mẹ cũng đọc đầu tiên...

nhớ xưa còn bé, văn rất kém
cắn bút hoài chẳng "rặn" được chi
dẫu ba mẹ mua cho nhiều lắm
truyện cổ, sách hồng, báo thiếu nhi...

nghĩ nát óc... lệ đâu rơi trên má
buồn vẩn vơ... nộp bài trắng hay sao?
tả hoa sen thanh cao thường gặp quá
mà con không một khởi ý trong đầu...

mẹ thấy tội lấy khăn lau mắt ướt
dỗ dành con trẻ rất ngọt ngào
ngồi bên cạnh khẽ khàng chỉ bảo
gợi cho con tìm ý đẹp... ôi chao...

chẳng mấy chốc bài luận văn hoàn tất
lòng mừng vui reo hội trên mắt môi
đúng trẻ thơ "giòn cười tươi khóc"
nhất là khi có mẹ trong đời...

những ngày cũ như cuốn phim quay lại
trong hồn con nhớ quá mẹ kính yêu
giờ cách xa cả nửa vòng trái đất
trên màn hình thoáng bóng mẹ liêu xiêu

tóc mây pha màu tuyết rơi trắng xóa
ba mùa đông lặng lẽ trôi qua
mẹ vẫn ngóng trông con, tình vẫn đậm
đứa con thơ ngày ấy mãi xa nhà...

mẹ ơi mẹ mong ngày mai trời sáng
hết còn con virus Vũ Hán kia
chiến tranh Nga – Ukraine thoát nạn
con sẽ về bên mẹ ngắm sao khuya

mẹ ôm con vào lòng thật chặt
như ngày xưa khi còn bé tí teo
(dẫu bao tuổi con vẫn hoài thơ trẻ
trong ánh nhìn mẹ âu yếm thương yêu...) ∎

26.3.2022

CHU VƯƠNG MIỆN
THƠ GỞI BẠN CHÂU

Lâu quá rồi cũng vắng tin nhau
bạn Một Giò giờ lạc đêm thâu
nghe nói hình như nơi bạn ngụ
tuốt trên xứ Bắc Cực địa cầu

lang thang lếch thếch hai năm chẵn
Giặt ... Quần Cho Vợ... mãi cũng rầu
thơ văn nghe cũng chừng ì ạch
đầu óc bây giờ nghe nhức đau?

ta ngày rong ruổi cày job rưỡi
tuổi già cố kéo, khỏe ngang trâu
tiền lương đủ trả xong tiền thuế
 +nhà+xe+nước+điện thoại vài câu

thằng con đi nhà trẻ tuần năm chục
lao động vinh quang mãi chả giàu
vợ ta thì cũng vừa tốt nghiệp
thợ cắt móng tay kiêm nhổ tóc sâu

mở mắt ra thì ta đã cút
bọc ngang xa lộ đến nhức đầu
vài trăm miles mắt mờ mắt tỉnh
những sáng sương mù, những lũng nước sâu

ta có thằng bạn già quá giang xứ bạn
an phận kéo bừa làm kiếp cu li
ngày cũng đổ mồ hôi 13 tiếng
nhớ vợ nhớ con lòng nặng như chì

quê hương đất nước ngổn ngang như bãi củi
đếm tóc trên đầu, thấy mình vất đi
ta sống dửng dưng không cười không khóc
có thiết tha cóc biết làm gì

tim óc bây giờ như tô đậu hũ
nhân nghĩa bằng mồm nghe hoài phí đi
lâu lâu lại nghe chiến khu khu chiến
chiến đấu nghe chừng cũng còn tí ti

như cọng rơm khô bùng lên lại tắt
ôi chuyện vỡ tiền nhắc nhở làm chi
ở cái xứ người cũng là cõi tạm
chờ minh quân hiền chúa hư hết đồng hồ

quẩn quanh cũng dăm ba thầy nói phét
oẳng oặc như là ếch gặp mưa
dăm ba bữa lại chìm vào đống rác
dăm ba bữa lại màng nhện giăng bừa

lâu lâu lại mở quán xá phục quốc
lâu lâu lại hô hào tiền tiễn đưa
bắc thang lên hỏi ông cụ Cuội
vậy chớ bây giờ chiến thắng chút đỉnh nào chưa?

ông Cuội thì chả bao giờ nói thật
chuyện khẩn trương cũng kể như đùa
60 triệu đồng bào dưới toàn lựu đạn
xiềng xích nào cứ cột siết vô

bao kỳ vọng dồn hết những thầy nói láo
sống chết "Ne pas" tiền ông cứ vồ
cứu nước cứ tà tà như lùa phở
toàn lưỡi mồm và chuyện bá vơ

mới qua thì ta đã không tin
ở thêm hai năm thì toàn hươu vượn cả
ôi chuyện quê hương nhục nhằn từng hơi thở
kẻ còn trái tim còn mờ mịt nơi nào?

ta có tấm lòng đúc thơ thành đạn
đành phải nằm chờ 30 tháng chèo queo
sao chưa thấy chân dung mùa hạ hào kiệt
toàn cò quay móc túi toàn chuyện tầm phào

thấm thoát cũng gần 13 năm đi đứt
chờ đến năm nào lòng yêu nước dâng cao?

bạn Một Giờ giờ lạc đêm thâu...
giặt... quần cho vợ mãi cũng rầu
thơ văn nghe cũng chừng ì ạch
đầu óc bây giờ nghe nhức đau?" ∎

LÊ CHIỀU GIANG

NGUYỄN ĐÌNH TOÀN. MƯA HÀ NỘI

"... Mổ trái tim.
Xem:
Không gì trong đó
Mở đôi bàn tay
Những thứ chẳng còn..."
[LCG]

Mưa rơi trong màn hình laptop, tôi thèm nghe tiếng mưa. Đêm nay.

Mưa Cali hiếm hoi, cứ như chẳng bao giờ muốn có.

Nhưng dù đã cố gắng cách mấy, tôi vẫn không thể nhận ra cái rì rào ướt át, chút rét mướt của gió đêm qua những giọt "mưa giả", "mưa máy móc", "mưa trong computer".

Tôi mong, tôi ước ao tìm cho ra cái sướt mướt của anh Nguyễn Đình Toàn, nỗi nhung nhớ về những đêm mưa Hà Nội, dù là đêm mưa nho nhỏ, mưa bão bùng, hay mưa dầm suốt hết cả đêm thâu.

Có ai tìm ra "mưa" của những năm xưa Hà Nội trong một Saigon vừa bước đến, một Saigon còn lạ xa? Saigon không ấp ủ những cơn mưa mơ màng tuổi mới lớn, khi Anh Toàn bỏ Hà Nội ra đi.

Mưa Saigon sầm sập, chấp chới trong ánh sáng kinh đô. Mưa ào ào, mưa bạt mạng như tiếng reo vui giữa lòng thành phố với trăm ngàn ánh đèn rực rỡ, yêu kiều.

Mưa Saigon chỉ đủ cho Nguyễn Đình Toàn, Thanh Tâm Tuyền, Mai Thảo... xót xa, tiếc nhớ thêm về những dấu yêu xưa, những kỷ niệm cũ thời sống với Hà Nội.

Nhưng Saigon là của tôi, nơi sanh ra, ngày mới lớn.

Saigon những chiều Thứ Năm. Thoáng trong gió xa xăm có tiếng nói của Nguyễn Đình Toàn dặt dìu, ấm áp như thơ. Âm vang nhẹ rơi trong chút mơ màng của nắng chiều sắp tắt.

Saigon Thứ Năm, bàng bạc văn chương Nguyễn Đình Toàn với

"Nhạc Chủ Đề".

Nhạc như hương thơm rải trong lòng thanh thoát. Chúng tôi, những cô học trò nhỏ, đã thả hồn mơ theo mưa chiều, nắng sớm. Mắt nồng nàn đếm những chiếc lá vàng lao xao rơi rụng trước sân trường.

Saigon mưa vui, nắng hắt. Saigon líu lo.

Saigon. Chết.

Năm 1978, Khánh Vân, cô bạn rất đẹp của tôi ra Thanh Đa ngồi than thở. Chúng tôi nói về những lửa than của đời sống khó khăn, bên những bàng hoàng không tưởng, những biến động bất ngờ nhất của quê hương...

Có thêm chị Nguyễn Thị Thụy Vũ và anh Nguyễn Đình Toàn. Bữa cơm chiều với tô canh đổ thêm nhiều nước lã, đã vui hơn. Khánh Vân như góp thêm chút cười nói, chút rộn rã, xôn xao...

Café Thanh Đa, chúng tôi không thể bỏ sót dù trời đang mưa. Chị Vũ, Khánh Vân và tôi đội nón lá. Anh Toàn và Nghiêu Đề đi với đầu tóc ướt và luôn cả áo ướt.

Những ánh chớp sáng, với ầm ì tiếng sấm vang vọng, cũng không làm chúng tôi sợ hãi. Chị Thụy Vũ luôn bước những bước dài vội vã, làm anh Toàn phải réo theo: "Có phải Thụy Vũ sợ Tô Thùy Yên đang rượt sau lưng, đuổi bắt lại đó không?...". Chúng tôi cười đua cùng với tiếng mưa rơi và sấm trời vang động.

Khánh Vân có chút ước ao lạ lùng, xin được ngồi giữa trời với Café ướt át. Khánh Vân muốn hai đứa tôi tìm lại chút... tuổi thơ. Thuở bé bỏng với những nỗi buồn mông lung, khờ dại. Chúng tôi cứ buồn ngang xương, buồn một cách khơi khơi, buồn vô tội vạ mà tưởng như mình sắp chết...

Những mơ màng vẩn vơ, cũng có khi chỉ vì đã có một chiều Thứ Năm nào đó, lỡ nghe qua Đài phát thanh Saigon, có lời "xúi dại" của Nguyễn Đình Toàn.

Lời thiết tha bay theo mưa gió và nắng ấm của đời: "... Hỡi em yêu dấu".

Mọi người xếp bàn ghế ngồi hết ngoài trời, dù mưa làm run lạnh.

Chị Vũ mượn guitar, nhưng chủ quán không bằng lòng vì sợ mưa làm hư hỏng. Tôi hát với mưa, tiếng mất tiếng còn bên gió lộng. Vân còn bày đặt đốt điếu thuốc xin từ anh Nghiêu Đề. Thuốc không cháy, tôi hít hà mùi khét khét, nồng nồng khói của đêm thơm...

"... Nếu một mai
Không còn ai đứng bên kia đời
Trông vòi või..." [Phạm Duy]

Nỗi buồn suýt chút nữa đã rớt xuống trầm sâu, uẩn ức, nếu không có tiếng thở dài vội vã của anh Toàn: "Trời ơi, thôi đi chứ, mưa ướt và lạnh đến điên người. Hai bạn mà cứ đi tìm "tuổi thơ" cái kiểu này, thì đúng là hai bạn đã giết chết, đã làm mất tiêu chút thoi thóp của cái "tuổi già" ..."
Nhưng tiếng hát vẫn nỉ non, vẫn ngậm ngùi cùng đêm tối.

"... Có hay chăng là
Mưa rơi vì chúng ta
Mưa rơi. Và còn rơi
... Mưa rơi bạc đầu ai..." [Phạm Duy]

Mưa Hà Nội âm u, mưa Saigon bạc bẽo không màu, trắng xóa.
Cuối cùng gia đình chúng tôi đành vượt thoát khỏi quê hương, vất vả tìm tới San Diego, nơi có chút màu lam chiều thanh tịnh.

Nhưng chỉ sau 14 năm, Anh Nghiêu Đề vội vã bỏ hết mọi thứ vui buồn, bỏ luôn cả cuộc đời, ra đi.
"Sống một mình", chắc chắn phải là người vững vàng và đầy can đảm. Nhưng tôi lơ mơ, thêm chút vụng dại, cộng với cả vội vàng...
Loay hoay chút xíu cho "có lệ" với thế gian, cuối cùng tôi đã rời San Diego theo một nhân duyên mới. Tôi bỏ đi rất xa, tôi đi thật xa và trong 17 năm dài, tôi đã sống ở một nơi... xa lắm.

Anh Nguyễn Đình Toàn nhắn tôi về CA trước khi... quá muộn. Từ nơi xa xôi, biết về thăm rất khó, tôi hứa đại 6 tháng nữa. Anh rên rỉ: "Cái hẹn 6 tháng mới trở lại CA, đã là cái hẹn lãng mạn nhất, với đầy đủ sự trễ tràng còn cộng thêm luôn cả lời thất hứa..."
Nhưng có gì đâu, 5 năm rồi. Và tôi đã nhiều lần ghé thăm Anh.
Con đường dẫn đến nhà Anh đã chẳng ai cần thay tên, đổi họ. California không như Saigon sau 1975. Saigon, nơi "họ" đã len lén đổi hết tên của những con đường, đổi luôn cả những phố phường xôn xao nhiều quán xá...

Lặng lẽ nhưng đầy tiếc nuối với sự đổi thay liên miên tên của những góc phố, những đường xưa. Anh Nguyễn Đình Toàn chỉ còn biết phàn nàn, buồn bã thở than trong nhạc. Anh Hồ Trường An đã phải nhớ thuộc lòng bản nhạc này trong những tối ngồi với bạn bè bên làng Báo Chí.

Khi lên máy bay rời Việt Nam năm 1977, Hồ Trường An mang theo món quà của Nguyễn Đình Toàn gửi tặng hết cả những ai đã phải từ bỏ quê hương, ra đi.

Người đầu tiên hát "Saigon niềm nhớ không tên" tại Paris là Jenny Mai, và bản nhạc đã phổ biến rộng rãi ngay sau đó trên các đài phát thanh VOA và BBC...

Thời gian đó, chúng tôi còn quanh quẩn ở Saigon, biết anh Toàn trong tù đã nhiều lần bị công an mời lên làm khó dễ...

"... Sài Gòn ơi
Đâu những chiều
Vui, buồn khoác áo đi
Tay cầm tay
Nói nhỏ những gì
Những quầy hoa
Quán nhạc đêm về..."
[Nguyễn Đình Toàn]

California khi trở lại, tôi đã chẳng *"Lạc lối tìm"*. Vẫn những bảng đường quen xưa, ngõ cũ, nơi có Chị Thu Hồng và Anh ấm áp đợi chờ mỗi lần tôi hẹn ghé thăm.

Vẫn căn nhà xưa, với những hoa cúc rực rỡ vàng trong sân nắng.

Anh và tôi luôn cười vang sau những lần Anh buông lời đanh đá, có khi còn nhuốm thêm chút khắc nghiệt, chút chì chiết với đời. Anh nói xéo, nói thẳng, ghét khơi khơi... Anh bất mãn kinh niên với hết cả loài người và tất cả mọi điều trên thế giới. Mắng mỏ đời mà vô cùng sâu sắc, mỉa mai hết cả và thiên hạ nhưng lại vô cùng dí dỏm, có duyên...

Những câu chuyện chỉ có Nghiêu Đề, Duy Trác, Nguyễn Đình Toàn, Thụy Vũ mới thấm thía, mới cay đắng đủ để cùng nhau cười tung cười toé, cười thú vị trong suốt hết cả những năm dài.

Tôi viết như phục sinh lại chút hình bóng của người đã ra đi, những Nghiêu Đề, Trần Quang Lộc, Nguyễn Đức Sơn, Trần Tuấn

Kiệt, Bùi Giáng, Văn Cao, Trương Đình Quế, Ngọc Dũng, Đinh Cường.

Viết cả cho những người còn đang thở. Dù thở dốc, thở hơi dài, hay hơi ngắn: Nguyễn Thị Thụy Vũ, Duy Trác, Phạm Thiên Thư.

Saigon của tôi, mờ mờ những kỷ niệm đang dần xa, đang vật vờ chìm khuất.

Nhưng Saigon vẫn giữ lại hết những chập chờn, những lung linh sáng của rất nhiều gương mặt bàng bạc như chuyện cổ tích, những năm xưa...

Duy nhất Anh Nguyễn Đình Toàn. Tôi viết gửi Anh trong phút cuối của đời, khi mà không ai còn đoán ra, không ai còn kịp thấy, đâu là ranh giới của một chấm hết nghiệt ngã. Rất lạnh lùng lẫn cả những tối tăm:

Phút lãng đãng giữa ra đi và ở lại.

Cali không mưa nhiều như tôi hằng mong đợi. Nhưng đêm nay San Diego mưa, mưa nỉ non, mưa thầm thì, mưa to nhỏ.

Mưa mang theo những não nùng, những giá lạnh của khói hương xưa.

Tôi đang tìm lại giùm Anh những ướt át hắt hiu, chút âm u buồn, lặng câm và ảm đạm.

Giữ lại hết cả những lo âu, những sợ hãi đầy hoài nghi về nỗi chết.

"... Cố thắp cho anh một ngọn đèn
Dù chẳng còn trông mong gì nữa.

"... Hãy thắp cho anh một ngọn đèn
Một ngọn đèn.
Tóc tang,
Dửng dưng..." [Nhạc NĐT]

Tôi buông lời réo gọi những cơn mưa trút nước, mưa như điên, mưa bạt mạng của Saigon.

Nhưng tôi giữ lại giùm Anh chút mưa gió lê thê, mang mang cái giá rét âm u đầy thơ mộng của những đêm mưa phùn ngày xa xưa. Hà Nội.

Lê Chiều Giang

TRẦN VẤN LỆ
ÔI ÁO DÀI ƠI THƯƠNG NHỚ QUÁ

Ôi áo dài ơi thương nhớ quá
Sân trường màu trắng nắng ngày xưa,
còn bay phất phới hay đầm hết?
còn có chút buồn khi sắp mưa?

Ôi áo dài xưa Mạ của Ba
gần nhau mười sáu nghĩ còn xa,
rồi lên mười bảy duyên liền phận
may quá không ngờ áo nở hoa!

Ôi áo dài ơi áo của tình
dù anh xanh xám áo nhà binh,
khi về em mở cho anh thấy
để có đi xa vẫn nhớ hình!

Ôi áo dài ơi cứ gọi hoài
làm như có áo thấy bờ vai,
tóc người con gái mình yêu dấu
một sớm mai vàng hoa nắng bay...

*

Tôi đang đây chẳng trường hay lớp
mà một hành lang rộng có thừa,
nắng tắt không chừng mây kéo đến,
không chừng em đến tránh cơn mưa...

Không chừng mà áo bay ngang mặt,
Thương quá chừng nhen Đà Lạt Em!
Cứ nói vậy thôi ngày thiếu nắng
Chưa hề nghe có một lần quên! ∎

PHẠM CAO HOÀNG
Ở NEW JERSEY, GẶP LẠI PHẠM VĂN NHÀN

sau chiến tranh chúng ta là những người sống sót
còn gặp lại nhau là đủ vui rồi
đêm ở New Jersey
nhắc với nhau về những ngày tháng xa xôi
về người bạn đề thơ trên vách tường năm ấy [1]
về người bạn lên Pleime rồi chẳng bao giờ trở lại [2]
về người bạn mấy lần bị thương ở Bình Định Qui Nhơn [3]
về cà phê *quán sớm* bên đường
về căn nhà cửa không bao giờ khóa
từ chiến trường
bạn trở về nơi đó
lặng lẽ ngồi nơi chiếc bàn bên cửa sổ
viết truyện thời chiến tranh
viết thật nhanh - mai còn đi hành quân
viết cho kịp - biết đâu không còn gặp lại bạn bè khu sáu
và bạn tôi như thuyền không bến đậu
ngày ở cao nguyên đêm xuống đồng bằng
ôi một thời *đi giữa chiến tranh*
sống và chết chỉ cách nhau trong tích tắc
sau chiến tranh chúng ta là những người sống sót
còn gặp lại nhau là đủ vui rồi
cụng ly nào! - mai mình lại chia tay ∎

(1) Lê Văn Trung
(2) Nguyễn Phương Loan, tử trận ở Pleime năm 1969
(3) Trần Hoài Thư

ĐỖ DUY NGỌC
MỘT MÌNH

Ngần ấy tuổi lại cơm hàng cháo chợ
Trở về nhà hoang lạnh đến run tay
Tiếng kinh buồn và sợi khói nhang bay
Tôi lặng lẽ nhìn bóng mình gãy gục

Có còn chi giữa mấy hàng hoa cúc
Rằm đi qua nguyệt quế chẳng cựa mầm
Cây khế héo lá vàng hoe dưới nắng
Tôi đìu hiu gió chẳng muốn về thăm.

Trưa ngã bảy chiều ngã ba lạc bước
Đêm loay hoay quên mất lối đi về
Mặt trời cháy rực quãng đường phía trước
Phố rợp người chân cứ bước lê thê

Ngần ấy tuổi muốn một lần được khóc
Giữa chiếu chăn bề bộn thiếu hơi người
Ngựa đã mỏi tiếng vọng về lóc cóc
Cuối dốc đời tôi ôm mặt buông xuôi

Đã biền biệt không bao giờ trở lại
Khuya đi lên sáng đi xuống mình tôi
Con chim hót sao thấy mình tê tái
Bỗng giật mình se sắt một mình thôi. ∎

(thi phẩm Cũng Đành, *sắp xuất bản)*

DUYÊN
Lửa Mặt Trời

lửa mặt trời
tôi nhìn thấy sáng nay
bừng đỏ trong bình minh
chiếu sáng toàn nhân loại
cho tôi thấy rõ hơn
khổ đau. chiến tranh và tuyệt vọng…

này, những buildings cao tầng đang cháy đen
đổ nát
thành phố đang giãy chết trong bom đạn
tả tơi
người người hỗn loạn. bỏ trốn chiến tranh
chưa biết sẽ về đâu
nhưng thôi. cứ đi
cứ đi đi…
cho căn nhà ngơ ngác
anh xa em
mẹ xa con
cha xa con
vợ xa chồng
những đôi mắt ràn rụa nước mắt. xa nhau…
vòng tay vuột mất
cho những bàn tay vẫy gọi
hẹn ngày về…
cuộc di tản não nề
tiếp diễn…

dường như có ai viết đó
phải chiến tranh, mới có hòa bình
hãy nhìn vào lịch sử…
và phim trường nhân loại đang được dàn dựng bởi một đạo diễn
với mơ ước Oscar
oan nghiệt thay
khi truyện phim đã chọn:
máu và nước mắt… ∎

3.3.22

THỤC UYÊN
NHỚ CAO NGUYÊN

Nơi tôi nhớ...
không có lũy tre xanh
không cây đa đầu ngõ
không giếng nước ngọt lành

Ở nơi đó...
Màu ba dan đất đỏ
Đất quện chân người lầy lội mỗi khi mưa
Hoa cà phê nở trắng đong đưa
Thầm mơ ước một mùa thu hoạch khá...

Những bãi dâu xanh, chói chang ngày nắng hạ
Thấp thoáng bóng ai dáng chị hái ngoài nương
Để những con tằm nhả từng sợi tơ vương
Dệt cho đời thêm những ngày no ấm...

Nơi tôi nhớ con dốc sâu thăm thẳm
Trên vai em nặng trĩu những gùi măng
Dốc cao quá em bước hoài bước mãi..
Hành trang em là những nỗi nhọc nhằn...

Ở nơi đó những trưa hè nắng đổ
Cao nguyên vào cơn hạn của mùa khô
Mẹ lo lắng hết nhìn trời nhìn đất...
Ơn trời cho mưa xuống ngóng từng giờ...

Qua nắng hạn lại đến ngày giông bão
Đếm hoang tàn sau cơn bão rớt rơi...
Mưa cao nguyên mịt mờ trong làn nước
Nhận chìm ai trong nỗi nhớ tơi bời... ∎

ĐẶNG HIỀN
MỘT CHÚT NGƯỜI DƯNG

Người dưng ơi em buồn anh ra làm sao
Khi mưa ngập trời về qua thành phố
Anh yêu em nhiều hơn mưa
Những cơn mưa và em

Em bảo dù ngày của anh thuộc về con đường thơ
Nếu trái tim em không là nơi duy nhất
Anh có là ngôi sao Kim
Để em đi tìm anh

Em thích anh làm gì cũng một chút, vừa phải thôi
Không quá ít để thiếu
Không quá sầu để thành bi thảm
Không quá vui để thành nhảm và quá yêu để sến

Đêm của em thuộc về anh
Đêm của em vĩnh viễn thuộc về anh
Đêm nghe xót xa lời tuyệt vọng
Hồ nghi đôi lúc làm nhói sâu nơi ngực em

Tình em là những nốt nhạc không lời
Len vào đáy tim anh bên chiều muộn
Là sương trên cao nguyên ở ngày chờ đợi
Ký ức ở lại một mình

Cơn mưa kéo từ không gian này qua vùng trời khác
Từ im lặng này qua câm nín khác
Từ em sang anh
Bên chiều ly biệt

Tình yêu sống bằng hơi thở em
Anh chìm vào tình yêu em
Hơi nhiều một chút
Một chút người dưng ■

PHƯƠNG TẤN
LỊCH SỬ ĐEN TÔI ĐEN

Này lưỡi dao bật sẵn
Nằm trong tay thực dân
Này lưỡi dao bật sẵn
Ghìm sau lưng mỗi người.

Những ngày tháng năm đó
Biển đứng trên núi cao
Kêu người chết thức dậy
Hãy quay vào thành phố
Quay vào chính quê hương
Cùng vỗ chân tán thưởng.

Đồng bào đang giết nhau
Trong giấc mơ ảo tưởng
Đồng bào đang giết nhau
Bằng bùa mê ám chướng
Của những tên hoạt đầu
Chìa ra từ đất thánh
Đổ xuống từ bóng đen
Nam mô a di đà
Và thánh thần a men!

Sống, em ngơ ngác sống
Giữa huyệt đời trụi trơ
Chết, em bát ngát mộng
Thân Phật rọi tính không! (*)

Hãy cầm dao bước tới
Lũ mặt sắt bọc nhung
Trên xác thân héo rũ
Xin chia xé tự nhiên
Như chia xé tổ quốc
Như thằng anh thằng em

Giữa hai hàng nến trắng
Sau mỗi lá cờ bay
Cùng lý lẽ mạt máu.

Hãy cầm dao bước tới
Xin chia xé tự nhiên
Như vòng chân đế quốc
Xoay quanh đầu Việt Nam.

Ôi niềm hy vọng rã
Lịch sử đen tôi đen
Nào chém tôi cho đã
Các người ơi các người
Nào giết tôi cho hả
Lịch sử đen tôi đen.

Này đồng bào tôi đó
Các người thật nghĩ gì
Khi đành lòng giết nhau
Để giành phần nô lệ
Để giành phần lưu vong.

Này đồng bào tôi đó
Các người thật nghĩ gì
Một Việt Nam vô phúc
Thăm thẳm những hận thù
Nằm giữa áo chùng tu
Chen nhau vào triệt lộ
Nam mô a di đà
Và thánh thần a men!

Ôi niềm hy vọng rã
Lịch sử đen tôi đen! ∎

Sài Gòn 1964 - (*) Quách Thị Trang bị trúng đạn trong cuộc biểu tình trước chợ Bến Thành, Sài Gòn ngày 25 tháng 8 năm 1964. Cô sinh hoạt trong gia đình Phật Tử Minh Tâm, pháp danh Diệu Nghiêm.

NGUYỄN LINH QUANG | MINH NGỌC
Tuổi Em | Your Age

TUỔI EM

Em 21 tuổi
Cài hoa lên áo
Nhận phép cưới giữa chiến hào
Trao nụ hôn ngọt ngào
Rồi hai người tình-lính
Vội chia tay nhau
Vào trận:
Ngày mai
Có thể là ngày cuối
Nhưng hôm nay
Hãy cứ là ngày vui
Em 11 tuổi
Mẹ nhét sổ thông hành vào túi
Viết vội số điện thoại lên tay
Rồi đẩy em đi
Em đi, em đi, em đi
Hoang mang
Ngơ ngác giữa dòng người tị nạn
Chuyển từ chuyến xe này sang đoàn tàu khác
Tìm đến nơi không loạn lạc
Tìm đến nơi
Em có thể
Mỉm
Một nụ cười
Em lên 1 tuổi
Không muốn rời hơi cha
Da còn vương khói súng
Mẹ bế em băng qua lửa đạn

Băng qua những cánh đồng chết khát
(Chỉ mới năm ngoái đây thôi
Còn bát ngát hướng dương)
Đến bên dãy xe nôi nối dọc dài theo biên giới
Để em ngủ yên rồi
Mẹ bệt ngồi lặng lẽ khóc
Nhớ cha
Em vừa qua một ngày tuổi
Cũng vừa qua buổi tối tù mù dưới hầm trú ẩn
Trên đầu ầm ào pháo kích, bom rơi
Em chưa thấy mặt trời
Chưa nghe tiếng cười
Cuộc đời
Chào em bằng bóng tối chiến tranh
Sắt-Máu
Em tên gì?
Chiến Thắng? Vinh Quang? Độc Lập?
Hay chỉ sẽ hiền lành
Với
Hòa Bình, Hạnh Phúc, Ấm Yên?
Tôi muốn tặng em cái tên
Tự Do
Như ước mơ bao nhiêu năm chưa thực hiện
Của triệu triệu con người
Đang cùng em sống
Hôm nay
Tôi muốn tặng em cái tên
Duyên May
Để em sẽ tiếp tục lớn khôn cùng dòng sữa mẹ
Để cha sẽ trở về
Dạy em tập đọc, học viết, vẽ tranh
Để anh, chị sẽ thôi lưu lạc
Trở lại căn nhà
Trồng xuống một luống hoa
Và nắm lấy tay nhau
Cùng hát thật hùng hồn, thật tha thiết
Bài tình ca ∎

Nguyễn Linh Quang
Thiais 10.03.2022

YOUR AGE

written by Nguyễn Linh Quang (Paris)
translated by Ngoc Nguyen-Famulare

21 years old
You put a flower on your chest
receive the nuptial blessing in the trench
exchange a sweet kiss
Then two lovers-soldiers
hurriedly part their ways
to join the combat
Tomorrow
may be the last day
Yet let today
be a happy one.
11 years old
Mom stuffs the passport inside your pocket
scribbles a phone number in your palm
Then pushes you away
You walk, and walk, and walk
Puzzled
Dazed
in the fleeing crowd
Change from bus to train
to find a place without chaos
find a place
you can
grin
a smile.
You turn 1
unwillingly leave Dad's wam hug
His skin tainted with gun powder
Mom carries you running through crossfire

running through deadly drought fields
(just last year
immensely filled with sunflowers)
to the row of strollers along the border
Puts you to sleep
she sits down, crying quietly
missing Dad.
You just pass the first day of life
also a dim night in the bunker
under rumbling shelling and bombing
You haven't seen the sun
You haven't heard a laughter
Life
greets you with the darkness of a bloody war
What's your name?
Victory? Glory? Independence?
or just humble
as
Peace, Happiness, Comfort?
I'd like to name you
Freedom
the dream never achieved through many years
of millions people
living beside you
today
I'd like to name you
Luck
so you will continue growing with Mom's milk
Dad will return
to teach you to read, write, and draw
your siblings will no longer wander in exile
They will come home
plant a bed of flowers
hold hands
sing together eloquently and passionately
a love song. ■

Minh Ngọc (chuyển ngữ)

NGỮ AN
SÀI GÒN MỘT THUỞ

Sài Gòn cơm dĩa ly trà đá
trưa buồn phố vắng nhớ thương ai
quán cóc chiều xanh nghiêng chén rượu
hẻm nhỏ em về hoa nắng phai

Sài Gòn ngã năm thương ngã bảy
một lần bước lạc một lần xa
chia tay em về con phố cũ
mới đó giờ đây bóng đã nhòa

Sài Gòn bánh mì cà phê quán
vỉa hè ngồi nhớ bạn bè xưa
có đứa thiên thu không trở lại
còn vài ba đứa lạ trong mơ

Sài Gòn của một thời ly tán
thương người chạy loạn chốn xa xôi
ta lạc đường về qua mấy nẻo
sỏi đá còn đau chuyện đổi dời

nghe nói em giờ về cố quận
đường chiều qua ải trắng mây bay
ta còn ở lại bên bờ cõi
nắng sớm đìu hiu ngọn cỏ gầy

Sài Gòn của một thời tuổi trẻ
đi qua như giấc mộng phù hoa
khi đã không còn gì để mất
chợt thấy bơ vơ bóng giang hà ∎

TRIỀU HOA ĐẠI
NGUYỄN VĂN SÂM: GIỌT MỰC TỪ TÂM

Nguyễn Văn Sâm

Triều Hoa Đại

(Phỏng vấn Văn Học do Triều Hoa Đại thực hiện)

Khi viết về hoặc nói tới Giáo sư, Nhà văn và Nhà nghiên cứu Nguyễn Văn Sâm, không một ai, dù là người ít theo dõi nhất những "bước đi" của ông, không thể không biết tới những gì mà ông đã cống hiến cho văn chương chữ nghĩa, những công trình nghiên cứu văn chương chữ NÔM mà hình như hầu hết cuộc đời ông đã sống với ở lãnh vực này. Là một thành viên trụ cột trong Viện Việt Học chữ Nôm, ông đã miệt mài cùng với những người "đồng chí" vun xới và bồi đắp cho một nền văn chương nghe ra hình như đã xa lắc, xa lơ với những người Tây học, những lớp người trẻ của thế kỷ hôm nay. Tìm đến và được ông vui vẻ tiếp đón, chúng tôi rất mong mọi người trong chúng ta sẽ được nghe ông kể chuyện sau xưa…, chuyện mà bấy lâu khó tìm ra những lời giải thích thỏa đáng, ngoại trừ một số người ít ỏi am tường.

Thđại: Thưa anh bấy lâu nay kể từ ngày quen biết, tôi mới được làm quen đôi chút về văn chương nam bộ qua những Câu Hò Vân Tiên, Ngày Tháng Bềnh Bồng và còn những gì nữa nhỉ? Hôm nay, chúng tôi "hẹn hò" những độc giả và anh em bằng hữu đến để nghe anh nói về một lãnh vực văn chương mà thiết tưởng không mấy người trong số anh em chúng tôi am tường, đó là: Văn chương chữ Nôm. Nhưng thiết nghĩ trước khi bắt đầu câu chuyện, xin anh tự giới thiệu một chút về mình.

Nguyễn Văn Sâm: Thưa thì tôi sanh ra ở Sàigòn, cha tôi nói là trong một nhà bảo sanh nhỏ nghèo nàn gần Ngã Sáu Chợ Lớn, đầu đường Nguyễn Tri Phương bây giờ, năm 1940. Nhà cơ hàn, từ nhỏ tới năm 12 tuổi phải phụ mẹ sinh kế bằng cách bán thuốc lá lẻ (ngồi trước quán ăn nào đó) rồi đội thúng hột vịt lộn đi rao gần như khắp Sàigòn. Năm 11 tuổi (1951) cha tôi mất, hai người cô đem tôi về nuôi ở một cái quán trà Huế nhỏ ọp ẹp của hai cô trong Chợ Cháy Cầu Ông Lãnh vì mẹ không thể nuôi nổi ba anh em tôi, người anh lớn thì đã được nuôi trước rồi. Nhờ vậy tôi được đi học. Biết thân phận nghèo mồ côi, tôi ráng học, chỉ 8 năm (1951-1959) tôi từ là đứa học trò lớp Ba đã xong Tú Tài 2. Từ đó học xong Đại Học và được thầy mình, LM Thanh Lãng đề bạt về làm Phụ Khảo môn Văn Chương Việt Nam ở trường Đại Học Văn Khoa Sàigòn từ năm 1968 cho tới ngày tháng 04-1975 tan hoang.

Thđại: Sau khi miền Nam "được" (bị) giải phóng, trong lúc giao thời như thế tâm trạng của anh ra sao?

NVS: Buồn quá mạng vì tất cả đều đổi thay, cả vùng đất Miền Nam và cả khung trời nho nhỏ là trường Đại Học Văn Khoa mà tôi đã gởi chí hướng và tuổi thanh xuân của mình trong đó. Hai năm 75-77 ở lại trường như cái bóng, hằng ngày vô giảng đường lớn thay vì dạy như ngày xưa thì học tập và thảo luận 'cụi' về XHCN. Người ở bên kia vô lãnh đạo trường không ai nói chuyện với mình mà mình cũng chẳng buồn bắt chuyện với họ. Họ đâu muốn coi mình là nhân viên của trường nữa đâu. Ở lại trường nhưng không được dạy cũng không biết gì về sinh hoạt của trường. Chỉ có năm đầu, 1975 được cho chấm thi tuyển sinh, nhưng chấm cho có thôi, có anh bộ đội lấy tài liệu ra chép, tôi đuổi ra, chiều lại gác phòng cũ, anh lại đánh bùa, lại bị tôi đuổi ra. Nhưng sau nầy thấy anh ấy được trúng tuyển và tôi nhận được từ anh ánh mắt vừa bỡn cợt, vừa nghinh của người thắng cuộc – cuộc thi tuyển sinh. Hai năm tới trường hằng ngày như cái bóng, tới đâu chừng tháng 8 năm 1977 thì nhận được giấy báo cho biết mình hết thuộc sự quản trị của trường nữa, về trình diện để phường quản lý. Hụt hẫng tới cùng cực.

Thđại: _Rồi thì làm cách nào mà anh rời bỏ được "quê hương là chùm khế ngọt" và đến định cư ở "chùm khế chua" là Hoa Kỳ?_

NVS: Ở lại trái tai gai mắt ban ngày, ban đêm nghe tiếng chó sủa thì tim đập liên hồi sợ rằng họ vô bắt mình đi học tập hay bắt lên đồn công an. Ai mà biết được! Thôi thì phải bỏ nước mà đi thôi! May mà vợ chồng đều đồng ý phải ra đi dầu rằng vì mình là nhà giáo nên cũng không bị đì gì nhiều ở địa phương... Vài ba lần bị gạt mất vàng, vài ba lần đi không tới, chúng tôi bị mất sạch sành sanh, có lần bị tù ở Vũng Tàu, bị đánh đập, tới nay cái hông hình như vẫn còn đau do hậu chấn đó. Khi được thả về thì nhà không còn gì để bán để ăn hằng ngày, tôi phải lén vợ, lén người quen biết, đi theo sự chỉ dẫn vô nhà thương bán máu - còn bài thơ bán máu viết lúc đó. Cuối cùng năm 1979, trời độ vì người bạn thân - anh Hồ Xích Tú, con của nhà văn Hồ Hữu Tường có chiếc ghe cui đậu trong xẻo lâu nay đồng ý bán chịu trả sau 27 lượng vàng, tôi tổ chức kêu người quen góp tiền để đi. Do kinh nghiệm những lần đi bất thành trước đó, chuyến đi trót lọt sau mấy ngày ròng rã trên biển lặng tháng 3 năm 1979 và được vô Mỹ tháng 9 cùng năm vì trước đây mình là GS Đại học và có lúc làm việc trong Quốc Hội Lập Hiến 1966-1967.

Thđại: *Sinh hoạt trong thế giới chữ nghĩa lâu năm tôi tin rằng giao tình giữa những nhà văn chẳng hạn như: Vũ Anh Khanh, Lý Văn Sâm, Thẩm Thệ Hà và còn rất nhiều những nhà văn khác nữa chắc phải có lắm điều thú vị. Vậy nhân đây anh có thể nhắc lại chút ít được chăng?*

NVS: Những tên tuổi anh vừa nêu trên thuộc thế hệ nhà văn trước tôi 20 năm nên nếu được quen cũng là do cơ may. VAK thì chết từ lâu khi vượt qua Bến Hải năm nào. LVS, sau 1975 về kiếm tôi vì tôi có viết bài về ông trong cuốn *Văn Chương Tranh Đấu Miền Nam*. Thẩm Thệ Hà thì trước sau vẫn ở SG, quen được do một người bạn tôi nguyên là học trò của ông thời Trung Học. Chỉ giao tình mưa nắng thăm viếng chứ chưa bao giờ nói về chuyện viết lách vì lúc đó nhựa sống và việc cầm bút của hai vị nầy như là đã hết. Họ đứng bên lề xã hội và đứng ngoài việc viết lách dầu có tên trong hội nhà văn nầy nhà văn kia. Kể cả nhà thơ Hoàng Tấn, tôi từng gặp nhiều lần trên gác Vọng Nguyệt của ông ở cư xá Thanh Đa. Rất thân tình, nói chuyện về người văn chương xưa nhưng ông cũng không viết gì. Tôi có cơ may là giao tình thân thiết với nhà văn Sơn Khanh và nhà văn Hồ Hữu Tường nhưng cũng là về những sinh hoạt đời thường hơn là chuyện văn chương. Có điều là nhân dịp nầy tôi thúc đẩy nhà văn Sơn Khanh cho xuất bản truyện dài ông viết trước đây, 1949 với tựa Ngục Tối Giữa Rừng Sâu nói về đời sống của người cạo mủ cao su trong đồn điền mà ông đã xin phép xuất bản mấy lần không được. Và truyện đó đã được ra đời dầu chậm hai mươi năm với tựa mới là Nước Độc, nxb Nam Cường, 1971.

Thđại: *Thế còn những nhà văn như: Nguyễn Mộng Giác, Nguyễn Xuân Hoàng, Tạ Ty, Vũ Hoàng Chương, giao tình giữa anh và họ những ngày tháng cũ ra sao?*

NVS: Họa sĩ nhà văn Tạ Ty và thi sĩ Vũ Hoàng Chương thì cũng thuộc thế hệ trước tôi 20 năm. VHC là thầy tôi khi tôi học ở trường Văn Lang đường Cô Bắc. Sau đó thì không có cơ hội gặp tiếp. Tạ Ty thì chỉ được giao tình khi ông sắp sửa về lại VN sống thời gian cuối đời. NMG và NXH là bạn đồng thời và có dịp gặp nhau nhiều, rất ít bàn về chuyện viết lách, mỗi người có cách tiếp cận với văn chương theo cách thế và hoàn cảnh sống của mình nhưng là bạn tương đối thân. Hai bạn ấy ngoài việc viết lách văn chương còn làm báo văn học ở CA trong khi đó tôi mắc dạy học ở Texas. Sự qua lại chỉ nhiều khi tôi sang CA năm 2010 nhưng thời gian nầy thì chuyện văn chương đã trở thành thứ yếu vì tạp chí văn học không còn như ngày trước nữa.

Thđại: *Anh có thời cộng tác với Viện Việt Học vậy thì công việc của viện ấy là gì, sinh hoạt như thế nào?*
NVS: Hiện bây giờ vẫn còn cộng tác trong việc thuyết trình đề tài nào mà VVH thấy cần thiết nói lên một vấn đề văn học. VVH cần in sách văn học và tôi có chỗ in sách của mình. Sự điều hành viện là việc của nhóm anh em thiện chí khác sinh hoạt với nhau cả 30 năm nay.

Thđại: *Nhà văn và nhà thơ Viên Linh trong báo Khởi Hành đã đưa ra nhận định thế này: "Tôi thích giọng văn người miền Nam, viết từ trái tim chứ không từ trí óc". Là nhà văn miền Nam anh thấy nhận xét ấy thế nào?*

NVS: Nhận định thì tùy theo mỗi người tôi không ý kiến về vụ nầy. Tôi thấy mình viết cũng rất nhiều trí óc trong đó. Mỗi truyện của tôi đều có chủ đề trong đó dầu là khó thấy, tôi muốn người đọc tự tìm coi tác giả viết gì chớ không đưa ra ngay, như vậy là trí óc phải không. Có thể nhà văn Viên Linh muốn nói tới cách hành văn của người Miền Nam nói chung là viết trơn tru với chữ/từ ngữ thường thấy ngoài đời chớ không bận trí thay đổi bằng từ ngữ cao xa văn chương.

Thđại: *Nhân đang nói chuyện về nhà văn miền Nam tôi chợt nghĩ đến Lê Xuyên bởi với giọng văn rất ư là Nam bộ khi ông hạ bút xuống: Dóc tổ, dóc tía, bảnh tỏn, mùi bạt mạng, khỉ khô, tài khôn, v.v…, nhưng mấy lúc gần đây chúng ta ít còn thấy xuất hiện loại văn phong như thế. Có phải chăng văn chương đã bị "đô thị hóa", văn* *chương Nam bộ đã mất dần cái vẻ chân chất của: "hôm qua em đi phố về, hương đồng cỏ nội bay đi ít nhiều", phải thế không anh?*

NVS: Đúng vậy, nhà văn Miền Nam phải móc hầu bao ra những cụm từ, những cách nói đặc biệt Miền Nam, chớ không phải xài mấy chữ bà chã bà chẹt: tui, dìa, hỏng phải, dzui quá... mà thành nhà văn Miền Nam. Những từ ngữ đặc biệt Nam Kỳ đó nằm sâu trong ký ức của nhà văn khi hồi nhỏ ông ta đọc các bộ sách gọi là dịch truyện Tàu của nhà Tín Đức Thư Xã hay đọc Hồ Biểu Chánh Trương Vĩnh Ký, Huỳnh Tịnh Của... rồi khi mình viết thì tự các từ ngữ nầy nhảy ra thôi. Nhưng nói thì dễ, làm được chuyện đó không dễ vì sự ảnh hưởng của chữ Bắc, tiếng Bắc rất là đậm trong đầu chúng ta do chuyện đi học, chuyện đọc sách... Nói rõ hơn các chữ *thảy, nầy, chơn thật, nhơn ái...* hình như đã không còn mà người anh của chúng là *này, thày, chân thực, nhân ái...* chiếm chỗ!

Thđại: *Khi đọc anh ở: "Giọt Nước Nghiêng Mình", nhà văn Phạm Phú Minh đã đưa ra nhận xét tương tự văn phong của anh cũng "rất Nam Kỳ", có khi còn Nam kỳ hơn cả Bình Nguyên Lộc hay Sơn Nam, chẳng hạn như: "ngừng một lúc, nuốt nước miếng; mích lòng mích bề, phủi phủi ông nội ơi đừng nói gở, v.v...". Với một nhà văn vắt từng "giọt máu" trải dài cho chữ và nghĩa qua bao năm anh có nghĩ rằng rồi đây dù vật đổi sao dời thế hệ kế tiếp sẽ vẫn còn tha thiết với đồng ruộng, với ngôn ngữ trải đầy lòng nhân bản của cha ông?*

NVS: Thưa thời đại đổi thay, nền giáo dục thay đổi, sách vở thay đổi, từ ngữ ngoài đời thay đổi thì văn chương và những hình ảnh cấu tạo nên sự kiện văn chương cũng thay đổi thôi. Viết theo cách cũ thì dễ bị phê bình là lạc hậu, là làm dáng. Tôi và những cây viết anh vừa nêu tên ở trên dễ bị phê là không hiểu từ, không hiểu hoạt cảnh... Trong một truyện ngắn mới nhứt của tôi là **Hai Đường Ngôi Rẽ** nhiều người 50-60 hỏi tôi cái *tràm* mà thằng nhỏ chơi là cái gì. Và *tiền-bao-thuốc* là gì? Cũng vậy người trẻ hơn không hiểu sao con trai con gái 7, 8 tuổi mà chơi cõng nhau...

Thđại: *Và rồi còn nữa cái cảnh mà thằng Đực trong một truyện ngắn Quê Hương Mình (Ngày Tháng Bềnh Bồng) "ngồi chồm chệ trên cái mui ghe cá dềnh dàng" của ngày xa xưa nay biết còn tìm lại ở đâu? Xa rồi những kỷ niệm như thế, giờ đây nghĩ lại anh có thấy buồn chăng?*

NVS: Thưa nhà văn ghi lại những chuyện xảy ra trước đây đã in đậm trong ký ức giờ khi có dịp thì tuôn ra. Cảnh thiệt mất đi là chuyện của xã hội, không có gì phải buồn. Passage Eden, Tax, phố dạo chơi Lê Lợi, Catina bây giờ khác xưa thì cũng là chuyện đương nhiên thôi, nên ghe chài trên sông và đời sống trên sông có thể không còn nhiều nữa nhưng cũng là chuyện bình thường. Người thế hệ trước tôi và anh chắc cũng chứng kiến những đổi thay, nếu các vị ấy buồn thì khó sống: Sông kia giờ đã nên đồng, chỗ làm nhà cửa chỗ trồng ngô khoai, Tú Vị Xuyên mãi khắc khoải về vụ này nên lẹt đẹt trong xã hội...

Thđại: Trước thập niên 1975, bốn (04) nhà văn miền Nam lúc đó được xếp vào Tứ đại văn hào Nam Bộ là Bình Nguyên Lộc, Sơn Nam, Lê Xuyên và Hồ Hữu Tường. Anh nghĩ sự xếp hạng ấy đã đủ chưa? Có cần thêm, bớt gì không?

NVS: Thưa xin cho không bàn về điểm nầy vì có thể là những ý kiến cá nhơn...

Thđại: Là nhà văn, nhà giáo và là một người rất am tường chữ về chữ NÔM. Vậy thì xin anh vui lòng giải thích văn chương chữ NÔM là gì?

NVS: Đại khái tiếng Nôm là tiếng của người Việt mình, nói ra thì **hiểu liền** như *ăn, ngồi, đi, núi, trăng.* Còn tiếng Hán Việt là tiếng của người Tàu, chúng ta mượn xài nên nói khác với họ chút xíu phải cắt nghĩa người bình dân mới hiểu: *Thực* (ăn), *tọa* (ngồi), *khứ* (đi), *sơn* (núi), *nguyệt* (trăng)... vì tiếng Nôm khác với tiếng Hán nên để viết chữ của các tiếng Nôm, ông bà mình đã chế ra chữ Nôm bằng cách mượn các yếu tố của chữ Hán. Vậy chữ Nôm là chữ của người Việt trước khi người Âu Châu tới Việt Nam và sau nầy tạo ra chữ quốc ngữ mà chúng ta đương xài.

Thđại: *Có bao nhiêu tác phẩm về chữ Nôm mà anh đã xuất bản và theo anh giá trị của những tác phẩm ấy đối với gia tài văn hóa Việt Nam mai này như thế nào?*

NVS: Thưa phải nói cho đúng là tôi không có tác phẩm Nôm nào, tôi chỉ làm việc phiên âm, nghĩa là dịch từ tác phẩm Nôm của ông bà mình ra chữ quốc ngữ mà thôi. Ông bà mình ngày xưa viết gì quan trọng thì dùng chữ Hán, viết gì có tính chất tình cảm, truyện thì viết bằng chữ Nôm, nếu ta không dịch ra quốc ngữ thì thấy đời sống văn hóa của Việt Nam thiệt nghèo nàn, nếu dịch ra hết thì thiệt ra không nghèo nàn chút nào. Trường hợp Đoạn Trường Tân Thanh, Chinh Phụ Ngâm, Nhị Độ Mai, Lục Vân Tiên là những thí dụ. Nếu không dịch ra thì mấy ai đã biết các tác phẩm trên! Nhưng vấn đề là còn nữa mà người trước chưa dịch hết. Và tôi là người mò mẫm làm chuyện dịch đó, được bao nhiêu hay bấy nhiêu vậy thôi.

Thđại: Là một trong số những nhà văn miền Nam chẳng hạn như: Bình Nguyên Lộc, Sơn Nam, Hồ Trường An và Kiệt Tấn, v.v... anh đã gây được tiếng vang trong văn giới và có sức lôi cuốn người đọc, tôi chắc chuyện này không dễ. Vậy thì làm cách nào anh có thể tạo nên "cách riêng" ấy?

NVS: Thưa chẳng có chi gọi là cách riêng. Tôi sống ở Sàigòn, vùng nghèo khổ bình dân là Cầu Ông Lãnh, là Vĩnh Hội, là hẻm Hãng phân, là đường hẻm Hiệp Thành bên kia sông, chung đụng với người bình dân lam lũ tôi nghe nói tiếng nói của họ. Ở đây có những bà cụ ông cụ lớn hơn tôi 5, 6 mươi tuổi vẫn còn giữ được những cách nói miền Nam Kỳ Lục Tỉnh, những chữ mà người đầu là người Sàigòn nhưng ở Quận 1, Quận 3, Quận 6 khó mà có dịp để nghe, để sử dụng. Thêm nữa, lúc nhỏ nhờ hoàn cảnh đặc biệt, tôi có thời gian ngấu nghiến gần như toàn bộ các truyện Tàu do nhà Tín Thư Xã ấn hành nên tiêm nhiễm những chữ Miền Nam lạ tai người thường... Các chữ ấy khi tôi viết truyện thì tự nó tuôn ra thôi. Chúng ở trong óc của người viết, nói cách của tôi là chúng ở trong máu, tuôn ra tự nhiên không cần nhớ. Nếu nói là cách riêng thì sự kiện không nề hà, không ngại ngùng không sợ bị chê là quê mùa, là miệt Vườn để đem các cụm từ, các danh từ đó vô trong tác phẩm...

Thđại: *Khi viết giới thiệu "Giọt Nước Nghiêng Mình", nhà văn Song Thao đã viết: "Cái tên Nguyễn Văn Sâm đã dính liền với chuyện nghiên cứu khiến chúng ta tưởng lúc nào anh cũng khô khan, nhưng thực ra anh cũng lả lướt sáng tác như ai". Vậy thì giữa hai phần nghiên cứu (khô khan) và sáng tác "lả lướt", phần nào đã làm anh tâm đắc nhất?*

NVS: Thưa phần viết truyện ngắn là phần tôi tâm đắc nhứt và muốn viết nhứt. Sáng tác và nghiên cứu giới thiệu về những nhà văn khác, tôi cho rằng sự kiện nầy giống như một thiếu nữ có bổn phận phải trang điểm sửa soạn cho các cô thi hoa hậu trong khi lòng cô thì ước ao phải chi mình được dự thi. Nhưng tại sao tôi nghiên cứu và giới thiệu tác phẩm Nôm nhiều, bởi vì nghĩ rằng mình không làm thì các tác phẩm đó bị mai một đi. Người biết chữ Nôm tuy ít nhưng không phải là không có, có điều là những vị ấy không có hoàn cảnh để làm thôi (tài liệu, điều kiện sống, sức khỏe, sự khuyến khích của người thân kề cận...) Tóm lại tôi thích viết truyện nhưng phải hy sinh thời giờ chút đỉnh cho văn học nói chung.

Thđại: *Nhà văn Phạm Phú Minh thì bảo rằng: "Có thể nói Nguyễn Văn Sâm là một nhà văn của tư tưởng. Đọc ông đôi khi chúng ta có cảm tưởng truyện chỉ là một cái cớ để trình bày một triết lý, một suy nghĩ mà ông cưu mang và muốn truyền lại cho chúng ta..." Phía trước của huy chương bao giờ cũng có bề trái của nó, thế thì "một cái cớ" như Phạm Phú Minh đã viết thì nhà văn Nguyễn Văn Sâm muốn truyền lại cho hậu thế là gì đây?*

NVS: Nên viết những gì đáng viết, không viết để có danh tiếng, có tiền. Nếu đem được những sinh hoạt xưa mình từng chứng kiến vô truyện thì càng tốt. Dĩ nhiên là đả kích - bằng nghệ thuật, không phải bằng lời nặng nề - những điều xấu xa của xã hội đương thời.
- Cổ động để bỏ đi những hủ tục, thói quen xấu (như đốt vàng bạc, như phóng sanh chim, như ăn yến uống nước mắt con nầy con kia...), tin tưởng vô cớ ở bói toán, tuổi xung khắc, phong thủy, giải hạn, cầu tài, cúng thần Tài, cúng vong... Dĩ nhiên trong các vụ nầy người chống mình không phải là ít. (cười)

Thđại: Những lúc sau này ở hải ngoại người viết có vẻ như thưa thớt, lác đác mùa thu lá rụng. Vậy nguyên nhân ấy là do từ đâu, nhà văn thiếu chất lượng để sáng tác, nhà văn bị lão hóa hay người đọc không còn thiết tha với chữ nghĩa?

NVS: Những lý do anh Triều Hoa Đại đưa ra đều đúng nhưng phải kể thêm tới phương tiện in ấn và phát hành tới độc giả khó khăn, cũng như người đọc giờ thấy dễ dàng đọc trên internet, trên báo internet hơn là tìm mua sách khó khăn. Cũng phải nói là lực lượng đọc bây giờ già hơn ba chục năm trước nhiều mà lực lượng người đọc trẻ thì tăng cường không được bao nhiêu vì hoàn cảnh sanh sống thực tế của nơi đất mới.

Thđại: Lại có nhà văn bảo rằng: "Ông (bà) ấy viết là viết cho chính mình, độc giả chỉ là thứ yếu". Với anh khi ngồi vào bàn viết, điều đầu tiên anh nghĩ là viết cho chính mình hay là viết cho độc giả?

NVS: Tôi nghĩ là mình viết cho người đọc, mình chuyển tải những suy nghĩ của mình tới độc giả. Ai phê bình ý tưởng nầy thì tôi cũng cười trừ thôi. Chứ viết cho mình thì viết rồi thì để trong tủ chớ sao lại đem in lưu thế?

Thđại: Buổi chiều đã dần xuống quanh nơi anh em chúng ta đang ngồi trò chuyện, vậy thì cũng đã đến lúc phải chia tay nhau rồi mặc dù còn rất nhiều điều muốn được nghe anh giải thích nhưng đành phải hẹn lại anh vào một dịp khác vậy. Trước khi chia tay anh có muốn nhắn nhủ hoặc bổ túc thêm những điều mà tôi đã thiếu sót?

NVS: Sống ra con người đàng hoàng không hổ thẹn với lương tâm và với người thân chung quanh trước khi làm một nhà văn. Thời gian của ai rồi cũng sẽ hết, kéo theo sự bỏ lại tất cả mọi thứ vật chất cụ thể, chỉ còn là *cách sống phải* khi người đó hiện diện trên trần gian nầy. Ta khen Trương Vĩnh Ký, Phan Thanh Giản, nhưng mấy ai khen cả ngàn ông quan, ông Đốc Phủ Sứ thời đó, ông Tổng Đốc Phương và các ông bán vua, bán người cách mạng chống Pháp để kiếm một chút tiền.

Thđại: *Xin cùng với bạn hữu và độc giả những người theo dõi cuộc trò chuyện này chân thành cám ơn Giáo sư, Nhà văn, Nhà nghiên cứu và phê bình Nguyễn Văn Sâm. Kính chúc anh luôn bình an trong cuộc sống và mọi điều tốt đẹp.*

NVS: Xin cám ơn nhiều Nhà thơ Triều Hoa Đại và cám ơn quý độc giả, cám ơn tất cả những ai đã theo dõi và đọc bài phỏng vấn nầy.

XUYÊN TRÀ
Thái Tú Hạp: Một Đời Thơ

Nhận định và viết về thơ Thái Tú Hạp, tôi đã không ngần ngại với cái tựa "Thái Tú Hạp: Một Đời Thơ". Bởi lẽ ông đã (ăn nằm) với chữ nghĩa gần sáu mươi năm. Thời gian đã quá đủ để trải nghiệm, đón nhận, vượt qua, buông xả và hoài niệm tất cả mọi ân sủng hạnh phúc cũng như thương đau, bi lụy của cuộc đời...

Thái Tú Hạp với tầm vóc vừa phải, nước da trắng, diện mạo thanh tao, khiêm tốn và dễ mến. Tôi có cơ duyên, được quen biết ông từ những năm trước 1968, khi chúng tôi cùng một đơn vị tại Bộ Tư Lệnh Quân Đoàn 1, dưới thời của hai vị Tư Lệnh là Hoàng Xuân Lãm và Ngô Quang Trưởng. Tuy khác Ban, Ngành nhưng mỗi sáng thứ Hai hàng tuần chúng tôi vẫn thường xuyên gặp nhau ở phòng họp của nhiều vị Chỉ Huy Trưởng các Quân Binh Chủng tại BTL/Quân Khu 1, vì cả hai chúng tôi đều là Sĩ quan phụ tá cho cấp Trưởng phòng thuyết trình trước vị Tư Lệnh Quân Đoàn. Chỉ vài câu chuyện ngắn ngủi, chào hỏi theo quân cách huynh đệ chi binh, xong trở về phòng làm việc. Cứ thế ròng rã gần mười năm trời.

Sau tháng 4/1975, ông cũng như tôi và các đồng đội Quân Lực VNCH bị CS đưa vào các trại tù khổ sai như Kỳ Sơn, Tiên Lãnh. Sau thời gian được trở về ông cùng gia đình vượt biển đến Hồng Kông và định cư tại Los Angeles, California từ năm 1980. Khi gia đình tôi đến Hoa Kỳ năm 1991, chúng tôi bắt đầu liên lạc với nhau và có cơ hội được đến thăm ông cùng chị Ái Cầm tại tư gia vào tháng 5/2005.

Đúng như ai đã nói, quả đất tròn, chúng tôi lại gặp nhau trên quê hương mới, gần ba mươi năm sau, khi mái đầu sương điểm và những hệ lụy đã chín muồi nhưng tình huynh đệ vẫn gắn bó, nồng thắm. Nói cho cùng, ông vẫn là đàn anh của tôi trong tuổi đời, tuổi thơ và tuổi lính.

Có lẽ cũng không nên dài dòng về mối quan hệ giữa tôi và ông từ trước đến nay, vì chúng tôi vẫn thường xuyên gặp nhau trên điện thoại, nhất là mỗi dịp Xuân về ông đều gởi tặng báo Saigon Times cũng như những tác phẩm vừa mới phát hành.

Trong năm 2021, nhà thơ Thái Tú Hạp lại gởi tặng thi phẩm Suối Nguồn Tâm Thức do Sông Thu xuất bản, sách dày trên bảy trăm trang. Đến đây, tôi xin trở lại với cái tựa ban đầu, Thái Tú Hạp: Một Đời Thơ.

Khởi đầu, với Thèm Về (1970), Chim Quyên Lạc Ngàn (1982), Tuyển Tập Thơ Văn Việt Nam Hải Ngoại (1985), Miền Yêu Dấu Phương Đông (1987), Hạt Bụi Nào Bay Qua (1995), Suối Nguồn Tâm Thức.

Chưa kể những bài tùy bút và thơ văn Phật giáo cũng như nhiều bài thơ được các tạp chí có tên tuổi ở Sài Gòn giới thiệu trước năm 1975.

Từ ngàn năm trước, Âu Dương Tu đã nhận xét: Không phải thơ làm cho người ta khốn cùng mà chính trong nỗi khổ đau của kiếp người nên mới có những bài thơ hay. Hoặc nói như Trần Dần: Tôi không thừa nhận một thứ thơ nào nhân tạo mà không có sự khổ đau và nổi loạn.

Thi sĩ Thái Tú Hạp ở vào nhiều tâm trạng khác nhau, niềm hạnh phúc ban đầu ở tuổi thanh xuân, thời áo lính trong buổi loạn ly, chiến tranh tàn khốc ở quê nhà, những ngày gian khổ tù đày trên chính quê hương mình, rồi vượt biển bỏ nước ra đi, suýt bỏ thân ngoài biển cả, và khi đến bến bờ tự do phải làm lại từ đầu.

Trải qua bao oan nghiệt, cay đắng, hệ lụy chồng chất, những cuộc lữ đầy gian truân đã làm nên những chất keo nồng thắm gắn bó từng con chữ từng câu thơ tự vỗ về mình an nhiên trước những đổi thay của thời cuộc, ta hãy nghe:

Tiếng hát em ngọt ngào như suối mật

Vắng xa rồi oan nghiệt với tang thương.

Hoặc:

Đợi chờ nhau quây quần bên bếp lửa
Ngàn cánh chim tung cánh giữa trời xanh..
(Mùa xuân trên quê hương)

Qua những tác phẩm của Thái Tú Hạp đã xuất bản từ trước đến nay, tôi tạm chia ra mấy giai đoạn theo thời gian và những cảnh đời đã trải qua của một đời thơ:

1/ Thời mới lớn ở Hội An: Ngôi trường Trần Quý Cáp là nơi đã trang bị vốn kiến thức đầu đời, những kỷ niệm ngọt ngào tuổi thanh xuân, ở đó không thể không nhắc tới Chùa Cầu, Khổng Miếu, những mái ngói âm dương nhuốm màu thời gian nằm nghe từng tiếng rao hàng giữa đêm khuya khoắt, hay:

Thương hoài con phố đêm mưa
Về qua mái cổ lá đưa đẩy sầu.

Bên dòng sông Thu Bồn hiền hòa chảy qua góc phố, cũng là nơi đã đơm hoa kết nụ những cuộc tình trong trắng, thơ ngây, bắt đầu cho một hành trình lãng mạn.

Nhưng cánh buồm yêu thương bỗng tấp trôi rồi dừng lại trên bến sông Hàn, nơi đó có cô nữ sinh trường Phan Thanh Giản "bỏ trường theo anh" và từ đó người con gái gốc Hoa tên Ái Cầm đã cùng ông thủy chung cho đến bây giờ.

Thời gian này thơ ông bát ngát hương hoa và nguồn hy vọng trỗi dậy với những vần thơ đầu đời xuất hiện trên các tạp chí Văn - Gió Mới - Bách Khoa - Văn Học - Giữ Thơm Quê Mẹ - Khởi Hành...

2/ Thời áo lính: Phục vụ trong ngành Tâm Lý Chiến, đi nhiều nơi và tiếp xúc nhiều đơn vị, cảm nhận được những gian lao của người lính trong chiến tranh cũng như những mất mát, đau thương mà thế hệ ông đã phải gánh chịu ròng rã suốt hai mươi năm. Những suy nghĩ, trăn trở này thể hiện qua nhiều bài thơ cũng như nhiều ký sự đăng tải trên tờ Chiến Sĩ Cộng Hòa, Tiền Phong.

Giữa thời khói lửa điêu linh, người lính vẫn thầm mơ để *Thèm Về* một nơi chốn yên bình, dẫu cho:

Tóc sương rêu phủ bến chờ
Chiều nghiêng cánh gió hồn mơ đăng trình.

Bước quân hành, rày đây mai đó, nhưng hình bóng người mẹ hiền ngồi bên cửa đợi tin con, cũng như bao nhiêu người mẹ Việt Nam khác trong thời buổi chiến tranh là những biểu tượng buồn nhưng đẹp và bát ngát tình mẫu tử:

Mẹ ngóng hoàng hôn cửa mòn mỏi đợi
Ngọn đèn khuya soi vách lá quạnh hiu
Mẹ nhớ thương con trời Nam bể Bắc
Chờ tin vui từ sớm nắng mưa chiều.

3/ Thời ở tù CS: Đây là giai đoạn mà Quân Cán Chính VNCH đã phải gánh chịu những đòn thù dã man nhất của chế độ mới. Tuy thời gian ở trong tù không lâu, nhưng cũng quá đủ để ông chứng kiến đồng đội mình bị hành hạ, tra khảo, nhục hình trong các phòng biệt giam tăm tối, hay lao động khổ sai...

Ông là một chứng nhân và cũng là nạn nhân của thời cuộc. Hãy nghe ông kể:

Đêm thật dài người tù binh mê sảng
Thấy hờn căm vây bủa máu quanh mình.

Hay:

Ngày khiêng cây vác gỗ đào kinh
Ngày lên núi đốt rừng phá rẫy
Hạnh phúc chỉ lặng thầm trong củ sắn củ khoai ...

Hoặc kinh hoàng hơn:

Loạt AK gục chết trên cổng rào.

Thảm cảnh toàn đất nước là những trại tù khổng lồ, những thảm kịch đen tối của thời đại ở thế kỷ 20 để *"Bi sử nghìn năm lưu dấu"* những thống hận, oan cừu.

Những địa danh như núi rừng Kỳ Sơn - Tiên Lãnh - Trà Mi luôn ám ảnh ông cả trong những giấc mơ để phải thốt lên:

Xác thân này cũng cồn hoang
Cũng đồi sương trắng - điêu tàn dưới khe
(Trong Tù Nghe Tiếng Chim)

Rất nhiều những bài thơ không phải (Đem Tâm Tình Viết Lịch Sử) như ông Nguyễn Mạnh Côn, nhưng dòng thơ của Thái Tú Hạp là một nhắc nhở để đời cho lớp hậu duệ không quên một cột mốc bi thương của đất nước, như một thông điệp hùng hồn bởi ông đã từng than thở:

Mùa xuân không về nữa
Thượng đế đã rút lui từ tháng Tư
Lừa dối
Và con người hết chân thật thương yêu

Có điều, ông vẫn ấp ủ, dù biết không bao giờ được trở về quê hương khi còn bóng dáng kẻ thù, nhưng lòng ông vẫn hằng mong *Một sớm mai nào đó đứng giữa trời quê cha: Ta về thăm quê mình - Điểm danh từng bằng hữu.*

4/ Giai đoạn vượt biển: Đây là thời gian mà Thái Tú Hạp và gia đình đã trải qua những nỗi kinh hoàng và nguy hiểm giữa trùng dương sóng gió, đi tìm cái sống trong cái chết, *Chuyện Thuyền Nhân là những trang sử máu xương và nước mắt nghìn năm. Những thảm kịch từ Việt Nam réo gọi. Từ biển đông trầm thống kêu gào.*

Đã có quá nhiều bài thơ, bài hát cất lên từ những nỗi niềm khát khao bờ bến tự do, giữa đêm mù mịt, có khi là những ám ảnh tuyệt vọng chỉ nương nhờ vào những lời nguyện cầu ơn trên giúp đỡ vì con người hoàn toàn bất lực trước cơn cuồng nộ của biển cả. Những lời thơ của Thái Tú Hạp mang tâm trạng đầy sắc màu tâm linh, vì khi tận mắt trông thấy những thảm cảnh hãi hùng chỉ còn lại lời kinh cầu cứu khổ...

Khi đến được vùng đất hứa, gia đình ông đã thực hiện một bức tượng Thuyền Nhân để tưởng niệm 13 người đồng hành đã vĩnh viễn ra đi, bức tượng này đặt tại tòa soạn và hai gia đình chúng tôi đã có dịp chụp chung tấm ảnh nhân chuyến qua thăm ông tại Los Angeles. Sau hơn mười năm vượt qua những khó khăn, Ủy ban thực hiện Đài Tưởng Niệm Thuyền Nhân chính thức khánh thành vào ngày 25-04-2009 trong khuôn viên Nghĩa Trang Westminster Memorial Park ngay trung tâm Thủ Đô Tinh Thần Người Việt tỵ nạn tại Little Saigon, nam California.

5/ Thời lưu vong: Sau hơn 5 năm, tạm ổn định bước đầu cho gia đình, ông cùng nội tướng Ái Cầm chủ trương thực hiện Tuần báo Saigon Times và Nhà xuất bản Sông Thu. Có thể nói đây là cơ hội trở lại cầm bút cho cả hai người. Ông liên tục cho ra mắt nhiều tác phẩm và ấn hành các Đặc San Quảng Đà dày trên 700 trang trong suốt 10 năm. Đây là một công trình đáng trân trọng đóng góp rất nhiều trong việc bảo tồn văn hóa dân tộc, nói chung và đất Quảng, nói riêng.

Một lần nữa trở lại với đời thơ Thái Tú Hạp, rất khó mà tổng hợp hay cô đọng lại tất cả chỉ trong vài trang giấy với một thi nhân đã miệt mài suốt đời qua bao thăng trầm, hệ lụy để điểm tô cho cuộc đời thêm hương sắc.

Trong ghi nhận của tôi, nguồn thơ của Thái Tú Hạp đều hướng về tình yêu quê hương, gia đình, bằng hữu, những hoài niệm đầy trắc ẩn, trong đó hình bóng Người mẹ hiền - Người vợ đã một thời *Bỏ trường theo anh* và đứa con gái tên Doanh Doanh vẫn thấp thoáng đâu đó trong những bài thơ của ông.
Với bài: *Ý nghĩ của mẹ trong thời chiến* có những câu tôi rất tâm đắc:

Con dâng hiến bài thơ ca ngợi mẹ
Như vì sao đẹp nhất dải ngân hà
Nước mắt mẹ như đại dương từ ái
Rửa hận thù tăm tối quê hương ta.

Đối với hiền thê, lại có mấy câu lục bát thật da diết:

Nhớ thương em, phố tình thơ
Ta con ngựa mỏi bụi mờ chân mây.

Và khi cuộc chiến đã tàn, phận người treo trên sợi tóc, nhưng người xưa vẫn trọn tình trọn nghĩa một đời thủy chung:

Lúc ngã ngựa khi tàn binh
Lúc non cao vẫn trọn tình thăm nuôi...

Cho dù ở đâu, thời điểm nào, trong tâm thức nhà thơ họ Thái cũng cưu mang tình tứ hình bóng kiêu sa của mỹ nhân, để xoa dịu niềm đau nhân thế:

Em về từ cõi đông phương
Tóc mùa thu cũ trầm hương quê nhà.

Một khía cạnh khác, không thể không nhắc đến trong thơ Thái Tú Hạp là niềm tin tôn giáo, do đó chúng ta không ngạc nhiên khi đọc những câu thơ đầy hương vị thiền tính, nhiều danh từ Phật giáo như vô lượng, ẩn cư, Bát Nhã, Hoa Nghiêm, Kim Cang Luân Hồi, v.v... Sau đây là vài câu tiêu biểu:

Lá theo tiếp lục đường chim
Hồn mai phục giữa Hoa Nghiêm lặng tờ.

Trong bài Ẩn cư với sáu câu lục bát:

Nửa khuya nguyệt đến chỗ nằm
Nhớ xưa huyền hoặc trăng rằm ẩn cư
Gối đầu đá tảng Chân Như
Lắng nghe vô lượng suối từ bi kinh
Con đường quy ước tử sinh
Biển dâu thấu triệt cuộc tình trăm năm.

Với khổ thơ năm chữ, trong bài Sao Khuya, thể hiện một tâm trạng khác như (*Con đường vào tánh không):*

Thiền sinh nghe gió lộng
Giọt nắng nhòa chữ tâm
Ba sao và nguyệt hạ
Giữa cõi trời sắc không.

Một điều mà tôi chưa bao giờ nghe, nhưng nhà thơ của chúng ta đã mạnh dạn nhân cách hóa tiếng chim giữa ngàn xanh có những lời Pháp thoại, kể cho ta nghe cuộc đời buồn vui giữa chốn vô thường, như thức tỉnh phận người trong cõi ta bà:

Ngậm ngùi đứng giữa ngàn xanh

Nghe chim pháp thoại trên cành tử sinh
Mùa xuân trải lụa bình minh
Ta như bóng núi soi mình sông xưa
Chiều lên tiếng nắng đong đưa
Bên dòng suối bạc tóc vừa điểm sương
Sớm mai rạng rỡ yêu thương
Chiều hương lửa hóa vô thường bay xa.

Tôi cho rằng, ngôn ngữ cũng có con mắt riêng của nó, miễn sao người viết sử dụng và chọn đúng cho nó một vị trí thích hợp thì chữ nghĩa sẽ bừng sáng, soi rọi mọi góc cạnh tâm linh, xuyên suốt ngọn nguồn. Tôi muốn nói đến chữ Tâm, mà nhà thơ Thái Tú Hạp đã thể hiện qua nhiều bài thơ qua ảnh hưởng triết lý Phật giáo như Tâm Bồ Đề, Tâm Vô Lượng, Tâm Từ Bi, Tâm Bồ Tát. Vẫn theo hai câu:

Giọt nắng nhòa chữ Tâm
Ba sao và nguyệt hạ

Không biết ông đã theo gót cụ Nguyễn Du từ bao giờ, vì trong truyện Kiều đã có câu: *Nửa vành trăng khuyết, ba sao giữa trời* hoặc ở đoạn cuối của cốt truyện, thi hào Nguyễn Du cũng thừa nhận: *Chữ tâm kia mới bằng ba chữ tài...*

Ngay cả Nã Phá Luân (Napoléon) cũng đã từng tuyên bố:

Có hai sức mạnh trên thế giới đó là sức mạnh của thanh gươm và sức mạnh của tấm lòng. Cuối cùng thì tấm lòng đánh bại thanh gươm.

Ở đời, chữ tâm tức là tấm lòng, khi trái tim rộng mở thì đuốc tuệ là ánh sáng soi đường để con người vượt thoát mọi khổ đau, mê lầm, tội ác. Thái Tú Hạp đã thể hiện được điều này ở mọi hoàn cảnh, dàn trải tâm sự qua nhiều góc cạnh của một đời thơ. Người phương Tây cho rằng: "Thơ là ngôn ngữ trong ngôn ngữ, là văn bản trong văn bản, thơ là thần giao cách cảm", người thưởng ngoạn có thể tìm thấy hoặc cảm nhận được những điều vi diệu tùy theo nhận thức và suy nghĩ riêng tư của mình.

Để kết thúc bài viết, theo tôi, khi đọc lại những trang thơ của Thái Tú Hạp, tôi như được hít thở giữa không gian tĩnh lặng, trong lành, nguôi quên những phiền não, thân tâm an lạc và tìm được cho mình một nơi chốn yên bình, bởi tôi đã đọc được rất nhiều bài thơ hay và phần nào cảm thông được như người trong cuộc.

Thơ ông bình dị, không làm dáng, không mộng tưởng, không phù phiếm, lập dị, nhẹ nhàng nhưng chất chứa nhiều tâm sự thế nhân rất gần gũi với đời thường, cũng như thoát ra từ tiếng nói của con tim một cách chân thành, tha thiết.

Ngoài ra, qua những trang thơ của ông là cả một (Suối nguồn tâm thức) hiền hòa như dòng chảy của con sông ngọn suối êm đềm muôn đời ra biển cả, không hận thù, không cuồng phong phẫn nộ, một nhân cách riêng: rất Thái Tú Hạp.

Tôi không biết, một ai đó đã từng tuyên bố một câu xanh rờn như thế này:
"Trong một tập thơ hay, chỉ cần một bài thơ hay là đủ. Trong một bài thơ hay chỉ cần một câu thơ hay là đủ và trong một câu thơ hay chỉ cần một chữ hay là đủ."

Tôi hoàn toàn không đồng ý với quan điểm này, vì nhận xét như thế hơi cường điệu, chủ quan, vì chỉ một bài thơ hay trong toàn tập cũng không đủ sức (gánh nổi) khối lượng khổng lồ mà nó phải chuyên chở, cưu mang theo trong ngàn câu, chữ.

Đọc thơ để cảm nhận, có khi cũng cần hiểu, dù rất ít, thâm ý của tác giả, để hòa mình vào thế giới riêng tư nào đó. Với tôi, Thái Tú Hạp đã làm được điều này qua nhiều tập thơ, nhiều bài thơ và rất nhiều câu thơ đạt tới đỉnh.

Một vài cảm nghĩ bất chợt, khi ngồi đọc Suối Nguồn Tâm Thức của thi sĩ Thái Tú Hạp, trong mùa đại dịch, viết mấy trang theo ý nghĩ chủ quan của mình chắc còn nhiều thiếu sót, phiến diện, rất mong ông thông cảm...

Chúc chị Ái Cầm luôn vui sống hạnh phúc trăm năm bên người yêu Thái Tú Hạp. Để ông tiếp tục thực hiện những hoài bão văn học nghệ thuật trong tương lai...

Xuyên Trà
Atlanta, những ngày cuối đông Tân Sửu 2021

NGUYỄN CHÂU
ĐỊA LINH

Ông Cả Trị tánh tình cương nghị, giọng nói oang oang đầu làng cuối xóm đều nghe, tóc búi tó như ông đạo xứ đàng trong. Hội đồng hương chức không ưa ông.

Vùng đất thiêng sinh nhiều bậc kỳ tài, chuộng văn hơn võ. Hai Văn - con trai lớn đam mê thơ phú, nhưng bất bình đi làm quốc sự. Con thứ: Ba Chương ương bướng từ nhỏ, khí khái hơn người, *"kiến ngãi bất vi vô dõng giả"* như Lục Vân Tiên.

Ông Cả Trị hỏi Lý trưởng Bông:

- Ông ở tầng nào trong giếng Thủ Bộ?

Giếng Thủ Bộ là ao làng. Lý trưởng Bông dộng ba-ton khảm bạc xuống nền gạch sân đình cạch cạch, quắc mắt:

- Ý ông là sao?

- Là ba ba, rùa, lươn, chạch, cá trê, cá lóc, cá mại, còng gió hay bèo? Mỗi loại chịu được tầng nước nông sâu khác nhau!

Lý trưởng Bông giận dữ bỏ đi một mạch, nhưng không hiểu ông Cả Trị nói gì.

Anh Rân xé hai mép lá thuốc, vấn lại thành điếu đưa lên liếm xoay xoay, chép miệng:

- Ông Cả cuồng chữ, có ngày điên!

Ông không dạy, nhưng các bài vè đám chăn trâu nghêu ngao ngoài biền vô tư lự là của ông, nhưng nhói lòng đám hội tề trong làng. Triền sông bên lở bên bồi, hơi đâu.

Hai Văn chán làm cách mạng, về làng. Nghe đâu Tôn Thất Thuyết tập kích vào thành Mang Cá (*Trấn Bình đài*) ngoài Huế, nhưng thất bại. Bị quân Pháp phản công nên phải đưa vua Hàm Nghi chạy về Tân Sở, hạ chiếu Cần Vương.

Lý trưởng Bông nghĩ kế trả thù, chỉ ngại Ba Chương đang theo học cụ Nghè An. Tính hắn cứng đầu, ngang ngạnh nhưng thông minh, cụ Nghè yêu quý còn định gả con gái cho.

Ông Cả Trị tra hỏi Hai Văn:

- Tại răng mi về? Mi có nhớ tấm gương lẫm liệt của quan phụ chính Trần Văn Kỷ theo hầu vua Cảnh Thịnh không? Khi chúa Nguyễn không dụ dỗ được ông, trọng tài nên cho hưởng "tam ban triều điển". Trước khi chết, ông xin về quê bái yết từ đường, nhưng đến ngã ba Sình, ông hô to: "Trung thần bất sự nhị quân", rồi nhảy xuống sông tự vẫn. Mi hãy tự xử.

Dòng sông Thu Bồn lững lờ trôi, ánh trăng hạ tuần gợn lên ánh bạc, biền dâu xanh ngắt thì thầm trong gió. Hai Văn nhìn về hướng Tây Nam mờ mờ dãy Trường Sơn. Căn cứ Tân Tỉnh, Trung Lộc núi non hiểm trở, hào sâu vực thẳm, nơi ẩn mình của nghĩa hội. Những người chí sĩ yêu nước như Trần Văn Dư, Nguyễn Duy Hiệu, Phan Bá Phiến, Tiểu La Nguyễn Thành... đang ngày đêm quên ăn bỏ ngủ, tìm mưu kế chống giặc.

Tiếng chim ăn đêm bay ngang trước mặt Hai Văn, rồi mất hút trong bụi tre ngà bên kia sông. Anh nhìn đình làng mái ngói thâm đen, bức bình phong lân mã trước sân bái đình nghinh đón linh khí trời đất, cầu cho quốc thái dân an.

Lũ cường hào thẳng tay o ép, dân tình ly tán nơm nớp oằn mình như con giun, con gián. Anh Rân cùng tráng đinh bị bắt đi phu làm đường từ Lăng Cô băng qua đèo Hải Vân vào Đà Nẵng.

Hai Văn giã biệt làng quê yêu dấu, khoác túi lên vai. Từ Hương An qua phà Tân An, xuyên Phú Bình đến sơn phòng Dương Yên. Đến nơi hay tin chủ soái Trần Văn Dư bị bắt và bị xử trảm. Đèo Đá Bon hiểm trở, một bên là núi, một bên là ruộng bậc thang. Lưng chừng đèo có một hòn đá rất to và có lỗ hổng bên trong, khi gõ vào đá kêu bon, nên gọi là đèo Đá Bon, đây là căn cứ phòng thủ của Nghĩa hội Quảng Nam. Toàn bộ khu căn cứ được bao bọc bởi hàng rào bằng tre, đầu vót nhọn, đan chéo vào nhau như những bàn chông.

Hai Văn cùng anh em nghĩa hội tập kích vào đồn công binh của Pháp dưới chân đèo Hải Vân. Người Pháp gọi là *"một biến cố đau thương vừa xảy ra ở Trung Kỳ"* nên ra sức đàn áp, Nguyễn Thân xua quân càn quét rất ngặt. Thất trận ở căn cứ Phước Sơn (thuộc Tiên Phước), Nguyễn Duy Hiệu và Phan Bá Phiến chạy thoát nhưng thế cùng lực tận, nghe lời thủ lĩnh Nguyễn Duy Hiệu, Phan Bá Phiến uống thuốc độc tự sát. Không thể để nghĩa quân ba tỉnh bị giết hại, Nguyễn Duy Hiệu thủ tiêu toàn bộ danh sách, tài liệu liên quan đến nghĩa hội.

"Chứng kiến cái chết của người đồng sự tâm phúc, Nguyễn Duy Hiệu trở về quê thăm viếng mẹ già. Xong, ông ra miếu thờ Quan Công ở giữa bãi cát Thanh Hà, mặc áo dài đen, đầu vấn khăn cẩn thận, ngồi xếp bằng trước bàn thờ, rồi sai người đi báo cho Nguyễn Thân đến bắt ông..."

Nghĩa hội Quảng Nam tan rã.

Anh Rân về làng, thân hình tiều tụy như con cò ma. Không bao lâu, lý trưởng Bông sung anh cùng tráng đinh trong làng vào lính khố xanh.

Sau khi đàn áp phong trào Nghĩa hội Quảng Nam, Nguyễn Thân được triều đình Huế cho lãnh chức Binh bộ thượng thư kiêm Tổng đốc Bình Định. Sau đó, được thăng lên Khâm mạng tiết chế quân vụ, lùng diệt cuộc khởi nghĩa Hương Khê do Phan Đình Phùng lãnh đạo. Do thế yếu cùng binh tướng tan rã, Phan Đình Phùng uống thuốc độc tự tử. Nguyễn Thân cho quật mồ Phan Đình Phùng, thiêu đốt thành tro, rồi trộn với thuốc súng, bắn xuống sông La.

Hai Văn biệt vô âm tín. Ba Chương được bổ đi làm Giáo thụ, vốn tính khí khái và lòng ái quốc vô biên, anh truyền thụ cho môn sinh những tấm gương sáng chói lòng yêu nước. Ca tụng phong trào khởi nghĩa của Nguyễn Trung Trực, được danh sĩ Huỳnh Mẫn Đạt khen ngợi:

"Hỏa hồng Nhật Tảo oanh thiên địa

    Kiếm bạt Kiên Giang khấp quỷ thần."

Thêm việc tát tai tri huyện N. do thói nịnh trên đạp dưới, Ba Chương giũ áo từ quan về làng, mở trường dạy học.

Lũ sâu dân mọt nước hả hê, chúng giấu truyền đơn kêu gọi chống chính quyền Bảo hộ, chống độc quyền bán thuốc phiện và rượu trong lu nước cạn khô của nhà Cả Trị.

Ông Cả Trị cười như điên, tay vuốt chòm râu bạc, nói với hương quản Trọng:

- Mi nhìn đi, dấu mấy ngón tay mi rành rành trên miệng lu. Bó truyền đơn này cũng có, tau cho mi mọt gông!

Hương quản Trọng mặt tái mét, ấp a ấp úng...

- Tau thương mi ngu dại, vợ khờ con đông. Mi cầm lên, đem ra ngõ đốt liền trước mặt bà con ở đây. Tổ cha mi!

Ngọn lửa soi rọi rõ khuôn mặt hắn, thớ thịt run run trong ánh sáng bập bùng.

Ông Cả Trị đưa tờ giấy hồng điều, lật mặt sau biểu hương quản Trọng điểm chỉ bằng tro than trộn mồ hôi của hắn. Hắn chưa nhìn ông đã sợ riu ríu nghe lời, không cần biết ông viết gì.

Lý trưởng Bông nghe xong, đập bàn cái rầm. Kiểu này chẳng khác chi gậy ông đập lưng ông, hương quản Trọng tay chân run như cầy sấy.

- Vậy chớ hắn viết cái chi mà mi điểm chỉ?

Lý trưởng Bông tái người khi thấy ông Cả Trị chống gậy đến trước sân, lão xăng xái ra đón, giọng đẩy đưa:

- Chớ ông Cả đi mô mà tạt qua đây? Xin mời, xin mời...

Cả Trị lật vạt áo, lấy tờ giấy hồng điều. Lý trưởng Bông rót trà, tay run run liếc nhìn ông Cả, lão cố lên giọng trấn áp của quan phụ mẫu:

- Tình hình trị an dạo này ngặt lắm nghe ông Cả, tui nghe bọn nghĩa hội trốn về nằm quanh đâu đây...

Cả Trị bật cười ha hả, tay búng nhẹ con sâu róm đang uốn mình bò lên mép bàn, chậm rãi:

- Hắn lông lá thấy ghê, nọc độc đầy mình, nhưng thoát xác thành loài bướm đẹp mê hồn. Nó khác với các ông, đem lời ma mị ngọt như mía lùi, nhưng chết người lúc nào không hay. Ông Lý hay chọn nhầm người, dụng nhân như dụng mộc, cái thằng quá thật thà như Hương quản Trọng, không làm chuyện thất đức được đâu. Đời mà, ngưu tầm ngưu mã tầm mã!

Lý trưởng Bông cười giả lả mà như á khẩu. Cả Trị bước ra sân nghêu ngao:

> *"Trong Nam, tên họ nổi như cồn*
> *Mấy trận Gò Công nức tiếng đồn*
> *Đấu đạn hỡi rêm tàu bạch quỷ*
> *Hơi gươm thêm rạng vẻ huỳnh môn*
> *Ngọn cờ ứng nghĩa trời chưa bẻ*
> *Quả ấn Bình Tây đất vội chôn*
> *Nỡ khiến anh hùng rơi giọt lụy*
> *Lâm râm ba chữ điếu linh hồn."*
>
> (Văn tế Trương Định – Nguyễn Đình Chiểu)

Thành bại do thiên mệnh, xuất phát từ nhân tâm. Nhân tâm là thiên đạo, tồn vong cũng chính từ đây.

Cả Trị kéo chéo áo lau giọt nước mắt ứa ra tự lúc nào, dáng liêu xiêu cố rướn về đàng trước như mong tìm vừng hồng của buổi bình minh. Tia nắng hiếm hoi của tiết Đông chí làm bừng sáng mái đầu bạc trắng của ông.

Ba Chương vân vê thông tri của quan đốc học, đình chỉ hoạt động trường làng của anh. Cấm chỉ *"Khai dân trí, chấn dân khí, hậu dân sinh."*(Phan Chu Trinh). Bọn làm giặc toàn là bọn có chữ nghĩa.

Lý Bông vỗ vai hương sư Trịnh:

- Có vậy chớ! Lũ dân ngu khu đen dễ sai, dễ dạy. Thật là quan trên sáng suốt!

Cánh đồng làng không màu xanh, năm ni chắc đói. Mùa màng sâu rầy đen nghịt, đui ngọn, giàn đậu đũa trái dài thòng nhưng không có hạt. Thiên không thời, địa không lợi, lòng người mất hòa hiếu, ly tán.

Ba Chương ngậm ngùi nhìn ông Cả Trị, ngày mỗi hom hem, chỉ còn đôi mắt nhưng đã mờ dần. Anh mong cha anh mù hẳn, tai điếc đặc, có khi cha anh còn sống được lâu dài cùng con cháu.

Ba Chương ngán ngẩm, đời như lá úa, lộng giả thành chân.

Đốc học T. trật chánh ngũ phẩm văn giai, xuất thân từ trường hậu bổ, vốn chỉ là ấm sinh con nhà quan được đặc cách. Lão ngồi chễm chệ, trong đầu chứa toàn đất đá, mưu mô và tư lợi. Lão ra thông tư cấm triệt học sinh các trường trong phủ mặc quốc phục. Phải chào cờ "tam tài" và hát quốc ca Pháp. Các quan Nam triều khăn xếp áo dài, riêng quan đốc học oai phong trong bộ complet – cà vạt. Quan không cận thị, nhưng cặp kính trắng lồ lộ luôn hiện hữu trên khuôn mặt tai tái, môi thâm như nghiện thuốc phiện của lão.

Người ta phát hiện Cả Trị chết cong queo dưới gốc trâm già, vì ăn bả chó. Lạ một điều, da ông không tím tái, miệng không sùi bọt mép như người nhiễm độc. Quan đốc-tờ khám nghiệm qua loa, cho gia đình lãnh về chôn. Ông Cả chưa được hưởng chữ thọ.

Sau cái chết của cha, Ba Chương bỏ đi biệt xứ, ruộng vườn hoang hóa, cỏ mọc lút đầu. Những đêm trăng, nghe tiếng kêu gào của lũ mèo hoang động đực, càng rợn người. Dân làng khiếp vía, mùa màng thất bát, sưu thuế lại tăng.

Lý trưởng Bông thở phào, như nhổ được cái gai trong mắt.

Hướng tây nam, trông về Hòn Kẽm đá dừng mù mịt, sấm chớp liên hồi. Trời sắp tàn Đông nhưng cơn mưa dữ dội từ Trường Sơn kéo về đồng bằng. "Cơn đằng Tây chẳng mưa dây cũng bão giật". Bỗng sét đánh đinh tai, kèm theo tiếng gì rạn vỡ khô khốc. Bức bình phong lân rồng của đình làng nứt toác, như nhát gươm chém ngang, lìa đầu rồng lân. Điềm trời báo hiệu bất thường: Thần hoàng đã bay về trời. Địa bất linh, nhân kiệt cũng tiêu vong.

Nguyễn Châu

"trời cao quê nhà xa"
nỗi nhớ đời thăm thẳm
khổ tâm hồn chưa già
càng tiếc thương chất ngất

luanhoan

LƯƠNG THIẾU VĂN
NGUYỄN THỊ HOÀNG,
MÀU RÊU DÕI BÓNG DẤU THỜI GIAN
(cảm nhận tập thơ "Mây Bay Qua Trời Xưa")

Nhắc đến Nguyễn Thị Hoàng, người ta nhớ đến một nhà văn nữ nổi tiếng trong năm nhà văn nữ thành danh của văn chương miền Nam trước 1975: Nhã Ca, Trùng Dương, Túy Hồng, Nguyễn Thị Thụy Vũ và Nguyễn Thị Hoàng, mỗi người bằng một bút pháp khác biệt đã tạo cho mình một dấu ấn riêng, một thời làm mưa làm gió trên văn đàn và trong lòng người đọc thập niên 60 và giữa thập niên 70 thời bấy giờ. Nhắc đến Nguyễn Thị Hoàng là nhắc đến một tác giả nữ viết văn xuôi tài năng, sung mãn về bút lực, sáng tạo phong phú về đề tài, văn chương đậm chất hiện sinh, lối viết quý phái sang trọng, với gần 30 tiểu thuyết và nhiều tập truyện ngắn, trong đó có tiểu thuyết "Vòng tay học trò" từng gây "chấn động", xôn xao văn đàn miền Nam một thời.

Nguyễn Thị Hoàng đến với văn chương khá sớm. Theo nhiều tài liệu phổ biến Nguyễn Thị Hoàng sinh ngày 11.12.1939 tại Huế. Nhiều trang mạng điện tử chỉ ghi quê quán là Huế, song thực thì đó là nơi sinh, nguyên quán ở thôn Quảng Điền, xã Triệu Đại, huyện Triệu Phong, tỉnh Quảng Trị. Hồi nhỏ học Đồng Khánh, Huế. Năm 1957, chuyển vào sinh sống ở Nha Trang. Khởi viết bằng thơ, đăng bài đầu từ những năm 1960 ở Bách Khoa, Văn. Từ 1960 vào Sài Gòn học Đại học Văn khoa và Luật. Chán chương trình, không khí ở Văn khoa, Luật, bỏ học đi làm, đi dạy Việt Văn và Anh văn ở Sài Gòn, rồi giáo sư Việt văn ở Đà Lạt. Nguyễn Thị Hoàng kể: "Trường nữ dư giáo sư, trường nam thiếu nên xảy chuyện "hoa lạc giữa rừng gươm", 1962. Năm sau bỏ Đà-Lạt. Mùa hè 1964, với một xấp pelure ố vàng, một cây bút gì đó, viết một hơi một tháng hoàn thành tác phẩm *Vòng tay học trò*. Bách Khoa in mấy kỳ, thiên hạ xôn xao" (Trả lời phỏng vấn của Mai Ninh). Đây cũng là tác phẩm đầu tay của nhà văn in dưới bút danh Hoàng Đông Phương xuất bản năm 1966, đã đưa tên tuổi Nguyễn Thị Hoàng nổi tiếng là một trong những tác giả có sách bán chạy nhất ở Sài Gòn trong những năm 1960. Tác phẩm được tái bản 4 lần trong vòng mấy tháng, nhưng sóng gió cũng bắt đầu từ đó. Từ 1966, bà bỏ làm việc, bỏ dạy học, chỉ chuyên tâm viết tiểu thuyết cho đến 1975. Từ 1966 đến 1974 hơn 30 tác phẩm truyện dài và truyện ngắn liên tiếp được xuất bản. Sau này, chính nhà văn cho rằng đây là giai đoạn tồi tệ nhất của mình, do bức bách cuộc sống, phải viết để sống, không phải sống để viết. Chỉ để sống. Làm sao để có thể sống. Và vì bầy con gái của mình trong hoàn cảnh chiến tranh loạn lạc bất an, chồng bà liên tục phải trốn lính, bị bắt lính rồi đào ngũ và tiếp tục trốn... Gánh nặng mưu sinh như dồn cả đôi vai gầy guộc của người phụ nữ đa đoan đầy cá tính, đầy đam mê văn chương, khát khao được sống như chính mình, là mình, nhưng cũng đầy bổn phận và trách nhiệm với gia đình ấy.

Nhưng có lẽ nhiều người sẽ ngạc nhiên hơn con đường bước vào văn chương của chị trước tiên không phải là văn mà là thơ. Hãy nghe tâm sự của bà về khoảng thời gian đó:

"... Từ lớp nhất (lớp 5 bây giờ) trường Đoàn Thị Điểm, Huế, những bài thơ rỉ rả đầu tiên, không vì đâu vì sao viết vào trang vở xé, nhét xuống học bàn, bỏ quên đâu đó, rồi những bài được gọi là thơ khởi nguồn từ lớp đệ ngũ (lớp 8) Đồng Khánh, bạn bè và cô giáo bắt gặp chuyền nhau đọc, in lên bích báo trường, chép lén chia nhau... Người viết ra không có và cũng chẳng nhớ bài nào. Chỉ một

câu trong Tình vật lý cô giáo khen ngợi ngâm nga "ai bình phương cường độ của lòng đau", toàn những chữ của bài đã học. Mười bốn tuổi chưa có lòng thì lấy gì đau, thật là... láo toét. Cũng có thể là dự báo thời tiết cho cuộc đời bất ổn mai sau. Cùng thời là bài Chi lạ rứa. Bạn bên cạnh chép, rồi truyền đi, lớp này, lớp khác. Người viết lại không có và không nhớ, trừ một vài câu nghe mãi xung quanh "Chi lạ rứa chiều ni tui muốn khóc. Ngó chi tui đồ cỏ mọn hoa hèn". Nói cho văn vẻ thôi, không là cỏ mọn, hoa hèn gì đâu. Thơ biến mất nhưng nguyên nhân thì còn lại. Ngồi tựa gốc cây phượng sân trường giờ chơi nhìn ra lối vào bên kia bãi cỏ, người đi vào lững thững đứng lại nghiêng đầu nhìn không đăm đăm nhưng lâu hơn một thoáng, mỉm cười... Có vậy thôi mà "chi lạ rứa bên ni bờ tui khóc".

... Cho đến khoảng 1960, nhóm Bách Khoa của Lê Ngộ Châu, tình cờ mà cơ duyên, tìm được và tóm gọn những bài thơ đầu tiên trong mấy tập thơ viết tay bị lấy mất. 1964 là chuyển đoạn qua cuộc trường kỳ kháng chiến phu thê, thơ biến mất nhường lời cho tiểu thuyết (Nguyễn Hiến Lê gọi Nguyễn Thị Hoàng là tiểu thuyết gia, mấy người khác còn gọi là văn hào, đại văn hào, thật hay đùa không cần biết nhưng vẫn được trả lời vui vẻ, đúng rồi, thêm giùm chữ g, là văng đại xuống hào).

Những năm 70, rồi 80, 90, thơ sống lại từ những nguồn cơn và tâm cảnh khác, thoi thóp và bất thường như hơi thở khi triền miên khi đứt nối chập chờn. Thật ra, từ 90, thơ theo dòng những biến chuyển khác, cuộc đời và cảm nghĩ, dần dần ra khỏi những ác mộng triền miên, thấy biết mà chưa thể lên đường phương hướng mới."

Dấu vết trên đường đi của một con người qua số mệnh, mỗi một có vẻ như chính là nhưng chẳng phải. Như mỗi hạt ngọc hay đá không là xâu chuỗi, mà phải liên kết bằng sợi dây ẩn khuất bên trong mới biết được là gì. Từ những than van rên rỉ vì những biến cố tội phúc đầu tiên, đến lời câm trách oán về lối rẽ bất ngờ từ nợ duyên tiền kiếp, giây phút hồi sinh xao xuyến vì vẻ đẹp tương giao thoáng qua thân ái xa vời, trở về ngõ đời phận sự tắt tiếng im hơi. Một thời dài chìm đắm viết để sống mà không bao giờ được sống để viết."

Bà như trầm mình trong những dòng suy tư khi nói về thơ. Thơ là cái bóng không thể xa rời hình dù nó lẫn khuất đâu đó không hề lộ diện:

"Rồi đêm mưa khởi đầu cơn ác mộng triền miên. Thơ trở về nỉ non, tha thiết, đắm đuối, mơ say... Toàn thể tâm thức và tình thế của một thứ người nín sống từ lâu tỉnh dậy. Chỉ là tỉnh dậy trong chiêm bao để nương tựa và phóng hóa tương đối thành tuyệt đối, để tìm lại mình, để níu lại đời. Cho đến khi đêm dài dứt nẻo, ngày trở về nguyên sơ thể tính bình minh.

Qua những khúc đời lưu chuyển ấy, thơ đến rồi đi, không giữ gìn không ước hẹn. Đến, từ một xúc động bất chợt mong manh vẻ thoáng hiện sáng ngời của bóng dáng, sợi nắng, giọt mưa, cơn gió, bông hoa, bờ rêu, vệt cỏ... Trên tất cả thường là một hình tượng mơ hồ ảo giác không bao giờ có thật trên đời, hoặc có thì cũng chỉ là lầm tưởng. Những lúc ấy thơ như con dã tràng trên bãi cát, chụp bắt nhanh hoặc biến mất vào những lỗ sóng xoi mòn. Nên vớ phải bất cứ thứ bút gì, mảnh giấy vụn nào, tờ lịch xé, mẩu hóa đơn... ghi nhanh có khi trong đêm chưa kịp bật sáng đèn, ngoài đường đi, trên xe tàu, bãi bờ, bất cứ lúc nào và bất cứ nơi đâu, hứng đón lấy khi nó ứa ra, như giọt máu từ vết thương, nước mắt khi hoài niệm, mồ hôi thời bửa củi trên rừng... Chỉ cần thở ra được hơi thở lửa nén vào lúc ấy. Sau đó, những mảnh rời vất bỏ, mất mát, lẫn lộn vào đâu trong mớ bản thảo cùng chôn vùi rách nát mấy mươi năm".

Như vậy, truyện ngắn và tiểu thuyết không phải là hai thể loại mở đầu sự nghiệp sáng tác của Nguyễn Thị Hoàng mà chính là thơ. Có thể nói *"Thơ là người tình đầu tiên của bà"*. *"Năm 1960 với tập Sầu riêng, năm 1961 tập thơ thứ hai Kiếp đam mê. Nhiều anh chị em văn nghệ sĩ và thân hữu của tôi, khi nhắc đến Nguyễn Thị Hoàng vẫn đọc ngay bài Chi lạ rứa mà nửa thế kỷ trước các anh chị từng yêu mến:*

Chi lạ rứa, chiều ni tui muốn khóc,
Ngó chi tui đồ cỏ mọn, hoa hèn.
Nhìn chi tui hình đom đóm đêm đen,

Cho tui tủi bên ni bờ cô tịch.

Tui ao ước có bao giờ tuyệt đích,
Tui van xin răng mà cứ làm ngơ.
Rồi ngó tui, chi lạ rứa hững hờ,
Ghét, yêu, mến, vô duyên và trơ trẽn!"

...

Bà trở lại với thơ qua tập *"Mây bay qua trời xưa"* năm 2020 sau nhiều năm vắng bóng. Đây là tập thơ thứ ba của bà sau tập *Sầu riêng* (1960), *Kiếp đam mê* (1961), tập hợp tuyển chọn những bài thơ Nguyễn Thị Hoàng viết từ 1960 đến 2018. *Mây bay qua trời xưa*, tập thơ mới nhất với 137 bài thơ ngắn dài viết trong 58 năm, đối với chúng ta đó là một khoảng thời gian quá dài cho sự hình thành ra đời một tập thơ. Trong 58 năm đó, từ một phụ nữ thanh xuân tràn đầy nhựa sống với bao khát vọng mộng mơ trải qua bao biến thiên dữ dội của thời cuộc tâm hồn ấy đã ít nhiều chai sạn, hững hờ thậm chí cần cỗi của một người đàn đà tuổi xế chiều đang men theo bờ vực về nơi vĩnh hằng, 58 năm cả một đời người lăn trầm trong vòng xoáy định mệnh có thể làm thay đổi bất cứ điều gì thì không dễ gì chúng ta nắm bắt hay theo kịp khúc dã cầm trong từng nốt thơ trải dài trong cuộc dâu bể đó, cho nên những cảm nhận suy nghĩ của chúng ta viết về thơ bà cũng chỉ dừng lại ở sự đồng cảm về số phận người đàn bà luôn ẩn chứa hoài nghi trong lòng và luôn muốn vượt thoát như dòng suối nhỏ chảy về sông và sông xuôi về biển lớn mà thôi.

Bà đã từng tâm sự:

"Thơ là tiếng im thoát ra từ niềm đau, như giọt máu ứa từ vết thương lặng lẽ. Là tiếng vọng thiết tha của yêu thương, bâng khuâng của tưởng tiếc những vẻ đẹp, nguồn vui đã đến rồi đi mất hút suốt đời. Đôi khi cũng là tiếng gào la thống hận, hay tiếng vang lừng ca ngợi hân hoan. Là tiếp điểm của cảm ứng giữa con người và thiên nhiên, mối nối êm đềm giữa nội tâm cùng ngoại giới. Là nguồn xúc

động ngắn ngủi hay dài lâu của chủ thể và tha nhân, khi tình cờ bắt gặp hay tìm kiếm được đáp số trên hành trình thao thức chờ mong.

Nên, thơ là nguồn xúc động, phấn chấn bên trong từ một hiện tượng, sự kiện, tình thế bên ngoài, hoặc một bất ngờ hiện tại vang dội từ đáy thẳm hồi ức và hoài niệm. Cuộc bốc thoát và trôi lướt hồn nhiên của ý trên dòng êm vô thức ấy, dẫu lặng mà không tịnh vì huyên náo âm vang khắp thần trí và tâm can người cảm niệm.

Nếu tiểu thuyết giới hạn trong mô hình của chủ đề thì thơ mông lung vô tận như mây trời, vì là cuộc vỡ tràn của uẩn thức nương theo vay mượn ngôn từ của ý thức bốc thoát ra cõi hữu hình xa lạ và đôi khi đối nghịch. Vì thế thơ phải hoàn toàn được tự do về ý tứ diễn tả, trừ những thể loại tất yếu chiều theo âm luật của thơ. Và cũng không thể uốn ép thơ như tóc đàn bà theo kiểu mẫu của người nhìn ngắm. Cũng đừng thắc mắc dò hỏi từ đâu và tại sao. Vì, nó như thế là như thế. Vấn đề là cảm hay không cảm. Có thể cảm mà không nhận. Có thể cảm và nhận thì cảm nhận ấy sắc phong thơ thành hòa điệu vô thanh của những tâm hồn cách trở mà vẫn có thể cùng nhau."

Khi đọc tập thơ, điều đầu tiên tôi chú ý đến 4 câu thơ trong bài Lời Rêu của chị nằm ở tai bìa sau tác phẩm:

Ai đi qua xa vắng
Bỏ chiều run một mình
Giọt cà phê máu mặn
Nỗi nhớ này quyên sinh...
(Lời Rêu)

Chị đã chọn 4 câu thơ trong số 36 câu thơ của bài thơ để trút lấy nỗi niềm và suy tư nghiền ngẫm về sự cô đơn, thân phận nhỏ nhoi của một kiếp người thì chỉ có tác giả mới lý giải cho điều này được mà thôi. Có lẽ nhận ra tính cách khác lạ trong luồng tư tưởng của bài thơ mà nhạc sĩ Phú Quang đã chọn để phổ nhạc bài này chăng? Qua tiếng hát ngọt ngào sâu lắng của nhiều ca sĩ như Ngọc Anh, Trần Thu Hà... đã lột tả phần nào cái uẩn khúc trong lòng người đàn bà đa đoan đầy trắc ẩn. Câu chuyện được kể như thế này:

"Sau năm 1975, nữ tác giả Nguyễn Thị Hoàng gần như ở ẩn và không đi lại với giới cầm bút. Tuy nhiên, đầu thập niên 1990, có một nhân vật thường xuyên tiếp xúc với nữ tác giả Nguyễn Thị Hoàng là nhạc sĩ Phú Quang.

Không chỉ là một người hâm mộ tiểu thuyết Nguyễn Thị Hoàng, nhạc sĩ Phú Quang còn được nữ tác giả chia sẻ những bài thơ mới sáng tác. Cách đây 30 năm, tại quán cà phê do ái nữ của Nguyễn Thị Hoàng làm chủ, nhạc sĩ Phú Quang đã được Nguyễn Thị Hoàng đọc cho nghe bài thơ "Lời rêu". Những tâm tư cồn cào trong "Lời rêu" đã khiến nhạc sĩ Phú Quang lập tức phổ nhạc thành ca khúc cùng tên."

Những câu thơ khi đọc lên làm ray rứt khôn nguôi, nỗi đắng cay nhọc nhằn, niềm cô độc lẻ loi trở thành những giọt sầu rơi đọng trên trang bản thảo đong đầy nước mắt:

... Uống cùng nhau một giọt
Đắng cay nào chia đôi
Chung một niềm đơn độc
Riêng mỗi đời pha phôi
...
Ngày mai ta bỏ đi
Trần gian xin trả lại
Đá tảng nào vô tri
Chết một đời rêu ai.

Trong *Mây bay qua trời xưa* ta thấy đa số là những bài thơ ngắn viết theo thể thơ lục bát, năm chữ hay bốn chữ chiếm đại đa số, đối với bà có lẽ chỉ cần vài câu thơ ngắn cũng diễn tả được nỗi lòng chất chứa đầy tâm sự cần gì phải viết chi dông dài?

Qua thơ bà, ta cảm nhận làm người sao khó thế, bao giờ như đứng trước một ngã tư, sự chao đảo phân rẽ trước các lối đi làm cho "Không còn nước mắt chiều nay" chăng?:

Đèn xanh đèn đỏ rồi đây
Bơ vơ tôi đứng trông ngày tàn vơi
Bao nhiêu xác lá lìa đời
Trầm luân rõ dấu trên mười ngón tay
Không còn nước mắt chiều nay
Cho tôi khóc những tháng ngày âm u.
(Ngã tư)

Thời gian có thể làm cho người ta xa mặt cách lòng, cũng có thể gần lắm trước mắt mà lại không thấy nhau, linh hồn lãng du nơi xa xôi ngàn dặm:
Thôi tôi dừng bước lãng du
Bốn phương dằng dặc sương mù về đâu
Nhớ em đêm tủi ngày sầu
Ơi con đường sắt chuyến tàu về không
(Xa nhau)

Không hiếm những bài thơ 4 chữ, ý lại lắng đọng gợi cho người đọc nhiều cảm xúc những gì phía sau những dòng thơ ngắn ngủi đó:

Xa nhau từ đây
Mùa tàn trên tay
Trông nhau lần cuối
Khói hoàng hôn bay
(Quán)

Hay:
Gió còn thổi mãi
Lời ta ru người
Ngân trong đêm dài
Niềm yêu đời đời
(Gió xưa)

Làm tôi nhớ đến thơ của Tuệ Mai cũng thế:
Một lần khép nép
Chào biệt mẹ cha
Phận con là gái
Như hạt mưa sa...
(Bài thơ vu quy)

Cũng có những bài thơ rất ngắn chỉ có 4 câu như Xót xa, Mất, Lưới, Đừng, Chôn, Hận, Biểu tưởng, Tiếng chiều, Dỗ dành, Tự thuật... trải dài suốt tập thơ cho thấy bà trong một lúc hứng khởi nào đó viết ngay rồi lại vứt bút như muốn quên đi tất cả:

Sáng nay trên bản thảo
Đường cong một đôi môi
Giữa làn hương hư ảo
Lung linh một dáng ngồi
(Biểu tượng)

Đôi khi xen vào đó là một bài thơ rất dài viết theo thể tự do trường thiên trên 100 câu tạo cho ta có ý nghĩ bài thơ nhiều lớp sóng chồng lên nhau vỗ vào bờ không bao giờ dứt, có cảm giác giữa thời gian và không gian không còn có sự cách biệt nào khác:

... Hỡi em
Vầng mặt trời vĩnh biệt
Ta chẳng còn gì hơn màu xanh trú ẩn
Nơi bóng hình vô ưu
Nơi cuộc tình mưa ngâu
Ta chẳng còn đường đi và chẳng còn nơi đến
Chuyến tàu qua thâu đêm
Em đầy trời sao sáng...
(Cổ tích)

Cái cô độc khi bỏ phố lên rừng, phải chăng lúc ấy con người mới thấu cảm và hòa đồng cùng trời đất, trăng sao, mây gió, con người sao quá nhỏ nhoi đến thế:
Năm năm vác cuốc lên rừng
Ngày vui khoai sắn đêm mừng trăng sao

Kêu gì đất thấp trời cao
Thương gì thân đã gầy hao hết đời
(Lên rừng)

Một cái nhìn lạ lẫm cho một cuộc phục sinh, hai tâm hồn như quyện vào nhau, tình yêu trong lòng người đàn bà trỗi dậy sao mà ngọt ngào dễ thương mà gắn bó chân tình đến thế:

Em sẽ rửa chân anh
Bằng môi và tóc em
Buổi chiều nào gió im lời gió
Để bờ cây lặng im
Cõi chúng mình
...
Em sẽ rửa chân anh
Với ngàn hoa hồng xanh
Ngày lễ mừng thức dậy
Trên sắc bóng long lanh
Vũ trụ mình
(Phục sinh)

Và đời người phải chăng chỉ là một đám mây, một dòng nước trôi đi:

Này tôi còn lại gì không
Xót xa cát bụi tần ngần ước mơ
Bên nhau mãi mãi đôi bờ
Cuối khe chiều lạnh bơ phờ gió đông
Này em còn lại gì không
Hai ta là cõi mù sương cuối cùng
(Còn lại)

Mỗi lần đọc lại thơ Nguyễn Thị Hoàng là ta khám phá ra thêm những điều mới mẻ khác, có người nhận xét thơ Nguyễn Thị Hoàng đề cập nhiều cung bậc nhân sinh, nhưng cũng như bao nhiêu nhà thơ khác, Nguyễn Thị Hoàng viết nhiều thơ tình và phải nói suối nguồn cảm hứng này ở bà tuôn trào dạt dào, lai láng.

Chị Hoàng Kim Oanh, nhà phê bình văn học có nhận xét; "Nguyễn Thị Hoàng vẫn là Nguyễn Thị Hoàng. Dù trong *Mây bay qua trời xưa* tập thơ mới nhất với 137 bài thơ ngắn dài viết từ 1960 đến 2018 đã không ít câu thấp thoáng bóng hình hai chữ hư vô...

"Này tôi còn lại gì không
xót xa cát bụi tần ngần ước mơ"
(Còn lại, tr.133)

"Cuối chiều mây đã vắng
trên đầu tóc đã thay
trong ly men đã đắng
bên người hương đã phai"
(Hoang vu, tr.168)

"Ai đi qua xa vắng
Bỏ chiều run một mình
Giọt cà phê máu mặn
Nỗi nhớ này quyên sinh"
...
Ngày mai ta bỏ đi
Trần gian xin trả lại
Đá tảng nào vô tri
Chết một đời rêu ai"
(Lời rêu, 107-9)

Bùi Giáng lúc sinh thời đã dành những lời ngợi khen: "Thơ Nguyễn Thị Hoàng trang nhã như thơ Bà huyện Thanh Quan, mà lại cũng cay đắng như thơ Hồ Xuân Hương, nhiều lúc nghe thống thiết như thơ bà Đoàn Thị Điểm". Không biết có đúng không nên tôi xin dành cho mọi người thẩm định vậy.

Nguyễn Thị Hoàng đã từng có nhận xét về cách phê bình nhận định của các nhà lý luận văn học:

"Giữa những người viết và những người phê bình luôn là khoảng cách mênh mông, tôi không thể nào đọc và hiểu họ cũng như họ không đọc và hiểu tôi."

Bà còn có những suy tư rất khác về cách viết, cách phê bình của họ: *"Phê bình là phải hiểu, phải tương thông với nhau, không cần lý thuyết hay triết lý nào, là cảm nhận được chút gì đó, do tiếp xúc, do gần gũi, do nhìn ngắm được nhau. Gọi là quan niệm về phê bình hay cũng là mơ ước, mong muốn những đồng cảm khách quan khi nhìn nhận đánh giá bất kỳ tác phẩm, tác giả nào, thân hay sơ, không phải tiếng nói một chiều mà đa chiều kích. Và người viết có thể vượt qua những định kiến khen chê có thể có, không chờ đợi cũng không hy vọng hay thất vọng. Viết như mình cảm nhận và mong muốn nhắn gửi với cuộc đời."*

Tôi cũng rất đồng tình với bà về nhận định này nên khi viết cảm nhận về thơ bà tôi chỉ muốn ghi lại những cảm xúc rung động chân thật còn muốn hiểu rõ tâm trạng người đàn bà làm thơ *"như giọt máu ứa từ vết thương lặng lẽ"* thì thật khó thay. Tôi là người làm thơ, yêu thơ và thích đọc thơ của người khác dù người đó nổi tiếng hay không nổi tiếng miễn là chạm tới trái tim mình thì những cung bậc văn chương lại rung lên. Thơ Nguyễn Thị Hoàng là cả một trời riêng của bà, là lời rêu trên mái ngói rêu phong, là tiếng chim đêm buồn thảm bay qua vườn xưa, là khúc hát dành cho người tình cũ, là sự thao thức trầm luân của một kiếp người đi qua dâu bể. Thôi thì xin dừng lại bằng mấy câu thơ:

Mây bay qua trời xưa
Bóng thời gian chìm khuất
Người về đã về chưa
Mùi rêu còn vương vất.

Lương Thiếu Văn
Bên bờ Kênh Tẻ, tháng 3-2022

Tham khảo:
1- Nguyễn Thị Hoàng – Người yêu muôn thuở của Phạm Thị Hoài
2- Nguyễn Thị Hoàng "Đâu biết đời kia vẫn đợi chờ"... của Hoàng Kim Oanh
3- Thơ Như Giọt Máu Ứa của Nguyễn Hoàn

NGUYỄN MINH NỮU
NHỚ VỀ BÀI HÁT "TRÊN ĐỒI ARLINGTON" CỦA NGUYỄN ĐỨC QUANG

Trong lần về vùng Hoa Thịnh Đốn khoảng giữa năm 2004, anh Nguyễn Đức Quang ở tại nhà tôi. Đón anh ở phi trường, người nhạc sĩ đến với hành trang chỉ là một cái va li nhỏ và cây đàn cầm tay. Anh cho biết sẽ ở đây bốn ngày với tám cái hẹn liên tiếp nhau, trong đó cá biệt có ngày có tới ba cái hẹn, bận rộn và tất bật nhưng phong cách của anh vẫn thật thong dong như một chuyến rong chơi. Ngay khi bước lên xe, là lời anh căn dặn:
"Em sẽ đưa anh đi dự buổi họp với Hướng Đạo ở nhà Huynh Trưởng Bác Sĩ Nguyễn Đức Tùng vì có một trưởng Thuất ở Úc qua, sau đó tối ngày hôm sau sẽ đưa anh tới Café Montmartre, ở đó Giang Hữu Tuyên và Lê Thiệp có chuẩn bị một buổi họp mặt với anh em, sinh hoạt văn nghệ hát nhạc của anh, ngày hôm sau thì anh đi với Bùi Mạnh Hùng thăm DC suốt ngày, sau đó anh sẽ về ở nhà của Lê Thiệp." Đó chỉ là một trong những sinh hoạt, cái chính của chuyến này là một đêm Du Ca tổ chức tại nhà hàng Saigon House mà số vé bán phổ biến đã gần 500 rồi. Chương trình lần này sẽ do Ngô Vương Toại làm MC.

Trước đó 4 năm, Thanhsgiving năm 2000, Anh Nguyễn Đức Quang cũng đã có một buổi sinh hoạt ca khúc cộng đồng thật náo nhiệt. Bốn năm trước, khi Trưởng Ngô Mạnh Thu còn khỏe, chuyến ghé về DC, các tổ chức thanh niên như Hướng Đạo, Gia Đình Phật Tử, Tổng hội sinh viên, và các Vietnamese Club của các trường trung học chung tay làm một buổi hát cộng đồng. Lần đó, tôi bất ngờ bị đẩy ra làm người điều khiển chương trình, và nảy sinh một phối hợp thú vị là làm thành một ban tứ ca thật xuất sắc gồm: Ngô Mạnh Thu, Nguyễn Đức Quang, Trần Anh Kiệt và chị

Nguyễn Thị Nhuận. Chuyến hát vui đó, Trưởng Nguyễn Đức Quang có ghi lại trong một thư gửi anh chị em Du ca trên Web Du Ca:

"... Trở lại với khách gặp thì phải nói đến Nguyễn Minh Nữu, đầu tuần rồi lếch thếch từ Washington DC xuống đến tòa soạn tôi: "Thưa trưởng, em là ... " Cái anh chàng lốp bốp đó ngày nay đang làm văn hóa, văn nghệ với tờ báo cũng mang tên đó. "Văn Nghệ" cũng sống được, thở được trên vùng thủ đô nước Mỹ.

Tôi nhớ năm 2000, dịp Thanksgiving lên thăm xứ này với buổi hát cho các bạn trẻ ở trong vùng. Các bạn trẻ là các đoàn Hướng Đạo, Phật Tử, Sinh viên, Học sinh, 400 con người chiếm hết nhà hàng Galaxy hát một buổi đã điếu. Nữu là MC chính cho khách đến là tôi, Nhuận, Thu và Kiệt (San Jose). Cái ban tứ ca bất ngờ này thế mà lại sinh hoạt vui ra phết... Giờ gặp lại nghe báo tin vui công việc Nữu tốt thế là vui. Anh em nói chuyện được đúng 10 phút tới giờ ra phi trường."

Sau chuyến đi đó, anh Ngô Mạnh Thu về Cali và bất ngờ từ trần sau đó không lâu. Cuộc ghé lại Hoa Thịnh Đốn của anh Quang để lần đầu tiên hát cho chúng tôi nghe những ca khúc nhạc tình anh mới viết, trong đó, những ca khúc thật lạ như "Trên thành phố San Francisco" mà sau này tôi cố tìm lại nhưng chưa thấy anh Quang cho in lại ở đâu.

Cả hơn năm sau, dường như khoảng giữa năm 2006, một hôm nhận được điện thoại của anh Quang, anh hỏi, em còn nhớ hồi anh ghé DC không?

-     Nhớ chứ, chuyến hát ở Saigon House.

-     Đúng rồi, những ngày ở đó anh có dịp đi thăm nhiều nơi của DC, mà đặc biệt nhất là Nghĩa trang Arlington...

-     Nhớ rồi, hôm đó Bùi Mạnh Hùng đưa anh đi phải không?

-     Anh đi với Bùi Mạnh Hùng một buổi, và một buổi với Lê văn Phúc, Cai Phúc đó.

Anh Quang kể về chuyến thăm nghĩa trang Arlington, và anh hết sức xúc động khi nhìn những hàng mộ bia đều dặn, giống hệt nhau từ ông Tướng, cho đến hàng binh sĩ, những tử sĩ của thời

Nam-Bắc chiến tranh, họ được mang về đây, nằm cạnh bên nhau, và cùng được ngợi ca là Anh Hùng, cùng được Tổ Quốc Ghi Công.

Anh Quang hát cho tôi nghe một đoạn ca khúc đó, và khuyến khích tôi nên đến thăm, và viết về Nghĩa trang Arlington này, hãy đặc biệt dành suy nghĩ về nhân vật tướng Lee.

Một xúc động tức thời, nhưng những gửi gắm trong đó, anh Nguyễn Đức Quang đã dành hơn sáu tháng sau để viết bài hát "Trên đồi Arlington"

Nội chiến Hoa Kỳ bắt đầu năm 1861, Abraham Lincoln đắc cử tổng thống và muốn thay đổi dự luật để xóa bỏ thể chế nô lệ. Trước ngày ông nhậm chức, bảy tiểu bang miền Nam Hoa Kỳ phản đối chính sách cởi mở này và tuyên bố ly khai chính phủ liên bang, thành lập chính phủ riêng do Jefferson Davis làm tổng thống [1]. Chính quyền Abraham Lincoln không công nhận chính phủ Liên minh miền Nam này. Khi quân miền Nam tấn công đồn Sumter, Nội chiến Hoa Kỳ bùng nổ và thêm 4 tiểu bang khác gia nhập phe miền Nam chống lại lực lượng Liên bang miền Bắc.

Cuộc phân tranh Nam-Bắc kéo dài 4 năm và chấm dứt khi quân miền Nam đầu hàng năm 1865 với con số tổn thất của cả hai miền Nam Bắc là 970.000 người. Trong đó trận chiến lớn nhất xảy ra ngày 01 tháng 7 năm 1863 ở Gettysburg nằm ở tiểu bang Maryland, trong ba ngày chiến đấu, quân hai bên đã thiệt mạng lên tới gần 50.000 chiến binh.

Chỉ huy quân Miền Nam là Tướng Robert E. Lee ra đầu hàng tại Richmond, thủ phủ tiểu bang Virginia, và được quân sử Hoa Kỳ ca ngợi như một nhân vật Anh Hùng. Ngày nay, ở bất cứ thành phố nào của Hoa Kỳ, cũng có ít nhất một con đường chính mang tên vị tướng này.

Bài hát mang âm hưởng tự sự, mà dòng suy tưởng của tác giả khi nói tới người lính đứng nghiêm gác trước đài tử sĩ của nghĩa trang quốc gia Arlington, đã đưa người nghe về quê hương mình, về những xót xa của cách cư xử không công bình cho người lính Việt Nam Cộng Hòa ở nghĩa trang quân đội Biên Hòa.

Xin hãy nhớ Nghĩa Trang Quốc Gia Hoa Kỳ nằm trên đồi Arlington là nơi yên nghỉ của Tổng Thống Kennedy, của hàng trăm ngàn tử sĩ vô danh trong cuộc nội chiến Nam Bắc, nơi yên nghỉ của rất nhiều chiến sĩ Hoa Kỳ tử trận tại Việt Nam, và gần đây, còn là nơi yên nghỉ của những chiến sĩ gốc Việt, tử trận trong các cuộc chiến ở Iraq, Afghanistan...

Đây là lời của bài hát:

Này bạn, mang găng trắng,
bồng súng gác trên đồi Arlington
Chiều nay trời sẽ mưa hay sương gió lạnh lùng
có còn vững đôi chân?
Chào tay nhìn thẳng nhé!
Đập gót cho oai hùng!
Hồn dưới kia hả dạ, xác thân này đã chết
Cho một đất nước chung
Này bạn, cùng chiến đấu,
cùng gục ngã viên đạn ngược đường bay
Về đây, cùng tới đây, chia nhau nghĩa trang này
không lời hờn oán đắng cay
Bắc Nam cùng mạch sống!
Thắng thua đều anh hùng !
Bốn mùa hoa nở rộ, dưới mộ đài hùng tráng chung dòng "Tổ Quốc
Ghi Công"
Xin giới thiệu hồn này từ cầu Đồng Hới,
hồn kia cuối Trường Sơn
Đồng lúa xanh, có lắm anh đi nhẹ nhàng,
có người thịt nát xương tan
Nay mộ phần, rào quanh bằng oán thù,
một lần thành thiên thu,
sống hay là đã chết đều mất lối bơ vơ.
Làm sao tin thế được?
Làm sao gọi là vinh quang?
Cuộc chiến vùi sâu dân tộc, khơi dậy những hờn căm. Thắng ngoáy
dài mũi kiếm - Thua xuống cuối biển đông - Sao gọi anh hùng được
- Hồn lệ sử thấu chăng?

Đã bảo vết thương không nhắc nữa - Mà sao thấy sẹo cứ bâng khuâng - Ừ nhỉ, xưa kia thành quách đổ - Thắng bại anh hùng có xứng chăng?
Này bạn, chuyện tôi nói,
chuyện xưa ấy xin thả giòng sông trôi
Đời tôi là đớn đau,
cay đắng băn khoăn ưu phiền,
xin ngừng lời ca tiếng khen
Triệu linh hồn oan khuất -
Chiều nay xa quê nhà
Còn chỗ không người lính gác,
chúng tôi về đây nằm,
trên đồi Arlington!

Muốn nghe bài hát này do tác giả hát, xin vào http://www.ducavn.com/.

Trưởng Nguyễn Đức Quang thân kính. Ngày Chủ nhật 27 tháng 3, em đi làm về khuya, 12 giờ đêm mở hộp thư thấy email của Nguyễn Quyết Thắng với ghi chú đầu trang là Nguyễn Đức Quang... Em hiểu chuyện gì đã xảy ra: Trưởng đã đi xa...

Từ những lời nói với người sống trong hùng ca "Việt Nam quê hương ngạo nghễ", tới những lời nói với người đã chết trong "Trên Đồi Arlington", tới những trăn trở với bạn bè chung quanh trong "Không phải là Lúc", xót xa với quê hương trong "Người Yêu Tôi Bệnh"... Hàng mấy trăm ca khúc đã được viết xuống, đã được hát lên, đã truyền tải đi khắp các châu lục, đã đi vào tâm tư của người Việt khắp nơi. Những ca khúc nhân danh cái Chân, cái Thiện, cái Mỹ để luôn đòi công bằng nhân ái cho mọi người. Nước mắt em nhạt nhòa trên bàn phím, nhưng vẫn hiển hiện thấy hình ảnh của Trưởng với cái cười hào sảng, nhớ những câu trong bài hát của Trưởng:

Đã bảo vết thương không nhắc nữa Mà sao thấy sẹo cứ bâng khuâng./.

Nguyễn Minh Nữu

ĐẶNG KIM CÔN
Hỏi Nhau

Trái phải, tay nào làm mất nước?
Đắng chát nhìn nhau tay hỏi tay!
Ngơ ngác yên cương, cung kiếm hận,
Máu thịt sa trường thoảng gió bay!

Nào kẻ ôm đàn nấp sau xác bạn,
(Thiên tài đợi thời, chui rúc bình yên)
Lời ca nghiêng ngả như lau sậy
Lưng đời buốt ngọt vết gươm xuyên

Xướng ca nào biết chi xương máu
Ai thắng bon chen công có mình
Tiếng súng nghe vui như tiếng hát
Đàn vô tri tích tịch tang tình

Được thời nhảy phóc lên bàn độc
Kiếm chút bã hề! Tình tính tang
Lom khom gào như thời phản chiến
Rượu gái vui hơn miệng thế gian ∎

NGUYÊN BÌNH
Mùa Hoa Vàng

Mùa hoa vàng trượt qua tuổi chưa em?
mà giấc mơ anh còn thơm màu lá biếc
cầm nắng lụa chạy vòng quanh nhật nguyệt
tiễn biệt rồi còn một nhánh để dành đây...

Mùa hoa vàng chừng đã chín trên cây
hương của đất quyện hương trời giao phối
hương của tóc trộn hương môi cưới vội
kết đôi thành hình bóng. Họ yêu nhau...

Mùa thơ ngây. Hái nấm giữa rừng sâu
Đêm cổ tích. Bịa em nghe chuyện xa xưa đó
chiếc giày tí hon dệt những bông hoa thắm đỏ
ai thử chẳng vừa chỉ một mình anh.

Mùa hoa vàng anh đã giấu vào tranh
mai mốt đây em có về xem lại
màu nhạt phai vết thời gian hoang tái
vẫn tên em bên góc trái thiên đường. ∎

23/02/2022

KIỀU HUỆ
THOÁNG NHỚ DRAN

Một thoáng nhớ Dran em về lại
Cánh thư xưa anh gởi còn đây
Rặng thông thuở ấy nay đã cội
Tình cũ bây giờ lạc trong mây

Đường quanh co mùa dã quỳ nở
Rực nắng vàng hương sắc hoang sơ
Một thoáng Dran xưa bỗng ngẩn ngơ
Thung lũng buồn chiều rơi bất tận

Em vẫn giữ lời thư anh viết
Anh nhớ em… khi tiếng chuông vang
Từng hoàng hôn trong niềm thánh thiện
Em ngây thơ… dòng suối miên man

Nếu ngày ấy em đã yêu anh
Yêu vùng cao Cầu Đất đèo Dran
Mây lờ lững đồi thông vi vút
Hương chè thơm tỏa ngát đồi xanh

Nếu ngày ấy em biết yêu Đà Lạt
Và không sợ lạnh buốt thịt da
Biết e ấp với ngàn cánh hoa
Đừng ngại lên con đường dốc mỏi

Giờ tìm anh lạc lõng khói sương
Hồi chuông nhà thờ ngân nga đổ
Tiếng lòng rung cảm xúc nhớ thương
Về thăm Dran bao điều tiếc nuối ∎

MAI TUYẾT
Một Ban Mai Màu Xanh

Nghe hơi thở sớm mai vừa thức dậy
Tiếng chim kêu như đếm ngược thời gian
Em gói ghém buồn vui giấu nhẹm vào năm cũ
Để nỗi nhớ hằng sâu in đậm bóng tre làng

Em giữ lại chút dịu dàng sáng nay choàng lên cổ
Là heo may là cánh gió lạc đường
Bên sườn núi là những sợi ban mai về lấp ló
Và đôi mắt ai nhìn nắng vỡ trên sương

Một mùa xanh. Em thấy người về qua đó
Ngã tư. Anh và những bước thong dong
Trong yên ả ngoại ô thêm chút gió
Thương bàn tay khỏa nước ở trên đồng

Để sáng nay em rơi vào thung lũng
Trái tim anh vướng vào Ma Thiên Lãnh (*) mất rồi
Trong khe núi mơ về hàng triệu năm ánh sáng
Tình yêu bay lên. Và em rơi... rơi

Ngày mắc cạn để hồn bơi trong Hồ Núi Đá (**)
Vịn vào đâu! Tay nhỏ với môi ngoan
Những khóm mây trên mặt hồ như dát bạc
Ngày khỏa thân như lạc giữa thiên đàng

Phủi chút bụi thời gian trên mái tóc
Nghe mùa xanh. Sợi nắng bỗng dậy thì
Ai đợi ai về bên kia dốc
Một ban mai thơm ngát tiếng chim ri ▪

7g20p ngày 10/01/2021
** & ** là hai địa danh đẹp nằm bên sườn núi, dưới chân núi Bà Đen,*
Tây Ninh

LÊ VĂN TRUNG
Chảy Suốt Một Dòng Ta

Rồi như con nước không ngừng chảy
Chảy một đời chưa cạn hết đời nhau
Em thì mãi tận phương người xa biệt
Ta dòng xuôi sóng mỏi vỗ chân cầu

Đường vạn nẻo, sông trăm dòng xuôi ngược
Sân ga đời còn lại chiếc toa không
Ai biết được bên thềm ga mòn mỏi
Bóng một người ngồi đợi mấy thu đông

Nếu có thể một lần quay trở lại
Thì trăm năm đâu lỗi hẹn tương phùng
Em thì vẫn như hạc vàng bay mãi
Lầu trăng xưa rêu úa phủ thềm hoang

Ta ngồi đợi với năm cùng tháng tận
Vành trăng khuya cũng bạc trắng mây trời
Em đâu đó những phương người lận đận
Lòng thu xưa còn sót chút tình vui?

Thôi đành vậy, không đành lòng ngưng chảy
Ta miệt mài chảy suốt cuộc đời ta
Rồi bất chợt một ngày kia ta thấy
Cuối phương người hun hút bóng em qua. ∎

TÔN NỮ MỸ HẠNH
MỘT NGÀY ANH ĐẾN

Một ngày chỉ một ngày thôi
Đợi bình minh thức xanh ngời nét môi
Người trao tôi nửa tiếng cười
Rạng trong ánh mắt của thời mới yêu.

Trái tim thắp lửa qua chiều
Xanh trong tiếng hát ít nhiều giọt trăng
Tay thon dạo khúc dương cầm
Hồn nhiên sợi nắng nẩy mầm vừa rơi.

*

Một ngày thêm một ngày thôi
Yêu thương nở đóa hoa đời ngát hương
Vẽ chân dung – đóa vô thường
Mềm trong khăn lụa ủ tương tư mùa.

Tạ ơn người – những sớm trưa
Khu vườn chín bói đã thưa chân người
Chim quyên đã lỡ lên trời
Còn tôi ở lại giấc mơ xuân thì.

*

Một-ngày-anh-đến-rồi-đi. ∎

NGỌC GIAO
ANH Ở ĐÂU

(Cảm tác bức ảnh Tiếc Thương của anh Nguyễn Ngọc Hạnh)

Anh ở đâu em nghe trời cuồng nộ
Bão về đây hay nhạc khúc của lòng
Rồi giờ em với những buổi chiều đông
Ai sưởi ấm hồn đơn khi giá lạnh

Anh ở đâu có nhìn sao lấp lánh
Trên vòm cao em gởi tiếng kêu than
Và gục đầu cho thương nhớ đi hoang
Tìm anh đó trong bao năm về trước

Anh ở đâu không cùng nhau song bước
Để những chiều em lạc nẻo bơ vơ
Để những chiều em cảm thấy dại khờ
Nhìn phương ấy khung trời mây giăng kín

Anh ở đâu tuổi em vừa mười chín
Tóc đen dài sớm bạc lắm không anh
Vành khăn sô ai nỡ gắn đầu xanh
Trăng mộng úa đất trời nghe nghiêng lệch

Anh ở đâu cớ sao anh lại chết
Chết thật rồi, anh chết thật rồi sao
Không nhìn em trong tiếng nấc nghẹn ngào
Cầm di tích tủi hờn dâng ánh mắt

Anh ở đâu lòng em nguyền son sắt
Vẫn đợi chờ dù biết cõi hư vô
Và những đêm trong nỗi nhớ vô bờ
Linh hồn ấy mãi trong tim bất tử... ∎

HÀ THIÊN SƠN
BẾN SÔNG XƯA

Bến sông xưa mẹ vẫn thường giặt áo
Nước đục nhiều mỗi lúc chiều buông
Lối lên xuống chỉ có vài bậc đá
Mưa dầm gió lạnh đường trơn.

Bàn chân mẹ ngày một mỏng hơn
Mẹ gánh cả hai mùa mưa nắng
Lam lũ suốt đời mẹ luôn thầm lặng
Hạt lúa củ khoai con được đến trường.

Bến sông xưa giờ không còn nữa
Mẹ lâu rồi giặt áo nơi đâu
Trên mồ mẹ chỉ một màu mưa trắng
Xin nắng một lần khô áo mẹ tôi! ∎

NGUYỄN AN BÌNH

NGHE HÁT THEN TRÊN HỒ BA BỂ

Thuyền anh trôi giữa hồ Ba Bể
Núi rừng xanh bát ngát da trời
Mây lồng bóng mênh mông sóng nước
Ngỡ lòng mình hòa với biển khơi.

Cô gái Tày dặt dìu tiếng hát
Lời tiên nương sa xuống dương trần
Cây si ngàn tuổi soi bóng cả
Màu thời gian lên chốn thượng ngàn.

Tiếng đàn tính bập bềnh ngọn sóng
Neo tình anh trên những phím đàn
Đất trời mang mang buồn vạn cổ
Lời xanh rêu in bóng hoàng hôn.

Lời em hát qua từng vách núi
Kể bao huyền thoại buổi sơ khai
Lung linh khắc trên từng phiến nhũ
Phải chăng tình lạc chốn thiên thai.

Dòng sông Năng uốn quanh đá dựng
Tiếng đàn còn ngân mãi động Puông
Thuyền anh đi xa lòng ở lại
Màu áo chàm chìm giữa chiều sương. ∎

Ba Bể - Bắc Kạn tháng 11-2019, Sài Gòn 2022.

CAO NGUYÊN
Hết Rồi Vui

chẳng có gì vui. hết rồi vui
tôi quỳ. tôi đếm những không vui
vui đi đâu mất. không về nữa
tôi nhặt lại tôi. lúc chưa vui ∎

THÁI TÚ HẠP
BÊN BỜ GIẾNG QUÊ HƯƠNG

em đứng bơ vơ
một mình
bên bờ giếng
quê hương
trăng rơi vỡ
từng mảnh
trong hồn ta
bài hát vọng cổ
ngân nga
như tiếng hát Chàm
vong quốc
rêu xanh trên từng
phiến đá sầu
chẳng còn ai
trong căn nhà phế tích

bầy hạc trắng
bay qua
còn in dấu
trên mặt trống đồng
huyền sử tịch liêu
ta trở về
tiếng sóng vỗ vào ghềnh đá
nỗi buồn như đỉa đói
bám vào tim

không còn ai
ngoài tiếng vọng
viên sỏi rơi xuống
vực thẳm
bên kè đá xanh
nụ hoa vàng dại nở

như nốt nhạc tử sinh
bỏ quên
hoang vu hàng thế kỷ
người nghệ sĩ già nua
mất hút trong sa mạc
chẳng biết đi đâu
về đâu
em đứng một mình
bên bờ giếng cũ
hát theo tiếng dế
sầu quạnh quẽ
thâu đêm... ∎

HOÀNG XUÂN SƠN
CƠ LƯƠNG CỦA MỘT BAO THƠ

Khi thần linh bỏ đi về với tiếng sấm bùa của đất
ta đạp sống lên nhau
sính cường trong từng ống thở
cạn kiệt hoa màu
cạn kiệt rừng túi xác đẩy lăn về vô cực
phía mặt trời nung cái sống
chạy bộ cũng chết
không tiếp xúc cũng chết
cơ hết động
đứng. và nằm lăn ra đường
không ai chịu bồi thường vật vạ
mình xua đuổi mấy
cái ăn là đuối lả dần trong niềm tin
sự thật

Hơi sức đâu sự thật
sự thật không thổi phồng
thực phẩm không là sự thật
hơi sức đâu về
xứ sở của lòng tự trọng
và những cơn mê
Anh về
chị về
tôi về
chúng ta cùng lết về
chỉ còn những em bé
rao bán sự ngây thơ bên lề đường
những đôi mắt không biết mình là mắt
không ai ngã giá
kể cả vật vờ cơn ngủ sót
Bài thơ tôi để đó
dịch trùng vo ve
ồ không, tua tủa
làn cơ động của bầy dơi đói
động huyết nhân quần
Người vẫn đi
bài thơ tôi còn đó
mẹ cha đã kịp về
nơi ba ngàn thế giới
trùng trùng một lương cơ ∎

27 tháng 8 năm 2021

NGUYỄN QUỐC HƯNG

BẠN

Bè bạn sao mà thân thiết quá
Ấm lòng ta một thuở hàn vi
Buồn vui tuổi trẻ cùng chia sớt
Giận nói dăm câu, rồi cười khì

Ta lớn lên trong thời binh lửa
Nhìn quê hương đau đáu nỗi niềm
Bên ta bao bạn cùng trang lứa
Nuôi ước mơ nào trong giấc đêm?

Rồi đến những tháng ngày khó nhọc
Nồi cơm ta chỉ thấy ngô khoai
Đem ra đãi bạn lòng chân thật
Bạn cũng như ta ngồi cười hoài

Có lúc bạn gặp thời khốn khó
Bạn về, ta vét cạn tiền đưa
Chẳng đáng bao nhiêu mà bạn khóc
Hai đứa cùng nhau phận muối, dưa!

Bây giờ bạn đã qua cơn bĩ
Ta không giàu nhưng sống thảnh thơi
Tuổi già nhấp mấy chung trà mạn
Hai đứa hàn huyên chợt mỉm cười. ∎

NGUYỄN SÔNG TRẸM
Mùi Nắng Gió Đồng Bằng

Nghe hiu hiu mùi gió đồng bằng
Trên cánh đồng tháng Tư đầy nắng
Rơm rạ nằm phơi chờ qua ngày hạn mặn
Yên lành một khoảng trời trong xanh…

Gió vẫn thổi qua vàm sông
Bầy cá đối đùa theo bọt sóng
Con nước lớn mang theo mùi biển mặn
Chiều trôi cùng câu vọng cổ huê tình…

Nghe thương sao mảnh đất quê mình
Khi mùa đang trôi qua những ngày nắng hạn
Trời tháng Tư phơi bãi bờ kênh rạch
Thấy trên cánh đồng thêm những vết nứt tổ ong

Đồng khô đang chờ mùa gió Tây Nam
Cùng người thả nỗi buồn trong cơn khát
Con rạch cạn phả lên mùi của đất
Với chiếc xuồng ba lá nhớ đồng sâu

Cơn gió đồng bằng chở nắng về đâu
Khoảng trời xanh vắng đàn cò trắng
Dòng sông mang theo mùi nước mặn
Mùa trong cơn khát của đất và người… ∎

DIÊN NGHỊ
"TIẾNG ĐÀN HOÀI NIỆM"
TÁC GIẢ TRƯƠNG XUÂN MẪN

    Trương Xuân Mẫn, một vóc dáng quen trong sinh hoạt cộng đồng Bắc Cali. Anh là một nhiếp ảnh gia nghệ thuật, là phóng viên nhiếp ảnh báo chí, một nhạc sĩ Du Ca từ trước 1975 ở quê nhà và nay đã có tập thơ "Tiếng Đàn Hoài Niệm" tại hải ngoại. Lướt qua tựa đề tác phẩm, đã cũng phán đoán được một góc cạnh nội dung thơ về một đoạn đời quá khứ tích đọng tâm tình thành dấu ấn, dầu sớm hay muộn cũng không thể không tỏ bày trao gởi vào thơ... Thơ là tự sự. Người làm thơ sống với thơ như hơi thở cần thiết của đời sống. Thơ diễn đạt tình yêu thương riêng tư. Thơ tương quan xã hội và cuộc đời. Thơ lẩn quẩn những hoài nghi mang tính triết học và đang kiếm tìm giải đáp. Thơ mang chở ưu tư thời đại. Tất cả chung nhất nhằm giải tỏa ẩn ức nhân sinh, suy tưởng thầm kín của thi sĩ...

Dòng thơ Hoài Niệm của Trương Xuân Mẫn quay lui thuở thiếu thời, từ bình sinh đến lúc cảm nhận hiện tượng gần gũi chung quanh.

"Quê hương biến dạng, đói nghèo bĩ cực, Dẫn căm thù đến chiến tranh đạn lửa..." ("Hoài Niệm Thơ Ca", Thơ Trương Xuân Mẫn) là khởi đầu cho những khởi đầu hoài niệm cuộc chiến xảy ra ngay nơi chốn cận kề, hệ lụy còn mất lẫn căm thù đây đó. Miền quê khó nghèo miền Trung dọc bờ biển, những dải cát trắng lô xô, nắng cháy bỏng mùa khô, chạm trán tai họa "dịch đậu mùa".

Người dân chất phác, hiền hòa. *"Cát bỏng phù chân lên sốt đậu mùa".* Ly loạn không đến với riêng ai, chiến tranh gieo rắc hãi sợ, thử thách con người. Bất trắc, lo âu dày thêm cùng nhận diện hiện thực bi đát, vò xé tâm tư...

"Rồi phải sống trở trăn qua ngày tháng
Tập làm vui biết hờn giận thở than
Biết thao thức ưu tư với lỡ lầm
Lúc âm thầm khi dữ dội tâm can"
("Tự sự với Dòng sông thơ ca và hoài niệm", trang 196)

Dòng suy tưởng đã hé lộ tín hiệu trưởng thành. Hình bóng con người đậm nét giữa không gian, còn tồn tại dấn thân vào cuộc đời, cuộc dấn thân thiếu hứng khởi, lệch lạc...

Những hoàn cảnh trạng huống đến bản thể không như ước vọng, buộc con người luôn thao thức, thở than, gợi cho con người cách tập tễnh làm vui, có khi gượng gạo chờ đợi được giải thoát bình yên. Thấu đậm ý nghĩa về đời, Trương Xuân Mẫn mỗi ngày từ bình minh đến hoàng hôn, bước đi giữa con đường chiến tranh, tuổi trẻ chừng như mất hướng giữa hai làn đạn, cuộc đọ sức không ranh giới, phòng tuyến bạn thù không rõ mặt, vùng xôi đậu đan xen nhập nhằng nguy hiểm. Cảnh "vỏ đậu nấu hạt đậu" triền miên, tồi tệ:

" Tuổi trẻ hao mòn đường đi mất hướng
Hai làn đạn, bạn là thù, thù là bạn
Ranh giới vô hình sống chết đâu lưng
Vùng xôi đậu trắng đen đồng tối sáng"
 ("Tự sự với dòng sông thơ ca và hoài niệm").

Cuộc chiến dù ác liệt bạo tàn, con người phải chịu đựng chứng kiến lưu đày thảm khốc, một ngày nào đó phải dừng tay.

Có người thắng kẻ bại. Có vạn người vui thì cũng có vạn người buồn... Kết cuộc thanh bình chưa đúng nghĩa từ nhiều lý lẽ, Trương Xuân Mẫn cũng cùng chung số phận của quân dân Miền Nam, phải rời đất Mẹ ra đi, đi tìm thanh bình tự do bến bờ hứa hẹn... Nỗi nhức nhối này chưa thuyên giảm, nỗi nhức nhối khác giạt xô thêm, đặt câu hỏi với thơ:

Sông trôi đi có tìm nguồn quay lại
Sao ta mơ hoài về tắm sông xưa
Sông có lúc lừng khừng ngưng dòng chảy
Sao trong ta chảy mãi một dòng sông
("Tự sự với dòng sông thơ ca và hoài niệm")

Giấc mơ của biết bao nhiêu thân phận phiêu bạc góc bể chân trời mong trở về nguồn cội. Dòng sông xưa, là cố quận, quê hương, nơi đã sinh ra lớn lên nay phải cách xa. Trên vạn ngả đường con người có thể qua nhiều nơi đến nhiều chốn, tiếp cận cảnh vật xa lạ, nhiều tính nhân văn... nhưng chỉ một địa danh duy nhất để về.

Mộng tưởng ước vọng ấy vẫn nguyên màu tô vẽ sinh động không hề nhòa xóa theo vòng xoay năm tháng...

Dòng hoài niệm qua thơ Trương Xuân Mẫn không dừng ở đó. Khoảnh khắc dạt dào thúc gợi lấp lánh chùm tia sáng hy vọng nồng ấm của tình yêu rộng lớn, vốn là tài sản tâm hồn thi ca...

Trương Xuân Mẫn nhớ người bạn thơ lãng mạn, tha thiết với thơ, rời ánh đèn màu thành phố, đến nơi thiên nhiên vô lự, thanh vắng, kết bạn với cỏ cây, với đàn bò, đọc sách và làm thơ:

Thằng bạn tôi,
Không biết làm gì chỉ biết... làm thơ
... Sáng thả bò đọc sách
Chiều bỏ sách làm thơ.
("Thằng bạn tôi", trang 30)

Gặp em bé chân trần, lạc lõng giữa chợ đời, bỗng dưng lòng xa xót... Hay gặp lại chính mình trong hoài niệm:

Em bé chân trần đạp nắng tôi ơi
Về đâu đêm nay sau ngày rong ruổi
Đất Sịa khô cằn "khỉ ho cò gáy"
Chẳng chỗ dung thân dù chỉ gối đầu
("Cây ớt và Em Bé chân trần", trang 90)

Bùi ngùi, ray rứt, thấy một em bé giữa miền cao đất Bắc quạnh quẽ khó nghèo. Xã hội thì tha hóa đạo đức, tệ nạn chồng chất mạnh hiếp yếu, giàu khinh nghèo, vô cảm, vô trách nhiệm:

"Gặp em trên đường nơi làm trường lớp
Lưng cong mang gùi, tay rung lục lạc
Lang thang phố bụi - tủi hờn, ngơ ngác
Em đang học làm người bán hàng rong"
("Em bé Sapa", trang 42)

Với mẹ già khuất bóng từ lâu, một chiều nổi chìm xao động, tiếc nuối sâu lắng, thành khẩn:

"Nhớ mẹ chiều nay con nhớ Mẹ
Tha phương quay quắt bước con về
Chín chiều quặn đau như xát muối *
Ngỡ sau thui thủi một hồn quê"
("Tha phương", trang 136)

Chân dung nữ tu, người dày công dưỡng dục, soi sáng tâm hồn qua Thánh Kinh, mang lại niềm tin tròn đầy cuộc sống.

Đêm lủi thủi cùng Sơ bên ngọn nến
Sơ dạy con từng con chữ à ơi
Hai thầy trò có đêm lên nhà nguyện
Đọc kinh Cha ánh sáng rọi chân Trời
("Ma Sơ", trang 84)

Dòng hoài niệm trải dài mênh mang gắn bó trong toàn tập, khơi gởi gần xa. Trương Xuân Mẫn nhắc đến bạn, chia sẻ, dung thông kỷ niệm, minh họa hình bóng trẻ thơ rủi ro, bạc kiếp thể hiện tình yêu thương con người, đồng loại...

Nghĩ về Mẹ, "tô màu son khung chữ" hiếu thảo bổn phận làm con, và nói với vị nữ tu dưỡng dục, giương cao ân nghĩa đời đời, và niềm tin cứu rỗi bao la từ vũ trụ...

Thơ Trương Xuân Mẫn có ý tưởng khá phong phú. Có bài chuyên chở nhiều tầng ý nghĩa: nhân sinh, xã hội, khổ lụy kiếp người, nhiễu nhương thế sự. Từ góc nhìn đan quyện bi, lạc rút ra từ nhiều bài học hiện thực, hữu ích, tích hợp sức mạnh nội tâm, nhằm hoàn hảo chính mình.

Bên cạnh ý nghĩa nội dung nhiều bài thơ, cũng đã cho thấy nhiều đoạn thơ khá ấn tượng:

"Tình cờ nghe lại bài hát xưa
Phiêu lãng mây bay qua mấy mùa
Âm sắc tình phai tàn mấy thủa
Chỉ còn đơn lạnh với đêm mưa"
("Tình cờ nghe lại", trang 146)

Khuynh hướng tách rời thơ truyền thống phổ quát từ trước đến nay, mở ra từ bài "Mẹ" (trang 28), "Cancun" (trang 108) một cách làm thơ mới chăng?

Sáng tạo, làm mới thơ, hoài bão của đa số người làm thơ đồng thời cũng là thị hiếu của nhiều độc giả yêu thơ đang chờ đợi...

Trương Xuân Mẫn sử dụng ngôn ngữ đời thường đơn giản vào một số câu thơ âm điệu vẫn hài hòa kết nối. Thơ hình thành từ ngôn ngữ, không chỉ chú trọng ngữ nghĩa mà quên hoặc thiếu ngữ âm.

Một bài thơ tồn tại dài lâu được quan tâm nhắc nhở từ quần chúng, đòi hỏi không chỉ ở nội dung, tư tưởng mà còn vần điệu thích ứng...

Văn học tự do, nhân bản, phóng khoáng, căn bản của miền Nam (1954-1975) đã tỏa rộng theo bước chân ty nạn từ sau ngày lịch sử 30/4/1975. Dòng văn học nối dài này lớn mạnh không ngừng tại những quê hương thứ hai, nơi có đông đảo cộng đồng Việt hiện diện. Đội ngũ tham gia sinh hoạt sáng tác vẫn sôi nổi hào hứng... Ngôn ngữ Mẹ Việt Nam vẫn phát huy, qua hàng ngàn tác phẩm gần nửa thế kỷ qua...

Một chỉ dấu đáng mừng, đầy triển vọng...

Mang nỗi đau thân phận nhược tiểu, ám ảnh dấu tích thảm họa cuộc chiến trên quê hương. Tuổi thanh xuân thấy, nghe và cảm nhận hệ lụy... Ký ức nhạy bén thu thập lưu giữ từ lâu những gì phơi trải suốt lộ trình quá khứ. Dòng liên tưởng cứ luân lưu, chuyển động, chờ cơ duyên khai mở.
Trương Xuân Mẫn khai mở qua suốt tác phẩm "Tiếng Đàn Hoài Niệm" với cảm xúc tinh tế, giọng điệu chân thật.

Trương Xuân Mẫn đã góp giá trị riêng vào giá trị chung của thơ ca hải ngoại hiện nay.

Diên Nghị

im nhìn rả rích mưa xuân
cây chao động nhẹ gió ngừng ngại bay
con chim gì xuống ngọn cây
cành chưa lá búp nền mây mù mù
đầu mùa xuân giống tàn thu
nhan sắc đông lạnh chần chừ chưa qua

luanhoan

NGUYỄN VY KHANH

TIỂU-THUYẾT LỊCH-SỬ QUA BA TÁC GIẢ [1]

"Le passé est chose mentale. Il n'est qu'images et croyances"
(Valéry)

Từ cuối thế kỷ XIX, thể loại tiểu thuyết viết bằng chữ quốc ngữ xuất hiện và lên đường hiện đại hóa, từ *Thầy Lazarô Phiền* (1887) đến *Hoàng Tố Oanh Hàm Oan* (1910) và *Tố Tâm* (1925), thì các tiểu-thuyết lịch-sử cũng đã đồng thời xuất hiện và đến nay hơn một thế kỷ sau, đã là những thử nghiệm và đóng góp quý báu cho văn học Việt Nam.

Văn và *sử*, văn chương và lịch sử, quan hệ như thế nào? Một mặt, văn chương là hư cấu và tác phẩm là một cái nhìn hoặc cách nhìn, tiên tri, dự báo, một nhận thức lịch sử - hoặc bên lề lịch sử, của một tác giả, trong khi đó, lịch sử là một nỗ lực tìm "sự thật" chính xác, khách quan, không thiên lệch. Có hay có dở, có mạnh thì có yếu, có vinh quang thì cũng có thất bại phải cáng đáng với lịch sử. Tuy vậy, chuyện viết sử cũng không dễ gì khách quan, người viết sử thường là quan lớn của một triều đại, chế độ. Vả lại chuyện đọc sử cũng tùy cách đọc và người đọc, với nào hành trang, nào tư cách! Viết sử như vậy cũng là một cách nhìn lịch sử, tùy thời, bước đi lịch sử và triều đại mà có nhiều văn bản lịch sử, có khi trở thành những trò nói dối, cố tình làm sai lạc lịch sử. Vậy có thể có "bản chất lịch sử" khách quan, vượt không gian thời gian không? Thiển nghĩ đây là không tưởng! Về phần *tiểu thuyết lịch sử*, chúng *là một cách tra hỏi và nghi vấn quá khứ để biện minh hiện tại và chỉ hướng cho tương lai, qua trung gian một hay nhiều tác giả. Như vậy,* chúng cũng là những tiểu thuyết *luận đề* khi đặt lại vấn đề, dữ kiện lịch sử, đề ra luận đề mới, mượn dĩ vãng nói chuyện hiện tại, có thể có ý chống lại bước lịch sử hoặc trật tự xã hội đang có (ngoại bang đô hộ, độc tài đảng trị, v.v...). Dĩ nhiên đây là nói về những tiểu thuyết lịch sử chính loại, không thương mại hoặc nhắm thị hiếu thấp hèn hoặc cầu danh!

Lịch sử như chân lý, là những sự thật "khách quan", các nhà viết sử hay nhiều tác giả tiểu-thuyết lịch-sử như phải thuyết phục vì tin có những "sự thật" cần được viết lại, đặt lại. Tại sao vậy? Vì kiến thức mới, vì những dữ kiện mới phát hiện? Vì những cương tỏa chính trị xã hội cứng nhắc, vì xã hội trước mắt đang có vấn đề, bí lối hoặc có kẽ hở. Trong khi tiểu-thuyết lịch-sử là "chân lý" qua tâm hồn, cách hiểu, là một cách nhận thức hay cảm nhận lịch sử vì tác giả chúng có quyền hư cấu, tô nhân vật sâu hơn, rõ nét hơn, vĩ đại sống động hơn, hay hạ bệ, làm hèn kém đi. Thường các nhà viết sử vẫn theo lối bình thường "sử bình", "cương" rồi "mục" mà không dám "nói lại", "sửa sai" ngoại trừ những trường hợp theo "chính nghĩa" hay chính sách triều đại mới: Trần sửa sử Tiền Lê, Nguyễn sửa Hậu Lê, v.v...

Thời lịch triều, chúng ta đã có một số ký sự và bút ký lịch sử vốn được gọi là *chí* hoặc *chí truyện*, viết bằng chữ Hán ở thế kỷ XIX. Thuộc tiểu thuyết chương hồi nhưng thành công nhất vẫn là *Hoàng-Lê Nhất Thống Chí* đã tiểu thuyết và cá thể hóa các nhân vật lịch sử một cách tài tình và cũng là cuốn tiểu-thuyết lịch-sử tản văn đầu tiên trong lịch sử văn học Việt. Miền Nam nơi khởi phát văn học chữ quốc ngữ, đầu thế kỷ XX đã xuất bản những tiểu-thuyết lịch-sử mà cuốn đầu tiên là *Phan Yên Ngoại Sử Tiết Phụ Gian Truân* (1910) của Trương Duy Toản, mở đường cho rất nhiều tác phẩm khác hai thập niên tiếp sau! Ngoài Bắc, có *Quả Dưa Đỏ* (1925) của Nguyễn Trọng Thuật dù tản văn vẫn hãy còn thi tính cũ.

Theo các tác giả thời đầu thế kỷ XX thì "dã sử" không phải là lịch sử nhưng không trái nghịch lịch sử, mà nương theo, "minh họa", viết lại. Còn "ngoại sử" lấy khung cảnh sử nhưng nhân vật là "sáng tạo" của tác giả. *Phan Yên Ngoại Sử Tiết Phụ Gian Truân* (1910) của Trương Duy Toản là "ngoại sử" về một nhân vật Vương

Thế-Trần đời Tây Sơn. *Oán Hồng Quần* tức Phùng Kim Huê Ngoại Sử (1920) của Mộng Huê Lầu "ngoại sử" chuyện thời Pháp đô hộ, nhưng nhân vật Phùng Kim Huê là tưởng tượng của tác giả. *Lê Triều Lý Thị* (1931), *Tiền Lê Vận Mạt* (1932) của Phạm Minh Kiên cũng như *Việt Nam Lê Thái Tổ* (1929) của Nguyễn Chánh Sắt đều là tiểu thuyết "dã sử". Những người viết tiểu-thuyết lịch-sử thời này là những vị có tinh thần dân tộc cao thấy không thể thắng ngoại xâm Pháp bằng vũ khí đã dùng sách báo làm phương tiện chống thực dân. Riêng trong Nam có phong trào viết truyện sử ta để phản ứng lại sự tràn ngập của truyện Tàu. Thời đầu thế kỷ XX, các tiểu-thuyết lịch-sử nói chung phần lớn viết theo truyện Tàu, có lớp lang chương hồi, văn hãy còn biền ngẫu và "tải" những luân lý căn bản và gợi ý thức dân tộc, lòng yêu nước, đề cao tinh thần anh hùng nghĩa hiệp.

Đến hai thập niên 1930-40, tiểu-thuyết lịch-sử đã tiến bước "lãng mạn hóa" với Khái Hưng và Lan Khai rồi "tiểu thuyết hóa" với Nguyễn Triệu Luật, Phan Trần Chúc... và "sử hóa" với Ngô Tất Tố, Hoa Bằng... Đất nước bị trị, giới trí thức đi vào con đường văn hóa, mượn chuyện quá khứ để giáo dục, ký thác tâm sự, nhắc nhở, soi gương hoặc chống lại cái trật tự xã hội đang có mà đáng ra không đáng có, như Lan Khai tâm sự trong Lời Giới Thiệu cuốn *Bà Chúa Chè* của Nguyễn Triệu Luật: "*... Đọc nó (...) ta còn phát sinh một u hoài đối với dĩ vãng và nhớ tiếc cái tổ quốc cũ kỹ của chúng ta, với tất cả mọi điều hay dở của nó, cái tổ quốc mà nay ta không còn!...*" [1]. Ở đây tiểu-thuyết lịch-sử làm sống lại quá khứ với u hoài, tiếc nuối! Lan Khai cùng Khái Hưng qua *Tiêu Sơn Tráng Sĩ* là văn chương hơn cả. Với Lan Khai, tiểu-thuyết lịch-sử là chuyện tình lồng trong một khung cảnh lịch sử, với một số nhân vật xa gần với nhân vật có thật trong lịch sử. Tâm sự Lan Khai bi quan và tình yêu là động cơ của mọi biến cố và biến thiên của lịch sử! Hai ông không có ý phản ánh trung thành lịch sử, họ đã lãng mạn hóa các nhân vật lịch sử, lãng mạn cả những hành động anh hùng, đẹp nhưng hết hợp thời, vớt vát, vẫn phảng phất khung cảnh chương hồi của *Thủy Hử, Tam Quốc Chí*, nhưng cũng đã thấy có sự kết hợp hài hòa với lối trường thiên tiểu thuyết của A. Dumas. Thời đệ nhị thế chiến, Chu Thiên có *Bóng Nước Hồ Gươm, Bút Nghiên*..., Phan Trần Chúc có *Sau Lũy Trường Dục* (1942), *Hồi Chuông Thiên Mụ* (1943)..., Hoa Bằng viết "lịch sử ký sự" về *Quang-Trung Nguyễn Huệ* (1944)..., Đào Trinh Nhất ký Hồng Phong viết *Lê Văn Khôi*. Cung Khanh với tập *Cách Ba Nghìn Năm* (1944) gồm những truyện dã sử và truyền kỳ có tính cách ngụ ngôn là một thử nghiệm văn chương thành công. Vũ Khắc Khoan trong *Thần Tháp Rùa* (1964) sẽ đẩy tính huyền-hoặc xa hơn với một văn phong vừa cổ kính vừa triết lý hiện sinh thời thượng.

Sau ngày "thống nhất" 1975, một loạt tiểu-thuyết lịch-sử uốn cong sự thật bởi kẻ thắng, hoặc do thù hận chính trị, cá nhân, hoặc vì thị hiếu độc giả; đây là một loại "văn chương" giỡn chơi với một số mảnh vụn của quá khứ, những mảnh vụn càng đầy tha hóa, bệnh hoạn, càng dễ thành tiểu thuyết: *Đệ Nhất Phu Nhân* của Hoàng Trọng Miên (1988), *Ván Bài Lật Ngửa* của Nguyễn Trương Thiên Lý, *Ông Cố Vấn* (1989) của Hữu Mai, v.v... Cởi Trói (1987) là một giai đoạn tiếp nối "nền" văn nghệ sử thi, minh họa cứng ngắc của bốn thập niên trước đó, Nguyễn Huy Thiệp viết một số truyện lịch sử hoặc dã sử (*Kiếm Sắc, Vàng Lửa, Phẩm Tiết*) khi đăng lên báo đã là những tiếng bom làm một số ngự sử của chế độ mất ăn mất ngủ. Ông nêu vấn đề hợp lý "xét lại" nhưng không công khai "đánh giá" nhân vật lịch sử: họ đã từng hiện hữu, tốt xấu mặc họ, nếu có công hay tội là đối với dân tộc, còn "chúng ta", hôm nay cô đơn với luật nhân quả, với trách nhiệm hôm nay! Nguyễn Huy Thiệp coi lịch sử là hài kịch, bi hài thì đúng hơn, vì người đọc "thấy" được bóng tối vẫn vây bủa hiện tại, ông "báo động" thời đại đang sống phi lý, bạo động, không văn hóa! Một xã hội "thứ lòng tốt nhỏ, không cứu được ai" (VL), và lịch sử cũng như thế lực thế giới "nền chính trị thế giới giống như món nộm suồng sã" (VL). Sau đó ông đến gần Nguyễn Trãi, Nguyễn Du, Hồ Xuân Hương, Nguyễn Thái Học, Hoàng Hoa Thám, ... Sử dụng lịch sử để nói chuyện hiện thực, Nguyễn Huy Thiệp khiến người đọc cảm nhận sự khác biệt giữa tâm tình các thế hệ: anh hùng bách chiến bách thắng và thần thánh cũng có lúc bất lực trong đời thường. Hóa ra có một lớp phấn son hay cương ẩu...! Nguyễn Huy Thiệp "đụng chạm" đến những nhân vật lịch sử bất khả xâm phạm như Nguyễn Huệ, anh hùng áo vải, anh hùng dân tộc, vì với một chế độ xem Gia Long đã "mở đầu triều đại gần 100 năm nô lệ của dân tộc ta", do đó tiểu thuyết hóa lịch sử về Nguyễn Huệ như Nguyễn Huy Thiệp là "xúc phạm danh dự dân tộc" [2]! Nguyễn Huy Thiệp và một số ít tác giả bắt người đọc phải lựa chọn, bị động, tham gia vào tác phẩm, tác giả đã "dám" làm việc "nói ra" những ưu tư, tư duy về lịch sử, người đọc cũng có phần nào trách nhiệm - bằng chứng những truyện ngắn của Nguyễn Huy Thiệp đã gây tranh luận trong nước và thúc đẩy tìm hiểu, không phải chỉ riêng tác phẩm của một tác giả, Nguyễn Huy Thiệp - mà còn là lịch sử, chiến tranh, đất nước, tương quan với tha nhân, với thế giới, con người Việt Nam v.v... Văn chương có tư duy vốn ngầm chứa đặc tính đối thoại và lưu tiếp hai đường đi và về.

Trước khi có hiện tượng Nguyễn Huy Thiệp, ngoài nước đã có Nguyễn Mộng Giác và Trần Trung Quân và trong nước có Hoàng Công Khanh (*Sớm Biệt Một Chiều Thu, Hoàng Hậu Hai Triều Dương Vân Nga, Vằng Vặc Sao Khuê, Vua Đen Mai Hắc Đế, ...*), Vũ Xương (*Sáo Trúc Chí Linh*), Hà Ân (*Tổ Quốc Kêu Gọi, ...*), v.v... ; nhưng phải đợi đến những năm cuối thế kỷ XX mới thật sự có hiện tượng "tiểu-thuyết lịch-sử", với Trần Vũ, Trần Long Hồ, Hồ Minh Dũng, Trần Nghi Hoàng, Nam Dao, Xuân Vũ, ... Hoàng Khởi Phong cũng bắt đầu bộ *Người Trăm Năm Cũ* nhiều hứa hẹn. Yên-Tử cư-sĩ Trần Đại Sỹ viết nhiều tiểu-thuyết lịch-sử nhất ở hải ngoại: *Anh Hùng Lĩnh Nam, Động Đình Hồ Ngoại Sử, Cẩm Khê Di Hận, Anh Hùng Tiêu Sơn, Thuận Thiên Di Sử, Bình Dương Ngoại Sử, Bảo Hòa Ngoại Truyện, Nam Quốc Sơn Hà*, ... Ngô Viết Trọng với *Lý Trần Tình Hận* (2002), *Công Nữ Ngọc Vạn* (2004), *Dương Vân Nga: Non Cao Vực Thẳm* (2005), *Trần Khắc Chung* (2009), *Chế Bồng Nga, Anh hùng Chiêm quốc* (2011), *Đầu Voi Phất Ngọn Cờ Vàng* (về bà Triệu Thị Trinh, 2014). Lê Minh Hà viết lại chuyện Lưu Bình Dương-Lễ với cái nhìn hiện đại và thực tế hơn ("Châu Long". *Diễn Đàn* 98, 7&8-2000), khởi đầu một số nhìn lại lịch sử ngăn ngắn. Thị Lộ và Nguyễn Trãi của Hồ Minh Dũng (*Thị Lộ, Câu Nam Ai Thất Lạc*) cũng đem đến cho người đọc cảm tưởng mới về các nhân vật lịch sử đó! V.v... Ngự sử chế độ phê Nguyễn Huy Thiệp "xuyên tạc lịch sử" thì *Sông Côn Mùa Lũ* được dễ chấp nhận hơn.

Trong nước, hàng loạt tiểu-thuyết lịch-sử được viết bởi các nhà văn cạn đề tài chiến tranh chống Mỹ Ngụy và "xây dựng xã hội chủ nghĩa" hoặc họ ý thức được những lỗi thời và vô bổ? Đại hội Nhà Văn lần thứ 6 tháng 4-2000 đã chính thức thúc đẩy "chiến dịch" viết tiểu-thuyết lịch-sử. Việc sáng tác về các đề tài lịch sử đã được Ban Chấp hành Hội Nhà văn đề ra như là một phương hướng nhiệm vụ cần thiết cho ngũ niên tới, 2000-2005. Phương hướng nhiệm vụ thứ năm: *"Tiếp tục dòng chảy không đứt đoạn của ký ức văn hóa, Hội Nhà Văn tạo mọi điều kiện đẩy mạnh sáng tác về đề tài lịch sử và chiến tranh cách mạng..."* [3]. Nguyễn Hữu Sơn - thuộc Viện Văn-học và là người gần đây đã có một số công trình san định thơ văn cổ cũng như biên soạn một số tuyển tập như về các tạp chí *Tri Tân, Văn Học*, v.v..., trong bài "Sáng tác về đề tài lịch sử" đã ghi nhận có một phong trào viết tiểu-thuyết lịch-sử và ông giải thích: *"Điều này có lý do bởi sự cộng hưởng cảm hứng của dân tộc chiến thắng vừa trải qua mấy cuộc chiến tranh lớn; bởi tâm lý tự cường mong muốn khẳng định bản lĩnh văn hóa dân tộc trong bước chuyển gia tốc giao lưu và hội nhập quốc tế; hơn nữa được kích thích bởi những định hướng lớn của Đảng và Nhà Nước trong việc bảo tồn, phát huy bản sắc truyền thống dân tộc khiến cho tâm thế sáng tác 'hướng về cội nguồn' ở các nhà văn càng có dịp nảy nở và phát triển...".* Ông kêu gọi nên có một hội đồng văn học "quan tâm đến mảng sáng tác về đề tài lịch sử nói chung" và cuối bài đề nghị "nới rộng quan niệm "đề tài lịch sử", việc nhìn nhận đề tài chiến tranh cách mạng trong "thời gian lớn" của lịch sử ngàn năm không chỉ tạo cho chúng ta tầm nhìn biện chứng, toàn cảnh về đề tài lịch sử nói chung mà cũng chính là sự đúc kết kinh nghiệm - một cách chuẩn bị có tính chiến lược tốt nhất cho bộ phận sáng tác về đề tài lịch sử dân tộc trong những thập kỷ tới" [4].

Vì những lý do trên mà bên cạnh các hiện tượng sách dịch, học-làm-người và tiểu thuyết "ngôn tình", tiểu-thuyết lịch-sử cũng đã tràn ngập thị trường trong nước, chỉ ghi lại vài tựa: *Nguyễn An Ninh, Dấu Ấn Để Lại* (Văn Học, 1996) của Lê Minh Quốc, *Hồ Quý Ly* của Nguyễn Xuân Khánh, Hoàng Lại Giang có *Lê Văn Duyệt, từ nấm mồ oan khuất đến Lăng Ông; Phan Thanh Giản, nỗi đau trăm năm* và *Trương Vĩnh Ký, Bi kịch muôn đời. Mười Hai Sứ Quân* của Vũ Ngọc Đĩnh gồm 8 cuốn. V.v...

Nhìn chung, các tiểu-thuyết lịch-sử này cho thấy có một nhu cầu nhìn lại quá khứ, học hỏi, xem lại chân dung những nhân vật lịch sử, sau một thời gian dài ca một điệu, văn một bản. Hiện tượng tiểu-thuyết lịch-sử về một phương diện nào đó cũng giống như *hiện tượng giành "chính nghĩa"* và theo thiển ý, chuyện Đại hội nhà văn tháng 4 năm 2000 cũng chỉ là theo thời để làm chủ chuyện làm vậy thôi! Trong đường hướng thì người đọc sẽ chỉ "nhìn thấy" lịch sử đã phải-là, như trước đó người quản lý xuất bản cũng đã "thấy" hợp chỉ đạo, không có vấn đề! "Sự cố" *Chuyện Kể Năm 2000* của Bùi Ngọc Tấn phiền hà phải chăng vì liên hệ đến lịch sử gần, nhân chứng hãy còn tại thế, "triều đại" vẫn chưa... đổi! Con người Việt Nam bén nhạy chuyện gần, thành ra thường thoải mái nói chuyện xa, đua nhau viết về thời Trịnh Nguyễn, Nguyễn Huệ, Gia Long, Mạc Đăng Dung, Thị Lộ, v.v... Đỡ hậu hoạn! Như thế phải chăng hiện tượng tiểu-thuyết lịch-sử như hiện nay nhằm đáp ứng một nhu cầu thực sự của người Việt đã và đang mất hết mọi gốc rễ, tin tưởng, văn hóa, mất hết mọi huyền thoại, ... nên mơ ước "thoái nhập" trong một quá khứ chung?

oOo

Trong phần tiếp theo, chúng tôi phân tích thể loại tiểu-thuyết lịch-sử chủ yếu qua ba bộ *Sông Côn Mùa Lũ, Gió Lửa* và *Người Trăm Năm Cũ* theo thiển ý có cố gắng nghệ thuật và các tác giả đều có liên hệ đến những trôi nổi của các biến cố và chế độ trong 4, 5 thập niên qua; cả ba không hẳn đã là tuyệt tác hay tác phẩm tiêu biểu nhưng có thể dùng làm thí nghiệm cho một khuynh hướng.

Nguyễn Mộng Giác trước 1975 sống ở miền Nam, giáo chức, viết tiểu thuyết và phê bình truyện chưởng Kim Dung, được giải thưởng truyện dài của Bút Việt năm 1974 với cuốn *Đường Một Chiều* từng gây ít nhiều phản đối về chính tác phẩm và lập trường chính trị khi ông "lên án cuộc cách mạng 1945-1954 là một sự thất bại bi đát" trong phát biểu cảm tưởng hôm lãnh giải [5]. Trong bốn năm, 1977 đến 1981, ông viết bộ *Sông Côn Mùa Lũ* rồi vượt biển tị nạn, bản thảo để lại được gia đình đoàn tụ đưa qua sau, được nhà An-Tiêm in ở hải ngoại 1990-91 và đến 1998 được tái bản ở trong nước [6].

Nam Dao (Nguyễn Mạnh Hùng), sinh viên miền Nam du học thập niên 1960 rồi ở lại dạy học ở Quebec City, Canada; thời chiến tranh ông thân Hà Nội và chống Mỹ cũng như miền Nam, thuộc nhóm Việt kiều yêu nước. Chỉ từ khi trong nước rục rịch Đổi Mới, khoảng đầu 1987, ông theo thời, ủng hộ ngọn gió mới và bị Hà Nội ghi sổ đen cấm về nước một thời gian [7]. Sau này, ông trở thành một cây viết trên vài tạp chí hải ngoại và đã xuất bản tập *Gió Lửa* - có thể xem là những kinh nghiệm văn chương viết từ kinh nghiệm sống bản thân cũng như kinh nghiệm chính trị cá nhân và nhóm của ông như ghi ở đầu sách!

Hoàng Khởi Phong tên thật Nguyễn Vinh Hiển, sinh năm 1943 tại Hải Dương. Đại úy Quân lực VNCH, sang Hoa Kỳ sinh sống tại quận Cam, California từ 1975. Viết văn, làm thơ và trong nhóm chủ trương tạp chí *Văn Học* và tập san *Hợp Lưu*. Sau một thời gian đi tìm con người và tìm hiểu thế trận lịch-sử Việt Nam qua cuộc chiến 1957-1975 với *Ngày N+* và các tập truyện và bút ký, đã muốn lùi xa hơn nữa, cả trăm năm lịch-sử, bắt đầu viết trường thiên lịch sử *Người Trăm Năm Cũ* [8] với ý ôn-tập kinh nghiệm cả trăm năm chiến tranh gần như không ngừng trên đất nước Việt Nam.

Để hiểu tác phẩm nhất là loại tiểu-thuyết lịch-sử, thiển nghĩ người đọc cũng cần phải biết thân thế tác giả. Ngay cả thơ lãng mạn như của Tản Đà, Hàn Mặc Tử, Xuân Diệu, ... người đọc cũng đã phải cần biết về tác giả! Dĩ nhiên có những ngoại lệ văn chương tự-ngã, viết cho mình, xem mình là lịch sử, hoặc thỏa mãn nhu cầu cá nhân, nhưng nói chung, thơ hay văn đều có mục đích hướng tới người đọc, hoặc muốn được chia sẻ, cảm thông. hoặc có một sứ điệp, tâm sự, kinh nghiệm muốn để lại! Georg Lukács trong *The Theory of The Novel* và nhất là trong *The Historical Novel* (1936), quan niệm tiểu-thuyết lịch-sử luôn có một tác giả và tác giả bị tác động bởi xã hội hắn sống, tác động này ảnh hưởng đến cái nhìn lịch sử của hắn, đến chính việc hắn lựa chọn viết tiểu-thuyết lịch-sử hoặc chọn đề tài và thời đại lịch sử [9]!

Nguyễn Mộng Giác viết *Sông Côn Mùa Lũ* trong không khí bi thảm của dân tộc của những ngày tháng hậu 30-4-1975: "học tập" 3 tuần thành 3, 10, 18 năm, thân phận kẻ thắng người bại, mất quyền công dân và làm người, chủ nghĩa ngoại lai mệnh danh "dân tộc", v.v... Hoàng Khởi Phong có mặt trong cuộc chiến huynh-đệ và qua tác phẩm luôn tỏ lộ những cảm nhận và tư duy. Nam Dao viết *Gió Lửa* gần hai thập niên sau, và sau những kinh qua tập thể và cá nhân của những biến cố ở Việt Nam: đồng chí hôm trước trở thành đối lập hôm sau hay "đào ngũ", đồng chí tại chức "dâng" kiến nghị, sửa sai, văn nghệ sĩ Nhân Văn, Trăm Hoa "được" "sống" trở lại, dù có người đã quá trễ, có người phải từ bỏ đảng tịch, xé thẻ đảng viên, bị quản thúc, mất tự do di chuyển, hội họp, cấm vận rồi bỏ cấm vận, chống Mỹ rồi làm bạn với Mỹ, chiến tranh với Trung quốc rồi trở lại đàn em trung thành của Bắc Kinh, v.v... Cộng đồng người Việt ở hải ngoại phe thân Hà Nội chia hai một thân tiền và quyền lực, phe kia khi không thành "xét lại" nguy hiểm, và Việt kiều "thối tha" trở thành "hai loại, có tốt có xấu" và đô-la phất mùi thơm quỷ ám, rồi nào hợp tác liên doanh, ...!

Sông Côn Mùa Lũ của Nguyễn Mộng Giác là một tiểu-thuyết lịch-sử có tính cách điều nghiên văn hóa, về "hiện tượng" Nguyễn Huệ của đất Qui Nhơn. Cái đặc biệt của bộ trường thiên non 2000 trang này là chân dung con người Nguyễn Huệ đa dạng, nhiều tương phản. Nguyễn Mộng Giác cho người đọc nhìn thấy sự sinh thành và lớn dậy cùng tâm lý, kiến thức, chính trị và tài năng khác người của người anh hùng áo vải gốc nhà nông, nhưng đồng thời là một con người văn hóa, có sở học Nho của thời đại, có cái học đạo lý làm người. Nguyễn Mộng Giác như có tham vọng chứng minh rằng Nguyễn Huệ có cái nhìn cập nhật và cả vượt quá thời đại cho nên triệt để không ngừng ở những tham vọng chính trị "trung dung vừa phải", cổ hủ - mà đại diện là giáo Hiến. Suốt đời, dường như Nguyễn Huệ sống và hành động mâu thuẫn, nhiều bí mật và nhân cách đối nghịch trong cùng một người, lúc trắng lúc đen, lúc hợp "đạo" lúc vô đạo, vô lý, lúc tỏ ra có văn hóa đối với giáo Hiến là thầy dạy lúc trẻ, lúc khác lại phàm phu, có vẻ vô luân lý khi chống thầy, lúc có nhân nghĩa, lúc phản phúc (như chống lại anh là Nguyễn Nhạc hoặc đối xử với vua Lê bố vợ - công chúa Ngọc Hân), người võ biền điệu nghệ có bản lĩnh nhưng cũng biết chứng tỏ văn hóa cao và tàn nhẫn khi cần đến. Chịu ảnh hưởng sách vở thánh hiền và thầy dạy nhưng cũng biết vượt lên trên sách vở (phê đạo Nho và hủ nho kể cả thầy dạy mình), nhìn thấy cốt lõi của tinh túy Việt Nam qua việc đề cao chữ Nôm, chiêu hiền (La-Sơn phu-tử). Những chương viết về chiến thắng mùa Xuân năm Kỷ Dậu 1789 như một bản anh hùng ca không tì vết, oai hùng và vĩ đại! Theo Nguyễn Mộng Giác, Nguyễn Huệ là một con người có văn hóa mới tôi luyện của thời nhiễu nhương và là một anh hùng khác thường, có tầm nhìn cao xa, một tổng hợp mới, quyền biến theo thời là những đức tính mà các "hủ Nho" không thể nghĩ đến hoặc làm được. Ông biết "dùng" hiền sĩ và cả con buôn dù có vẻ tàn bạo trong cách dùng người nhất là vào cuối đời. Tất cả những đối lập, mâu thuẫn đó đã có thể sống chung, chung đụng trong một con người: Nguyễn Huệ. Nguyễn Mộng Giác cũng tỉ mỉ phân tích, vẽ rõ nét những nhân vật phụ (cô An bạn thiếu thời của Nguyễn Huệ, Lợi chồng cô An, giáo Hiến và những người con trai Chinh, Kiên, Lãng, ...). Từ gia đình giáo Hiến ra đến gia đình Nguyễn Nhạc. Nhưng cũng vì vậy nhiều chương đoạn có tính cách là một điều nghiên xã hội hơn là văn chương!

Sông Côn Mùa Lũ là cái nhìn tổng hợp của Nguyễn Mộng Giác về con người lịch sử Nguyễn Huệ. Bộ truyện gây suy nghĩ về vai trò người dân thường đối với lãnh tụ anh hùng, và sự "tạm bợ" của những "anh hùng trong trời đất" trong cuộc sống cũng như trong lịch sử. Ông dùng tiểu thuyết để vẽ lại lịch sử một thời, ở một nơi, rồi ra đến cả một nước, chi tiết tỉ mỉ một tiểu sử một nhóm người dù sao cũng đã làm nên lịch sử! *Sông Côn Mùa Lũ* đại diện cho khuynh hướng tiểu-thuyết lịch-sử muốn trình bày trung thực một thời đại bằng cách tiểu thuyết hóa những diễn tiến tình tiết, những thái độ, trình độ trí thức, tâm tính, với những nhân vật có thật bên cạnh vài nhân vật tiểu thuyết có thể có thật, như một giả thuyết, một thử nghiệm văn chương cho đề tài lịch sử đã chọn! Kiên và

Nguyễn Lữ của Nguyễn Mộng Giác là những vai tiểu thuyết trọn vẹn. Lãng và An là những gượng ép, nhưng cần thiết để làm nổi nhân vật chính. Còn Nguyễn Huệ xét cho cùng không xa Koutouzov của *Chiến-Tranh Và Hòa-Bình*, một anh hùng đại chúng, không muốn làm khác hơn là theo những quyết định của tâm trí mình cộng với sức mạnh quần chúng ủng hộ và sự bất đồng ngày càng lớn với hai ông anh Thái-Đức và Đông-Định Vương, nhưng rồi bất lực trước lịch sử, đạt được khoảnh khắc mà không giữ được lâu. *"Nguyễn Huệ nhìn xa thấy rộng, cao vọng lớn, nhưng không thể vượt lên khỏi các ràng buộc của tình ruột thịt. Làm sao được! Ngoài khối óc, ông còn có một trái tim nhạy cảm!"* (tr. 1530). Như tất cả mọi gian nan, sức mạnh của định mệnh thời đại đã nhập vào ông, để trở thành Bắc Bình Vương và hoàng đế - dù ông chưa thật sự thống nhất đất nước. *"Con đường nam tiến của ông đã bị tắt nghẽn ở Bến Ván. ... Ước vọng thống nhất đành phải chịu dang dở"* (tr. 1530).

Nguyễn Mộng Giác theo sát lịch sử dù phần nào dùng dã sử, dĩ nhiên sát những nhân vật Tây Sơn, và về thời huy hoàng hơn là thời suy tàn và cái chết. Nhưng phải ghi nhận sự đề cao thái quá con người Qui Nhơn, một loại *ái* quá thành quá khích địa phương, lãng mạn hóa con người và xã hội thời đó, thành ra mộng tranh bá đồ vương lớn hơn khát vọng ăn no mặc ấm. Văn hóa và dân tộc là những từ ngữ lớn nếu áp dụng cho Nguyễn Huệ và những anh hùng lớn bé của giai đoạn lịch sử đó. Người dân nhất là nông dân đã bất mãn thường trực nổi dậy từ 1740, đến Nguyễn Huệ thêm yếu tố văn hóa đưa đến thành công nhưng rồi cũng rơi vào thất bại có thể cũng vì yếu tố văn hóa ở con người! Nguyễn Mộng Giác cũng đã quá "tiểu thuyết hóa" chuyện chàng Lía, dù đó là cách tác giả cắt nghĩa tinh thần tranh đấu của binh lính Tây-sơn và vẽ bức tranh xã hội thời bấy giờ. Ngoài ra có những chi tiết ông cho xảy ra vào thời Nguyễn Huệ mà lại tái diễn trong *Mùa Biển Động* hai thế kỷ sau, như trò cắt tai kẻ thù xâu dây (tr. 286), cảnh Qui-Nhơn thất thủ (ch. 23) gần với cảnh mất miền Nam tháng Tư năm 1975 (tr. 890). Một số cảnh họp chợ, tụ tập khá gần với đời sống hai thế kỷ sau! Nguyễn Mộng Giác dài dòng về chính danh, từ khi Huệ còn học với giáo Hiến đến khi đã xưng đế, vẫn bị ám ảnh khi đối thoại với nhà Nho thức thời Trần Văn Kỷ (tr. 1661, 1865) hay với ẩn sĩ La-Sơn phu-tử, tỏ băn khoăn chính tà của Kim Dung qua những nhân vật như Lệnh Hồ Xung! Cùng thể loại với *Quang-Trung Nguyễn Huệ* (1944) của Hoa Bằng, *Sông Côn Mùa Lũ* theo thiển ý đáp ứng một số nhu cầu cho tác giả, có giá trị thời sự, có vẻ điều nghiên thật ra do chủ quan, uốn nắn, nhưng chưa hẳn đã là một tiểu-thuyết lịch-sử văn chương theo nghĩa hẹp, hơn nữa mang hình thức truyện kể hơn là làm văn chương, tiểu thuyết. Với những sự kiện lịch sử phát hiện thêm, hoặc nếu thời thế thay đổi, thần thánh, nhân cách cũng sẽ phải... khác, như mọi lẽ tương đối, phù du!

Gió Lửa là một tiểu thuyết dã sử dựa trên không gian nước Việt Nam vào thời điểm Trịnh tàn-Lê mạt từ cuối thế kỷ XVIII, rộng hơn không gian của *Sông Côn Mùa Lũ* chỉ một "mùa" chinh chiến và vinh quang! Nếu *Sông Côn Mùa Lũ* đa dạng và chú ý nhiều đến dân giả thì Nam Dao chú trọng giới trí thức nhiều hơn, còn xã hội thì hoặc trơ trẽn hoặc trở thành phớt mờ, biểu tượng. Trong Lời Ngỏ ông viết: "*Những trang sử Việt Nam trên dưới năm trăm năm qua phơi trải chiều dài một cuộc nội chiến vẫn ám ảnh đâu đó như một thứ ác nghiệp đang còn rình rập ẩn náu chỉ đợi cơ hội là lại làm cho lệ rơi máu đổ. (...) Nhưng lịch sử vẫn là, nói cho cùng, sản phẩm của những con người suy tư và hành động trong một mẫu hình văn hóa nhất định...*" (tr. iii).

Trong khi *Hoàng Lê Nhất Thống Chí* có tính cách ký sự, tiểu thuyết thì Nam Dao vừa tiểu thuyết hóa, vừa đặt giả thuyết và lý luận với những cái mốc hiện tại. *Gió Lửa* phong phú với sử liệu liên hệ đến xã hội, chính trị, văn học, việc hình thành chữ quốc ngữ, việc truyền đạo Thiên Chúa, tiếp xúc với các cường quốc thương mãi và thực dân, với Nhật Bản, ... Nguyễn Mộng Giác khi viết *Sông Côn Mùa Lũ* đã tận dụng những nghiên cứu mới về thời Quang-Trung thì trong *Gió Lửa*, Nam Dao đã đi xa hơn với những tài liệu xám chưa giải mật hoặc cần giải mã, dĩ nhiên cả hai đã sử dụng nhiều tài liệu có tính chất "nổi", đã được xếp là lịch sử! Có những nhân vật chưa từng được sử và tiểu-thuyết lịch-sử trước đó nói đến như Đặng Thị Mai, Trọng Thức, quan hệ Việt-Nhật, người

Pháp, linh mục, giám mục, tân tòng đạo Thiên Chúa, ... Nam Dao có vẻ có những nỗ lực tìm kiếm ở những nguồn sử liệu khác như của giáo hội, các hội thừa sai Pháp, và cả kho tàng thơ văn. Nam Dao tìm trong mô hình văn hóa nguồn căn có thể của những cuộc nội chiến mà nạn nhân đời nào cũng vẫn là dân chúng, vẫn là "chúng ta"! Có những giả thuyết mới, rất "tiểu thuyết" như Nguyễn Trường Tộ là con Trọng Thức, một trong hai nhân vật rất tiểu thuyết của Nam Dao (người kia là Toàn Nhật) trong bức thư tuyệt mệnh đã nhắn vợ con "... Đẻ con trai, con đặt tên nó là Nguyễn Trường Tộ. Tộ có nghĩa là vận may cho cả quốc gia xã hội. Vận may đó các con hãy vun đắp lên, làm mát lòng ta nơi chín suối" (tr. 478). Ông còn giả thuyết về cái chết của Nguyễn Huệ do vợ chánh là Phạm-thị đầu độc, việc Đông Định Vương Nguyễn Lữ chán chường muốn phong vương cho Nguyễn Ánh ở Gia Định, ...

Gió Lửa đặc biệt bao gồm nhiều yếu tố định nghĩa tiểu-thuyết lịch-sử, ngoài chuyện lịch sử còn những chuyện tình yêu (Toàn Nhật - Đằng Vân em gái Nguyễn Huệ, Trọng Thức - Đặng Thị Mai em bà chúa Chè), chạm trán giữa các yên hùng Nguyễn Huệ, Nguyễn Nhạc, Nguyễn Hữu Chỉnh, Nguyễn Ánh, ... phiêu lưu và định mệnh ngoại hạng (Trọng Thức, Nguyễn Huệ, Nguyễn Thiếp, ...). Người viết *Gió Lửa* kiếm tìm chân lý theo ông trong những sự kiện, biến cố và nhân vật lịch sử nên có khi thành khô khan, giáo khoa (như về cách mạng Pháp, Rousseau, Descartes, tuyên ngôn Quyền con người và Quyền công dân (tr. 311), công bằng, bình đẳng, tự do, dân chủ, chuyện Nhật, ý dân là trọng (Thức trình bày với Ngô Thì Nhậm "... *nhưng quan niệm về một nền cương thường của đệ có những thay đổi không nhỏ. Nói gọn "ý dân là ý trời", và vì vậy thiên mệnh chính là thể hiện của dân ý...*" (tr. 374). Hay đặt trong đầu Nguyễn Huy Tự của *Hoa Tiên* ý tưởng rằng "... *lịch sử là sự cướp bóc giành giựt quyền lực và tiền tài giữa những bạo chúa trên xương máu đám nông dân thuần hòa như gia súc trong chuồng...*" (tr. 376).

Khởi từ cái chết "tiểu thuyết" của Đèo Kha và rồi của nàng Mây của bản Mê Thượng, *Gió Lửa* trải dài theo lịch sử, chiều dài một cuộc nội chiến, "*cứ đánh chém lẫn nhau chỉ vì dăm ba kẻ tranh nhau chiếm cái mệnh trời!"* (tr 341). Cấu kết phức tạp như lịch sử trung đại và cận đại, mà tiếng vang và biết đâu hậu quả, vẫn còn vang vọng đến thời hiện đại. *"Như vậy, Huệ, Sâm, Tông, Cán... làm sao có thể có gì gọi là tự ngã. Mà đã không có ngã, thì phế-lập-đánh-giết-... để làm gì? Tạo nghiệp. Chỉ là tạo nghiệp. Rồi nghiệp sinh nghiệp. Vòng vô minh rộng ra, phủ xuống cõi nhân sinh u mê đắm đuối"* (tr. 454). Như một bài học lịch sử động não, quấy rối! Thế thì phải quay ngược bánh xe lịch sử hay buông xuôi cho định mệnh, cho dịch lý tuần hoàn?

Với Nam Dao, cũng như với Nguyễn Mộng Giác, Nguyễn Huệ đều sống với ám ảnh An, người con gái của thầy giáo Hiến của anh em ông - *"người đàn bà ám ảnh Huệ vào những lúc phải làm những quyết định về hạnh phúc ở đời..."* (tr. 380). Đến khi trọng bệnh sắp chết - có thể bị vợ lớn là Phạm-thị vì ghen và nhục, bỏ thuốc độc, đã *"cho người về Qui Nhơn tìm An, người bạn thuở niên thiếu, Huệ đợi từng ngày. Có lẽ lúc đó, Huệ biết mạng của mình đã đến chỗ tuyệt"* (tr. 412). "Anh hùng" Nguyễn Huệ tài và hiểu nhiều, trong cuộc tranh hùng đó có lúc Huệ hiểu sức mạnh của nhân dân: *"Kẻ chiến thắng thực sự là những người dân kia đang cười nói như mở hội, mặc dầu xác người còn đây ra ở đầu đường cuối phố, và gươm giáo cờ quạt ngả nghiêng khắp nơi. Đúng vậy. Không có Huệ này thì có Huệ khác. Nhưng nhân dân kia chỉ có một"* (tr. 390). Napoléon sau ông không hiểu như vậy nên đã phải chôn đời ở đảo hoang! Huệ lúc gần chết hiểu thêm bài học đói và qua đó, "nỗi sợ chết đói của những kẻ bình thường" (tr. 408): *"Bài học đói là bài học lớn nhất của trẫm... Từ nay, trẫm biết bụng hàng dân, hiểu ra cái lẽ thịnh, loạn. Khi đói, quả người ta mất hết nhân phẩm và lý lẽ. (...) Đúng. Cái quyền tối thượng của mỗi người dân là quyền sống. Và sống có nhân phẩm thì không phải đói, phải xin, phải cầu cạnh gì ai. Câu thầy bảo làm vua phải biết là để làm gì nay trẫm đã hiểu..."* (tr. 410-1). Cũng chính vì đối với lịch sử, kẻ thắng thực sự là người dân cho nên khi Tây Sơn tàn mạt, mẹ con Ngọc Hân trốn chạy bị xua đuổi mà vua Cảnh Thịnh và thân thích quần thần đều bị dân bắt nộp cho "chủ" mới!

Sông Côn Mùa Lũ chứng minh lịch sử là trận tuyến nơi đó

người dân qua vai ba anh em ấp Tây Sơn thượng làm xúc tác, đã nổi dậy làm chủ, để tiến lên những chiến thắng to lớn hơn, toàn bộ hơn. Lukács cổ võ cho biện chứng pháp và duy vật lịch sử cũng chỉ làm công việc đó khi phê bình các tiểu-thuyết lịch-sử khác thuyết ông chủ trì trong suốt tập *The Historical Novel* từng trở thành chỉ nam cho nhiều thế hệ! Với Nam Dao, Nguyễn Huệ chỉ là một thế cờ "mát tay", một tiếng nói nhất thời của một thời rất tao loạn! Hơn thế nữa, *Gió Lửa* muốn thuyết phục người đọc rằng lịch sử chỉ toàn một phường tàn độc, gian ác, anh hùng hay không cũng như nhau! Riêng với Nguyễn Huy Thiệp, những gì đến từ "thượng lưu" đều khả nghi, tối ám. Nói chung, đối với các tác giả, nhà Lê đều đại diện cho một "nho giáo" lỗi thời, xơ cứng, hình thức, đại diện cho một giai cấp phải triệt tiêu. Trò thoán nghịch và tàn bạo của nhà Trịnh kéo dài nhiều thế kỷ như chứng minh cho yếu tố loạn, bất thường trong đời sống dân tộc. Nhà Nguyễn 144 năm từ Gia Long muốn chính danh, chỉnh đốn giai cấp sĩ và nho, nhưng rồi hóa ra vẫn bất cập, quá trễ khi họng súng kịch liệt của văn minh cơ giới đã nổ ngoài cửa Cần Giờ và Cửa Hàn!

Nam Dao đóng vai nhà khoa học, nghiên cứu lịch sử tìm chân lý lịch sử, đã tìm những lý do, nội lực, những lý lẽ sâu xa của hành động, bánh xe lịch sử, ... Ông kết tiểu thuyết trong khung cảnh sám-hối giữa những lời nguyền rủa của Chế Mân: "*Đã huyễn hoặc, bay lẩn quẩn tô vẽ ngay cả cái thảm kịch chém giết lẫn nhau, tự lừa chính mình bằng cách kiêu mạn đòi làm đỉnh cao cái này, tiền đồn cái nọ. Ngoài sự hợm hĩnh không coi ai ra gì, tưởng mình hơn thiên hạ mà thật chỉ hơn ở chỗ lắt léo vặt vãnh, ta lại nguyền cho bay thêm căn bệnh anh hùng. Bởi anh hùng nên chỉ thấy sức mạnh. Chỉ thấy sức mạnh nên kéo dài thảm kịch chiến tranh chém giết. Bay không biết rằng một đất nước hạnh phúc có nhiều hiền triết hơn anh hùng. Một đất nước may mắn là một đất nước không có anh hùng. Không cần anh hùng. Nơi nào anh hùng quá nhiều, nơi ấy không dung kẻ hiền triết. Người có lòng tử tế, tâm ngay thẳng, tránh phải nhìn, phải nghe, đành tìm nơi rừng sâu, núi cao, hay biển vắng mà ẩn trốn. Thế là bay cứ thế hệ trước hô anh hùng để giết thế hệ sau (...) Thế là, ha ha, anh hùng nhưng nghèo, đói và dốt. Vì thế nên nhục. Nhục lắm nên lại căm, lại hiềm, lại lẩn quẩn trò khôn vặt, chỉ đợi dịp là hò hét rủ nhau làm anh hùng. Dịp nào? Cứ đợi ngoại bang đến là đất nước bay sinh ra anh hùng...."* (tr. 486-7). Âm vang nặng nề của những phản tỉnh nặng hơn những tiếng nói "có lòng với Tổ quốc" như ba bài giảng Sám Hối của Linh mục Chân Tín vào mùa Chay tháng 4-1990, và lời kêu gọi sám hối tháng 4 năm 2000 mới đây của Hòa thượng Huyền Quang từ chốn lưu đày Nghĩa Hành! Đây là *dục* của kẻ trí hơn là của kẻ sĩ!

Giới trí thức, văn nghệ cũng được mũi tên của tác giả - qua lời nguyền rủa của Chế Mân: "... *bọn sĩ phu nước bay, chúng chỉ biết ngâm vịnh và lừa dối (...) Hai trăm năm nữa, chúng thời nào cũng phải sống nhục nhã, rồi chết nhục nhã. Nhục nhã sống vì hèn, cong lưng tùng phục, giả đạo đức, miệng nói một đằng lòng một nẻo. Nhục nhã chết vì hèn, bỏ vào quách rồi lưng vẫn không thẳng. Cả đời chúng không để lại được dăm chữ dẫu cứ mở miệng là ngâm là vịnh, kiêu căng cho mình hơn người, song thật ra chúng chỉ lặp lại bắt chước chẳng khác loài khỉ*" (tr. 488). Còn Ngô Thì Nhậm của Nguyễn Mộng Giác thì "chua chát ngao ngán" giới nho sĩ Bắc-hà lúc biến, sa sút trở thành "*những cái hình nộm múa may vụng về nhiều khi lố lăng, kệch cỡm*" (tr. 1768). La Sơn phu-tử của Nguyễn Mộng Giác thoái thác không giúp Nguyễn Huệ hết lòng, phải đợi mời nhiều lần, lu mờ bên cạnh Huệ, trong khi La-Sơn phu-tử của Nam Dao được mổ xẻ chiều sâu, ra phu-tử hơn! Nguyễn Mộng Giác đưa ra khá nhiều lời lý luận về "chính thống" hay thất chính, thời bình thời loạn, minh chủ, minh quân, truyền thống cũ mới!

Nguyễn Mộng Giác viết về sự sinh thành và huy hoàng của một triều đại, một gia đình, một gốc gác Qui Nhơn, ông cố tình không viết về thời suy tàn và cái chết của Nguyễn Huệ, "Kể tỉ mỉ làm gì những điều vụn vặt ấy!" (tr. 1530). Nguyễn Huy Thiệp, Trần Vũ, Nam Dao, ... sẽ bổ túc những cái Nguyễn Mộng Giác gọi là vụn vặt đó! *Hoàng-Lê Nhất Thống Chí* thì có tính cách ký sự và tiểu thuyết hóa. Trong *Mùa Mưa Gai Sắc* của Trần Vũ, Nguyễn Huệ là một con người võ biền nhiều mưu sâu và dục vọng. Ngọc Hân trong tay Nguyễn Huệ trở thành trò chơi cho kẻ bạo dâm, nhưng Ngọc Hân nhận chịu nhục nhã vì bà muốn trả thù cho vua Lê, bà đã viết Ai Tư Vãn để tế sống Nguyễn Huệ! Trong khi đó *Gió Lửa* vừa tiểu thuyết hóa vừa giả thuyết, lập luận với cái mốc hiện tại to tướng! Mối tình "tiểu thuyết" của Nguyễn Huệ đối với An trong *Sông Côn Mùa Lũ* làm mờ những sự kiện lịch sử liên quan đến đời tình ái của ông với hoàng hậu Phạm-thị và Ngọc-Hân. Chân dung Nguyễn Huệ thay đổi tùy tác giả là Nguyễn Mộng Giác, Nam Dao, Nguyễn Huy Thiệp, Trần Vũ, *Hoàng-Lê Nhất Thống Chí*, cả sử *Khâm-Định Việt-Sử Thông-giám Cương-mục*, Trương Vĩnh Ký, "Hà Nội", v.v... Thí dụ trong *Hoàng-Lê Nhất Thống Chí*, Nguyễn Huệ đã tỏ ra tàn bạo, vũ phu, đầy mặc cảm tự tôn cũng như tự ti. Tự phụ ra mặt khi nói với Ngọc Hân: "Con trai con gái nhà vua đã có mấy người được sướng như chúa"; hoặc tự-ti khi trả lời Nguyễn Hữu Chỉnh môi giới vua Lê gả công chúa Ngọc Hân để trả công "cứu vua": "Vì dẹp loạn mà ra, rồi lấy vợ mà về, trẻ con nó cười thì sao? Tuy vậy ta mới chỉ quen gái Nam hà, chưa biết con gái Bắc hà. Nay cũng nên thử một chuyến xem có tốt không?" [10], sau khi bất bình "được" vua Lê phong làm Nguyên súy Uy quốc-công. Nam Dao thêm "... phải thử một chuyến xem tròn hay méo" (tr. 272). Nguyễn Mộng Giác và Nam Dao đều khai thác tối đa những dữ kiện và văn liệu lịch sử về Nguyễn Huệ, ngoại trừ việc Nguyễn Huệ "khai quật lăng tẩm của các tiên sinh Chúa họ Nguyễn từ cháu nội ông Nguyễn Kim đến ông thân sinh ra Chúa là Nguyễn Phúc Luân" rồi cho liệng sông, như sử gia Phạm Văn Sơn đã viết [11]! Người đọc vẫn cần một chân dung đích thực của Nguyễn Huệ, như trường hợp Napoléon của Chiến-Tranh Và Hòa-Bình của L. Tolstoi được coi là khả tín nhất dù người viết là người Nga, nếu phải so với Napoléon trong tiểu-thuyết lịch-sử của A. Burdess, Bainville, Ludwig, Castelot, Guillemin,...

Nếu Hoa Bằng, Nguyễn Triệu Luật, còn giữ không khí và ngôn từ của thời lịch sử thì Nguyễn Mộng Giác và Nam Dao đã đi xa hơn, "vẽ" nhiều hơn, dùng nhiều chất liệu hơn, phân tâm moi móc nhiều hơn, ghi cả âm thanh tiếng tao loạn, chinh chiến, ... Hai ông cũng lý luận nhiều hơn, bi kịch hóa và anh hùng hóa hành động. Đối thoại được làm sống hơn, nâng cao, tìm tòi hơn. Riêng *Gió Lửa* có thêm cái vẻ "khoa học" thuần lý của tiểu thuyết trong khi khoa học chống đối, nghi ngờ trò tiểu-thuyết lịch-sử, trò mập mờ thực hư, trộn lẫn mộng mị và lý tưởng, lòng thành với tham vọng... vì với khoa học duy lý thì tiểu-thuyết lịch-sử trình bày một hình ảnh hay những vấn đề đã được thi vị, lý tưởng hóa, đã được phóng lớn, thi vị quá đáng cũng như trình những dữ kiện lịch sử với cắt nghĩa thuần lý (hay thuần tình) tài tình như có thể tin được. Người viết tiểu-thuyết lịch-sử như giỡn với nhà khoa học nhân văn - cần sự tỉnh trí và khách quan đặt trên căn bản lịch sử, xã hội, nhân chủng, ... Nhà khoa học nhân văn cũng cần đến những giả thuyết, mô hình, ... trong thực tế cũng là những huyền thoại, những giả thuyết, giả dụ, giả sử dù thuần lý.

Với Nam Dao, viết tiểu-thuyết lịch-sử là dịp suy tư về quá khứ. Lịch sử xưa nay vốn là sản phẩm của những con người suy tư và hành động. Con người, nhất là những con người hành và trí, như có một kích thước lịch sử tự nhiên. Con người lúc nào, nhất là trong những hoàn cảnh biến, nạn, cũng có thể, và cả phải nữa, đặt cái gia tài văn hóa lịch sử đó lên bàn giải phẫu để suy gẫm, chẩn đoán, và rồi cắt bỏ những phần nhiễm độc của tâm thức. Chỉ có như vậy, phần nào tương lai mới rõ nét hầu hiện tại cưu mang được hy vọng... Đây trở thành tham vọng của người viết, tỏ ra cố gắng tìm kiếm trong quá khứ những câu trả lời lịch sử cho ngày hôm nay. Những lời nguyền rủa của Chế Mân *"không phải là chuyện tưởng tượng mà là có thật. Thật như xác quyết rằng chỉ có sự tỉnh thức mới làm tiêu ma đi cái nghiệp chướng đã từ hai trăm năm qua vẫn cứ đâu đây ám ảnh"* (tr. 493). Như vậy, lịch sử thời Trịnh tàn-Lê mạt Nguyễn sơ chỉ là cái cớ để Nam Dao vạch rõ cái mầm ác từng hiện hữu trong máu huyết văn hóa Việt suốt gần năm thế kỷ, mà lịch sử đẫm máu gần đây, hôm nay, chỉ là cái đuôi của mầm ác tích lũy ấy mà thôi. *"Tránh cho cảnh lệ lại rơi máu lại đổ, không thể không đặt cả cái mẫu hình văn hóa đó lên bàn giải phẫu để suy ngẫm, hội chẩn và rồi cắt bỏ những phần nhiễm độc trong tâm thức. Chỉ có như vậy, tương lai mới phần nào rõ nét ngõ hầu hiện tại cưu mang được hy vọng để tiếp tục sống còn"* (tr. iii). Chủ đích này chi phối toàn thể tiểu thuyết *Gió Lửa*: thế giới tiểu thuyết là cả một địa ngục, nhân vật tiểu thuyết sống trong cơn đồng thiếp, mê sảng trong cái nhầy nhụa của dâm dật và bạo tàn, thiên nhiên cũng gió chướng, nổi cơn ba đào, từ Nam chí Bắc. "*Gió lắm khi dựng dậy, giần giật quay vòng, bốc tung bụi đất lên trời như thách thức với những đấng thần linh trong đám mây trắng trên cao sững sờ nhìn xuống*" (tr. 369). Những hiện tượng thiên nhiên như vậy vẫn xảy ra đều đặn trong suốt gần 500 trang của *Gió Lửa*! Cũng như hồn ma bóng quế vẫn thường về với *Gió Lửa*, cả ma bà chúa Chè đa tình "đề" kẻ chiến thắng Bắc hà Nguyễn Huệ!

Để có thể cắt nghĩa tận cùng những thua bại hủy vong, Nam Dao cũng như Nguyễn Huy Thiệp, Trần Vũ đã phải tầm thường hóa, xác thịt và con người hóa một số "anh hùng", "thần tượng" cấm kỵ của Nguyễn Triệu Luật, Nguyễn Mộng Giác cũng như của tác giả sách giáo khoa sử hiện dùng ở trong nước! Các vị đó như muốn chứng minh lịch sử không hề có anh hùng, chỉ là những tay tứ-chiếng tàn bạo, gặp thời, mà "anh hùng" nếu có cũng là những con người tầm thường, xác thịt - trong *Gió Lửa*, ngoài Nguyễn Huệ còn có vua Tây Sơn Nguyễn Nhạc, chúa Nguyễn Ánh, Đặng Thị Huệ, Nguyễn Hữu Chỉnh, ... Lê Ngọc Hân của Nam Dao toàn chịu đày đọa thể xác và tâm thần chỉ vì vua Lê, "nghiệp nhà Lê trong tay con" (tr. 278). Nguyễn Huệ đói thật khi thử đói cũng đã đi lùng gián, thạch thùng (sùng?) ... để ăn sống rồi nôn mửa ra (tr. 408). Vũ phu Nguyễn Huệ động phòng bằng cách giày xéo thân xác gái 16 "núm cau vừa đủ to để hái"! Nguyễn Mộng Giác ngược lại, muốn đưa những con người nhỏ bé lên vai "anh hùng"! Mà con người hình như luôn tìm hạnh phúc nhưng lại thường muốn làm anh hùng, thời thế không tạo anh hùng thì anh hùng tạo thời thế vậy; lại "*lấy trí nhân ra mà kiêu mạn. (...) Trí nhân dẫu cần, nhưng không đủ để con người đạt hạnh phúc*" (tr. 470). *Gió Lửa* là tiếng đấm ngực của kẻ sĩ, của con người trí thức, nhưng cái tự xét lại vẫn phát ra từ miệng một người trí thức Pháp mà Thức đã gặp khi theo Hoàng tử Cảnh: "*Cái ghê gớm nhất là sự nô lệ của mình với chính mình. Một thứ nô lệ nhưng cứ có ảo tưởng là chủ nhân ông*" (tr. 303).

Nam Dao có nhiều nhận xét đặc biệt, như khi nói đến việc nọc đánh những kẻ sĩ như Ngô Thì Nhậm và Đặng Trần Thường:

"triều đại nào nọc kẻ sĩ của đất nước ra đánh là triều đại không thể khá được. Quả nhiên, chỉ xấp xỉ năm mươi năm sau trận đòn thù, hậu duệ của Nguyễn Ánh đã khờ khạo làm mất nước Việt Nam trong gần một thế kỷ" (tr. 450). Lý luận sắc lạnh như Nguyễn Huy Thiệp, nhưng trong *Gió Lửa* đôi chỗ lại làm mất thăng bằng: *"Sau chiến thắng vẻ vang, bay hô hào xây dựng lại bằng năm bằng mười khi trước? Nhưng không, từ máu tham và sự mê đắm quyền lực, bay hục hặc, chia rẽ, kéo bè, kết đảng rồi xâu xé lẫn nhau..."* (tr. 487). Ông cũng đã để Đông Định Vương Nguyễn Lữ có những ý nghĩ khác người - cho thời của ông, sau khi vào chùa Giác Lâm nhận pháp danh, "lập đàn làm lễ ... đã ra thông lệnh tự do truyền đạo và miễn thuế cho tàu buôn vào Gia Định, đã trả lời lời khẩn cầu cấm đạo của Sư Viên Chân: *"... Có bao nhiêu chùa biến thành nơi thờ đồng thiếp, rút xăm, gieo quẻ, bói toán làm mê mị lòng người? Họ tự do truyền đạo, ta cũng tự do hoằng hóa Phật pháp. Vậy bạch thầy, thầy lo gì? Trong mười điều cấm của họ, ta thấy ít ra có bốn điều trong ngũ giới của nhà Phật, cấm họ là thế nào?"* (tr. 357).

Gió Lửa, cuộc phiêu lưu gần năm trăm năm của cái Ác dưới đủ bộ mặt, chủ yếu dùng lý luận - với một tâm sự, cho nên Nam Dao nhiều chỗ lý luận cao xa so với thời đại của tiểu thuyết: về thân mệnh (tr. 461-3), hay nói đến đạo Cao Đài (tr. 358) thật đã có "mầm gốc" ở thời Nguyễn Lữ cuối thế kỷ XVIII rồi sao? Hay nói việc Trọng Thức thuyết phục vua Quang Trung định dùng chữ quốc ngữ thay chữ Hán và Nôm *"... nhưng hai thầy phải sửa soạn, cho chép lại Tứ Thư, Ngũ Kinh bằng Quốc Ngữ và tìm ra người dạy học. Chắc cũng năm bảy năm nữa mới chuyển đổi được!"* (tr. 397). Nhân vật Trọng Thức lưu lạc từ đầu đến cuối tiểu thuyết, có lúc theo Hoàng tử Cảnh sang Pháp với một số biến chuyển rất "tiểu thuyết" cốt cắt nghĩa tại sao Giám mục Bá Đa Lộc đã không thành công, v.v... nhưng như đại diện cho tác giả, để nói và làm những cái tác giả nghĩ phải như vậy để "sửa" lịch sử! Rồi chuyện gốc gác Nguyễn Tây-Sơn vốn họ Hà ở bản Mê Thượng vùng Nghệ An, vì hận thù truyền kiếp phải Nam tiến vào vùng đất Chàm, bắt đem theo Thúc Khải con của Nguyễn Thiếp người giúp xem phong thủy chốn rồng có thể bay cao, ... Thuyết mới, vì trước 1975, Hồ Hữu

Tường theo truyền thuyết và thăm dò thực-địa lại cho là hậu bối họ Hồ và thuyết được nhiều người lặp lại. Nam Dao làm sống động một Nguyễn Huy Tự tác giả Truyện Hoa Tiên, sống chốn vương giả có thể nào đã có được tư tưởng nhìn xuống, dám có tai, biết theo khuynh hướng mới của thời đại như dân chủ, nhân quyền: *"Cách nhìn và nghĩ là nền tảng cho phép đi xa hơn sự bắt chước. Đổi mới là một vấn đề văn hóa, trong đó kinh tế chỉ là một mặt, và là mặt sơn. "Tốt gỗ hơn nước sơn..." Kỷ nguyên mới tùy thuộc sự đổi mới đó"* (tr. 377). Đó là những chi tiết có nhiều tính tiểu thuyết của tác giả viết sau thời Đổi mới ở trong nước, tức sau 1987!

Tuy vậy, Nam Dao có những chỗ có thể đi quá xa: Nguyễn Nhạc hiếp em dâu vợ vua em Nguyễn Huệ (tr. 333), dù hợp tâm lý dồn nén, bị em vượt, qua mặt! Cho Giám mục Bá Đa Lộc có thể đồng tính luyến ái hoặc bệnh hoạn, trần truồng nằm bên Hoàng tử Cảnh (tr. 296-7, 316). Hay đã để một bà vãi cởi truồng tự "thiện nguyện" "hộ lý" đám lính 21 người "bề hội đồng" trước khi ra trận, rồi tự tử sau đó (tr. 344). Ngoài ra hồn ma bóng quế xuất hiện khá nhiều mà thiên nhiên cũng hay có những hiện tượng báo trước hoặc nhịp với những biến cố lịch sử - một cắt nghĩa khoa học? Khi bàn đến tiểu-thuyết lịch-sử của A. Dumas, có nhà phê bình đã nói *"Người ta có thể hiếp lịch sử nhưng với điều kiện có thể sanh cho lịch sử những đứa con đẹp đẽ!"* có thể vì chính A. Dumas đã viết với quan niệm rằng lịch sử là cái đinh để ông treo hết tập tiểu thuyết này đến tập khác!

Nếu *Chiến Tranh Và Hòa Bình* của Tolstoi là bộ tiểu thuyết muốn cạnh tranh với lịch sử, một lịch sử đang âm ỉ vận động, đang hoặc sắp hình thành - nói như các nhà Mác-xít sau đó, với chất liệu lịch sử, *Sông Côn Mùa Lũ* muốn cho lịch sử một số ý nghĩa nào đó nhưng chính *Gió Lửa* với những kỹ thuật tiểu thuyết hóa cũng như uẩn ức tâm lý cá nhân của người viết đã thuyết phục chuyện ai cũng đã biết rằng người ta không thể thoát khỏi những biến cố của thời đại mình sống, cũng không thể làm chủ tình hình khi chính con người dấy gió bụi và làm bùng lửa. Yếu tố tiểu thuyết giúp người viết đưa ra những giả thuyết để tra vấn và không hẳn dễ có câu trả lời. Họ Nguyễn nói đến Ác để đề cao cái Thiện, Nam Dao kéo dài không khí của Ác tiềm ẩn thành một thứ văn hóa sống và hành, gió hay lửa qua 400 năm đều do đó mà ra cả! Nguyễn Mộng Giác có dự phóng đảm bảo người đọc về nội dung và chiều hướng lịch sử, nhưng thực ra không gian của *Sông Côn Mùa Lũ* muốn làm sống lại lịch sử với chủ ý, chủ quan hơn những tiểu-thuyết lịch-sử trước đó. Còn *Gió Lửa* như muốn người đọc sống lịch sử như họ đang sống, qua trung gian thời gian và tâm thức. Một thời gian sống và một thời gian chết! *Sông Côn Mùa Lũ* tiểu thuyết hóa giai đoạn anh hùng của Sông Côn trong khi *Gió Lửa* tiểu thuyết nhưng có khuynh hướng bi kịch hóa vì *Gió Lửa* được đặt trong một thời gian dài hơn và tác giả nó còn muốn vang vọng lâu hơn và được viết gần hai thập niên sau Nguyễn Mộng Giác.

Với Nguyễn Mộng Giác, người đọc như phải bơ vơ trước bề dày lao đao bấp bênh của lịch sử, trong khi *Gió Lửa* và những tác phẩm "lạc đường" trình bày lịch sử như thế đó nhưng có những tác động với ý thức cá nhân, với lương tâm con người hôm nay nhìn lại, tổ tiên ta diệt nước Chàm với gả bán và võ lực, không lẽ không gây suy nghĩ? Thế hệ trẻ như Lan Cao trong *Monkey Bridge* [12] cũng còn vang vọng tiếng nói ý thức và lương tâm chung này. Gần năm trăm năm loạn "quý tộc" đó đầy những lãnh chúa giàu tham vọng nhưng rồi thất bại (Trịnh Sâm, Trịnh Tông, Trương Phúc Loan, Nguyễn Nhạc, ...), những vua hụt, chúa suýt, những tướng lãnh, hoàng tộc đầy tham vọng mà hậu vận cũng không khá (Đặng Thị Huệ, Nguyễn Hữu Chỉnh, Vũ Văn Nhậm, Ngô Thì Nhậm, ...): họ là những phản diện của Nguyễn Huệ, ... những quỷ ám, ta-bà bên cạnh những anh hùng đăng quang đầy quyền uy mà rốt lại anh hùng hôm trước hôm sau cũng bại suy, tả tơi! Muốn thoát cái nhìn khô cứng một chiều của sử chính thức nhà Nguyễn, có nhà viết truyện lịch sử như muốn đối đầu, hoặc đã đánh nhanh rồi rút (!) như Nguyễn Huy Thiệp, Trần Vũ, Trần Nghi Hoàng, hoặc chậm rãi nguyên tắc nhưng thâm sâu tâm lý nhị nguyên như Nguyễn Mộng Giác, hay muốn... đâu ra đó, nhiều bình diện, với tâm tình thất vọng với lịch sử hiện đại, thất vọng với loại lịch sử của "nhóm" người đề cao anh hùng áo vải, như Nam Dao. Nhưng thiển nghĩ tất cả đều có tính cách thoát ly hiện thực, không thật sự dấn thân cho thực tại đất nước, chính ở chỗ chủ quan dùng chuyện xưa để sửa sai mà thiếu nối mạch với hiện thực và dự phóng! Dĩ nhiên, chúng ta đã sống qua những thời nghi ngờ của thế giới tiểu thuyết Balzac, thời của Kafka, thời "tiểu thuyết mới" rồi trở lại thời ngờ vực của "tân tiểu thuyết mới"! Để hiện thực hay dự phóng? Dù lúc nào cũng có những người hoảng sợ trước bước đi của thời gian, trước những niềm tin đã bị lung lay, họ cần đến những nguồn tâm linh, thần linh, sau khi đã xa thần quyền - khoa học kỹ thuật khiến con người tự tin hơn trước những lực siêu nhiên - dù chưa thật sự khuất phục được thiên nhiên. Nghi ngại bước đi của lịch sử, con người có lúc ra mặt mạnh dạn đảm bảo sinh mệnh chung, cả trong thế giới tiểu thuyết! Hết còn là thời của loại tiểu thuyết truyền thần, ảo hóa, thần thành hóa, ảnh hưởng khuynh hướng của các ngọc phả và chí quái!

Nam Dao đã ghi lại quan niệm về tiểu-thuyết lịch-sử mà ông gọi là "dã sử" trong Lời Ngỏ: "*Tiểu thuyết là cách tác giả đối thoại với lịch sử. Tất nhiên đối thoại đó chỉ một chiều và chủ quan. Thậm chí tác giả không câu nệ bất cứ điều gì, kể cả đôi khi cưỡng bức lịch sử để thai nghén ra tiểu thuyết*" (tr. iii). Nguyễn Mộng Giác thì đã có lần "tâm sự" bị tác động bởi hoàn cảnh miền Nam và giới trí thức lúc ông viết, nhất là chương 90. Nhiệm vụ của một người viết tiểu thuyết nếu có theo ông là "*phức tạp hóa những điều tưởng là đơn giản, để người ta nhớ rằng con người, đời sống là cái gì mong manh dễ vỡ, phải cố gắng thông cảm với những tế vi phức tạp của nó, nhẹ tay với đồng loại những lúc bất đồng, kiên nhẫn với những yếu đuối khó hiểu...*" [13]. Chính văn hóa đã cách biệt văn và sử, và tiểu-thuyết lịch-sử đã thành "tâm sử"! Nguyễn Du, Nguyễn Đình Chiểu, ... ngay cả Kim Dung, đều dùng chuyện xưa để lồng tâm sự người sau, nhưng tại sao các tiểu thuyết gia lại cứ chọn Napoléon, Nguyễn Huệ và một số "sử gia" như ông Văn Tân thích so sánh Nguyễn Huệ với Napoléon? Phải chăng thời đại và triều đại hai nhân vật này đã làm đổ bức tường giai cấp trí thức, khiến giai cấp dân giả có kinh nghiệm sống, nổi bật bởi những biến cố lịch sử tức đem lại ý nghĩa cho lịch sử, cho bước đi của lịch sử? Những thời thái bình Trần Thái Tông, Lê Thánh Tông, ... không gây được một kinh nghiệm lịch sử đáng kể? Hay "bản sắc" văn hóa Việt Nam đã đi đôi với kinh nghiệm chiến tranh? Mấy trăm năm nội chiến và phân tranh phải có biến cố ba anh em biện Nhạc ở Qui Nhơn và nhất là phải đi đến Nguyễn Huệ như một thiết yếu lịch sử. Nguyễn Mộng Giác và Nam Dao đã đi vào con đường ý thức hệ và quan niệm xã hội để cắt nghĩa những hiện tượng lịch sử. Hai ông xem Nguyễn Huệ như một hậu quả tất nhiên của xã hội chính trị thời đó, để rồi tán dương một cách dễ tính. Trước hai ông, Lương Đức Thiệp của nhóm Hàn Thuyên đã cắt nghĩa thất bại của nhà Tây Sơn: *"Xã hội Việt Nam thời ấy cũng tương tự xã hội Pháp về thời Nã-phá-Luân (đầu thế kỷ thứ XIX) trong nhiều tính cách. Sau cuộc Cách mạng tư sản dân quyền (Révolution bourgeoise de 1789), xã hội Pháp làm sân khấu cho hai khối lực lượng gần ngang nhau xung đột: một bên khối tư sản vừa chiến thắng ở cuộc cách mạng đảo Phong kiến xong, nhưng chính quyền chưa nắm được vững trong tay, một bên thợ thuyền và một số nông dân cùng nổi dậy định cướp chính quyền. Hai khối ấy đương đầu nhau nhưng chưa bên nào thắng bại hẳn. Giữa tình trạng xã hội phân tranh này, Nã-phá-Luân nhảy lên sân khấu chính trị đóng vai trò trọng tài, tựa trên quân lực và sắc lệnh mà cai trị. Nếu khối tư sản quá mạnh, Nã-phá-Luân lấy lực lượng của thợ thuyền và nông dân chọi lại (...) để giữ thăng bằng cho hai khối lúc nào lực lượng cũng tương đương nhau. Song tình thế chông chênh này không kéo dài mãi được và muốn giữ vững chính quyền, Nã-phá-Luân phải chinh phục Âu-châu để lấy chiến thắng bên ngoài mà cứu gỡ địa vị chông chênh ở trong nước (...). Nhưng khi bị thua trận tại nước ngoài, địa vị của Nã-phá-Luân ở trong nước cũng lung lay"* (14). Lương Đức Thiệp nghi ngờ việc xông pha chiến trận sau đưa đến chiến thắng Đống Đa có tính cách bonapartiste, sau khi đã bị nông dân và nho sĩ hết ủng hộ! *"Triều đại Tây Sơn trút đổ là một lẽ tất nhiên của lịch sử"*. Dĩ nhiên đây cũng chỉ là một cắt nghĩa!

(còn 1 kỳ)

Nguyễn Vy Khanh

MINH NGỌC
HƯỚNG DƯƠNG ĐẦU MÙA

Buổi chiều đang xuống. Tia nắng quái hắt lên những cành khô trơ trụi. Làng mạc hoang vắng im lìm. Đoàn xe tăng chậm chạp nối đuôi nhau bò trên con đường trống trải.

Một nhóm lính ngồi trong chiếc thứ hai cùng viên thiếu úy chỉ huy và lính truyền tin. Mọi người ngồi lặng câm, nét mặt mệt mỏi vô hồn. Duy có người lính trẻ nhất trông bứt rứt, hết sửa mũ lại săm soi tay chân. Rồi bất chợt anh rón rén chồm lên mở nắp xe ló đầu nhìn xung quanh. Một người lính nạt:
- Muốn chết à? Ngồi xuống!
Anh lính trẻ hụp vội xuống, phân bua:
- Em ngồi lâu ngộp quá.
Viên thiếu úy uể oải lên tiếng:
- Hồi chiều pháo dập cả tiếng đồng hồ, chắc chẳng còn ma nào đâu.

Giọng anh ta lạnh tanh nhưng có vẻ không mấy tin tưởng. Những người lính vẫn lầm lì.

Anh lính trẻ ngồi co một góc. Lúc nãy chỉ nhìn thoáng qua anh cũng kịp thấy khói bụi bốc lên từ những đống đổ nát mới đây còn là nhà cửa vườn tược. Anh hoang mang sợ hãi. Ngay bây giờ, họ được lệnh tiến về phía trước nhưng cũng chưa biết sẽ đi đến đâu, tập kích nơi nào, cứ lùi lũi đi sâu thêm vào địa phận xa lạ. Từ khi vượt qua biên giới, họ được đón tiếp bằng bom xăng, gạch đá, súng đạn; họa hoằn gặp dân địa phương chỉ thấy ánh mắt căm thù, thái độ ghẻ lạnh thay vì cờ hoa chào mừng từ những người được "giải phóng". Một lần dừng chân ở thị trấn vừa giành được quyền kiểm soát, bà cụ già tiến đến bảo anh:

- Anh từ nước lớn đi xâm lược nước bé, giết hại dân lành có vẻ vang gì đâu. Anh không tin Chúa à?

Anh sững người, bối rối. Bọn lính chung quanh giơ súng quát đuổi, bà già ném cho chúng một cái nhìn kiêu hãnh, bình thản quay lưng bỏ đi.

Câu nói của bà ám ảnh anh từ đó. Mỗi khi đi qua một vùng dân cư đổ nát, anh lại hình dung những xác người chồng chất trong đó, những người bình thường như bà. Ngôi làng họ đang đi qua, có bao nhiêu tử thi chôn vùi dưới lớp khói bụi từ trận pháo kích ban chiều?

Chợt tiếng điện thoại reo. Viên thiếu úy có vẻ ngạc nhiên, rút điện thoại trong túi ra:

- Tôi nghe đây. Dạ, thưa đại tá, hệ thống truyền tin lại bị nhiễu à? Dạ, ở đây vẫn yên, không thấy dấu hiệu địch. Dạ, cứ tiến ạ? Dạ, vâng.

Viên thiếu úy chưa kịp đút điện thoại vào túi, một tiếng nổ ầm vang dội khiến họ ngã chúi vào nhau. Mọi người hét lên:

- Bị phục kích rồi!

- Chắc trúng chiếc đầu.

Anh lính truyền tin run run hỏi:

- Thưa thiếu úy, mình gọi không kích yểm trợ?

Viên thiếu úy quát:

- Gọi để nó đến oanh kích nhầm vào mình như lần trước à? Không quân chưa chắc bay đến được đây, sợ bị bắn. Hệ thống truyền tin lại bị phá. Gọi ai?

Quay sang đám lính, anh ta quát:

- Tản ra, mau lên! Nó lại phang cho một quả bây giờ!

Mọi người chen nhau trèo qua nắp, túa ra ngoài. Chiếc xe đầu đoàn bốc cháy rừng rực, bọn lính kẹt bên trong kêu la thảm thiết nhưng ai nấy chỉ lo chạy cứu lấy thân. Những xe khác cũng làm theo. Thêm một chiếc nữa trúng pháo. Đạn bay chi chít đoàng đoàng hướng về họ. Nhiều người hét lên, gục xuống. Anh lính trẻ khom người chạy thục mạng vào sau bụi cây bên vệ đường, nằm rạp gục mặt xuống, thở dốc, lầm thầm cầu nguyện. Anh nghĩ tới mẹ. Mẹ có biết con đang lạc lõng trên đất nước xa lạ? Mẹ tưởng là con vẫn còn đóng quân bình yên ở biên giới. Từ khi xuất quân, chúng con được lệnh không được liên lạc với gia đình để giữ bí mật quân sự. Con ước gì được thấy mẹ, nghe tiếng mẹ gọi tên con giữa lúc này. Nếu Chúa cho con sống sót, trở về với mẹ, con thề con sẽ không bao giờ rời xa mẹ nữa.

Đạn vẫn bay đoàng đoàng như mưa rào. Tai anh ù đi, nước mắt anh ứa ra, tim thót lại vì sợ hãi. Chợt anh nhận ra một điều lạ: chỉ có tiếng súng bắn từ phía bên kia, mà đơn vị anh không bắn trả lại. Cũng không nghe tiếng bọn lính la hét vì hoảng sợ hay đau đớn nữa. Ngực anh thắt lại với linh cảm không hay. Tôi đang làm gì ở đây, trên xứ sở này? Lẽ ra tôi có thể đang ngồi ở giảng đường đại học, ngày hè làm vườn với mẹ, mùa đông đi trượt tuyết với bạn bè. Tại sao con người phải bắn giết nhau? Ở quân trường, vị sĩ quan huấn luyện bảo, "Ngoài chiến trường, nếu các anh không bắn kẻ địch thì kẻ địch sẽ bắn anh. Muốn sống phải bắn chúng trước." Tôi không muốn chết, nhưng cũng không muốn giết ai. Tôi không có lý tưởng gì cả, tôi không cần làm anh hùng. Giờ đây tôi chỉ thèm một ngày bình thường trong một cuộc đời bình thường.

Tiếng súng thưa dần rồi dứt hẳn. Trời nhá nhem tối, cảnh vật lờ mờ. Không gian im ắng chết chóc. Anh lính thận trọng ngóc đầu lên nhìn xung quanh. Anh nhận ra mình đang nằm trên một cánh đồng. Tuyết đã tan hết, lộ ra những xác lính la liệt bắt đầu rữa. Anh rùng mình ớn lạnh, buồn nôn. Đơn vị anh chắc đã bị tiêu diệt và may lắm thì có một số chạy tản mát đi hết, chẳng còn tiếng người. Anh ngó quanh quất tìm viên thiếu úy. Chợt anh trông thấy một đốm xanh trên nền ruộng khô cằn. Anh nhẹ nhàng bò tới, vạch cỏ và lá khô. Đúng là một cành hướng dương ngã rạp đang ngóc dậy, đầu cành có một đốm nụ vàng. Mùa hướng dương sắp đến. Mùa xuân của tình yêu và hy vọng.

Anh nâng niu cành hướng dương, nhẹ nhàng đỡ nó vươn lên, gương mặt trẻ trung sáng bừng nụ cười ngắm nhìn nụ hướng dương vàng rực.

Một tiếng "đoàng" khô khan. Người lính gục xuống, hai tay úp lên nụ hướng dương, nụ cười vẫn chưa tắt trên môi.

Trời đã tối hẳn. Cánh đồng lặng câm không một tiếng côn trùng.

Minh Ngọc
Tháng 3/2022

HỒ ĐÌNH NGHIÊM
ĐÊM ĐỘNG PHÒNG

Bữa tiệc chấm dứt lúc mười giờ. Mùa hè, bầu trời nhiều sao, sâu thẳm. Ở đó, dường như màn đêm chưa thực sự đóng kín. Cái mênh mông của nó không hẳn nói lên đêm đã vào khuya. Tiệc chóng tàn bởi lẽ người ta ăn hết ba món, kể cả tráng miệng. Và chuyện vãn thì đến hồi nguội lạnh, chẳng còn gì để nói. Chín người lần lượt đứng lên, rời khỏi ba cái bàn sắp hình chữ U đặt giữa sân. Trời trong vắt, thứ sắc màu kỳ lạ của đêm hè nhiệt đới. Chẳng một gợn mây và cao xanh kia tuyệt không mang điềm báo một cơn mưa đe dọa đổ xuống. Người ta ra về bởi giản dị có một điều: Chẳng còn gì để cột chân họ. Những bao thuốc rỗng đã vo lại và ly tách chén dĩa đứng xô lệch dồn đẩy nhau trên bàn, cạn tàu ráo máng.

- Thôi, vậy là xong. Chúc hai bạn có được nhiều điều tốt đẹp, nếu không muốn nói là hạnh phúc lâu dài.

- Đã có kế hoạch gì chưa? Chúc đầu năm sinh con trai cuối năm sinh con gái thì có ham hố quá không?

Nhiều tiếng cười chen cài theo từng câu nói. Đàn ông uống rượu, đàn bà uống nước ngọt, nhưng khi phát ngôn họ thảy đều bình quyền; có nghĩa là tất cả đùa cợt một cách có ý thức.

- Đừng chê quà của mình nghe. Một chục chén đất để lỡ gây nhau có sẵn đó mà ném vỡ cho nguôi ngoai... Kinh nghiệm đau thương!
- Chớ có ôm riết nhau mà khuấy quên xấp vé số mình tặng. Dò trúng lô độc đắc nhớ đừng quên công kẻ hèn này nhé.

Tất cả đều là bạn học cũ. Bạn tôi và bạn của Giáng Hương. Họ quay lưng sau khi bắt tay và thầm lặng đạp xe ra khỏi cổng. Ánh điện vàng cắt một ô hình chữ nhật đọng ở đó. Nóng, đục. Phía ngoài, con đường nhựa xám đã nhận chìm bóng họ thật mau.
Tôi phụ Hương một tay để thu dọn nhưng vợ tôi từ chối:
- Mặc Hương. Ngồi tiếp chuyện với anh Vân đi. Hai người uống trà nhé?

Một bóng đen ngồi bất động trên ghế, đâu lưng với bậc cấp dẫn vào nhà. Cái bàn hình chữ U bỗng rộng ra. Anh tôi ngồi đó tựa một người có thẩm quyền trong phiên tòa vừa xét xử xong. Một ông quan tòa bịt mắt dối lòng khi làm việc và sau rốt ngồi chết trân với tất cả niềm ăn năn. Những cây nến đã dập tắt và ánh sáng từ trong nhà hắt ra làm tôi không nhìn rõ mặt anh.
- Có tốn kém lắm không, hả Huân?

Anh Vân hỏi. Anh chồng lại chén dĩa trong khi Hương lần lượt mang chúng vào nhà. Giọng anh trầm đục và có lẽ anh là người uống nhiều rượu nhất.
- Chẳng biết nữa. Mạ của Hương đi chợ và nấu nướng. Bà lo hết mọi chuyện.
- Lý ra tao phải có cái gì đó để làm quà...
- Anh đừng nói vậy. Sự có mặt của anh đã là cái gì quý giá lắm rồi, không mong gì hơn. Em nói thật.

Tôi mang những thứ còn sót trên bàn vào nhà. Khi trở ra, vừa đi tôi vừa khui một bao thuốc mới. Tôi có kinh nghiệm, chớ bày ra hết những gì mình có. Phải biết thu giấu, ngay cả những thứ nhỏ nhặt, chẳng đáng cất.

Hương cầm ở hai tay hai tách nước trà bước xuống tam cấp. Luồng sáng phía sau soi rọi rõ đường viền đôi chân Hương. Chiếc quần lụa màu trắng không đủ dày để che kín lấy nó. Hình như đó là chiếc quần tươm tất nhất mà Hương có? Khi ăn tiệc mừng, không ai lại mặc vào người chiếc quần cũ chưa kể kẻ đó là nguyên cớ của cuộc vui, là nhân vật chính. Tôi có uống rượu, nhưng rượu chẳng đủ làm tôi chếnh choáng. Trong phút giây, tôi thấy thương vợ tôi hơn lên, bởi không một ai làm cô dâu với thứ hình ảnh bình dị tới độ vậy. Trang điểm lên người sự mộc mạc, đơn giản, thanh bạch và gần như nghèo khổ. Đói cho sạch rách cho thơm. Ừ, thì biết vậy. Nhưng dù sao...

- Hãy ngồi xuống đây, Huân.

Tôi ngồi xuống chiếc ghế đặt cạnh bên anh, thắp sáng một ngọn nến và cắm nó đứng trên cái ly thủy tinh lật ngược, dùng để đốt thuốc hút. Dầu sao tôi cũng vận quần tây thẳng nếp, dù sao tôi cũng có áo sơ-mi trắng dài tay và áo bỏ vào quần tử tế. Không hẳn đó là thứ biểu tượng nhằm nói lên: Hôm nay tôi đã là chú rể. Không. Tôi chỉ giống một cậu học trò từ dưới quê ngày đầu lên thành phố để thi tú tài. Tôi thắt nịt da. Cái nịt mà ngày xưa ba tôi vẫn "thắt lưng buộc bụng". Ba tôi không còn trên cõi đời này để ông nhìn nhận rằng tôi đã lớn khôn.

- Trong tù, để giết đi những ước ao thầm kín, tao bỏ công theo học một nghề tên gọi là thầy phong thủy tướng số. Nghiêm chỉnh để nói, tao thấy Giáng Hương có đủ những nét tốt hiển hiện. Tao quan sát và thú thật tao rất mừng vui.

Anh Vân lớn hơn tôi ba tuổi. Xưng hô mày tao hoặc anh em, điều đó chẳng nề hà, cái quan trọng là anh cảm thấy thoải mái hoặc tìm ra ở đó sự thân mật khi trò chuyện. Vừa là một người anh, vừa là một người bạn chân tình. Anh thi hỏng tú tài phần hai, sau đó vào học ở quân trường Thủ Đức. Rồi thì hồng thủy ập tới, lùa anh vào trại học tập cải tạo. Ở anh là triền miên những việc học. Học chữ, học súng ống. Học lời răn của hiền nhân, học lời xúi của quỷ dữ. Học thật thà, học dối trá, học ngang ngược chưa đủ; giờ đây lại còn bày trò học nhìn rõ mặt người, chiêm nghiệm nét tốt xấu ám lên phần số mỗi sinh mạng. Quỷ tha ma bắt anh thời gian dài và giờ này có thể anh hiện nguyên hình một người cật ruột máu mủ còn sót lại của tôi. Một người mà tôi cố đặt hết lòng tin vào câu giải thích: Nhân chi sơ tánh bổn thiện.

- Do đâu mà hai đứa trở thành vợ chồng?

Anh Vân hỏi. Không nhìn tôi mà nhìn xuống bàn tay đang kẹp điếu thuốc. Những ngón gầy, tỉ lệ thuận với vóc vạc mỏi mòn ốm o của anh. Một người như vậy có lẽ sẽ thích hợp biết mấy khi ôm vào lòng một cây đàn guitar. Để cúi đầu xuống, để nhắm mắt lại. Để sau đó bắt mọi thứ phải dấy động lên một cung bậc thổn thức. Tôi mường tượng ra hình ảnh một ông Trung đội trưởng hay Đại đội phó gì đấy ì ạch dẫn lính tráng đi hành quân. Thật tội nghiệp cho anh tôi! Cả tôi cũng vậy. Tội nghiệp tôi nếu tôi nhảy qua lãnh vực tướng số. Tôi cố nhớ lại thời điểm mà hai anh em đã phải xa nhau. Bảy, tám năm? Tôi bất lực. Tôi thử nhớ lại buổi đầu tôi gặp Giáng Hương. Trí óc tôi lợn cợn chập chùng những hình ảnh. Nó giống như tờ thư mỏng với chữ viết đặc kín cả hai mặt giấy. Mực thấm lem từ trước ra sau và ngược lại. Không tài nào đọc rõ.

- Chuyện dài lắm, chẳng biết bắt đầu từ đâu.

Tôi nói trong khi tôi nghĩ: Hai ba năm sau, có ai nhắc lại kỷ niệm này, đêm nay, để rồi hỏi tôi về tháng ngày thành hôn chắc tôi cũng sẽ đối mặt với sự bối rối. Không phải tôi thuộc hạng người vô tâm, nhưng đời sống nhọc nhằn này, bạn có tin không, chính nó tước đoạt hết của mình những kỷ niệm đẹp. Mình sẽ phải lú lấp đi, trong khi chất xám trong não bộ mãi bị ám ảnh bởi miếng cơm manh áo. Mãi phát huy sáng kiến để tồn vong. Mà tồn vong trong hoàn cảnh như vậy, tự nó đã mang mầm mâu thuẫn mất rồi. Muốn nhớ mọi điều phải mượn giấy bút để ghi vào sổ. Tôi có cuốn sổ nhỏ với nhiều trang giấy trắng, chỉ có trang đầu là bị vấy bẩn. Đó là những con số nhem nhuốc ghi chú về ngày tháng ba tôi qua đời. Và ông chết cách đây đã hai năm.

- Số phần. Cứ xem như vậy đi, phải không?

Anh tôi nói. Anh cầm tách trà lên, uống từ tốn.

- Chỉ cần khiếm diện ba bốn năm thôi, người ta sẽ nhìn ra một lỗ hổng thật lớn nằm giữa đời mình.

Tôi nhìn anh Vân, cố hiểu hết lời nói ấy. Hồi nãy, trên bàn ăn, có thằng bạn quỷ quái nào đã "phát biểu linh tinh": Cuộc sống vợ chồng không gì khác hơn là hai người trong cuộc phải cố lấp kín cái lỗ trống. Anh nêm không chặt, đời sống sẽ lấy đi ở anh sự hạnh phúc. Chặt quá, anh cũng bị phàn nàn. Đã là nghệ thuật thì phải có cương có nhu. Khi đó tôi có trộm nhìn Giáng Hương, vợ tôi xem chừng đẹp nhất trong đám đàn bà có mặt. Da Hương trắng mịn, ửng đỏ và buổi chạng vạng không tài nào làm cho nhan sắc ấy phải mờ nhạt đi.

- Nếu Huân không cảm thấy phiền hà, ngày mai hai đứa mình đi thăm mộ ba.

- Ý kiến hay. Sao anh lại dùng tới chữ phiền hà?

- Chắc phải nên hỏi Hương một tiếng. Ngày vui của hai người... Bình thường thì không ai được quyền phá rối...

- Chuyện gì hả anh?

Hương bước xuống thềm. Hương như vừa rửa xong đống chén bát. Ngồi gần, đụng vào tay, tôi chạm phải những ngón mát lạnh.

- Ngày mai, anh muốn mượn đỡ Huân một buổi sáng. Hương cho phép không? Anh tôi nói, mặt nghiêm trang.

- Anh nhờ Huân dẫn đường tới mộ ông già tụi này.

- Lấy thêm chiếc xe đạp của Hương. Hai người đỡ nhọc khi phải đèo chở nhau. Và buổi chiều nhớ về ăn cơm. Buổi cơm đầu tiên do chính Hương nấu. Vợ tôi nói, mặt cũng trang nghiêm chẳng kém.

- Anh không dám hứa trước. Tối nay anh lại ngủ đằng nhà người bạn và có thể nó sẽ làm một cái gì đó nhằm chiêu đãi người về từ địa ngục... Hãy thứ lỗi là anh chẳng có gì làm quà, Hương cho anh khất một món nợ, anh sẽ trả sau.

Hương cười bên ánh nến sắp lụn tàn. Mắt Hương long lanh và ngọn lửa không ngớt nhảy múa. Dường như Hương cảm động và có thể ngọn đèn cầy đang thổn thức. Đêm yên tĩnh, chừng như mời gọi thầm lặng ai kia nhập cuộc sát phạt một canh bài hoan lạc. Tôi không biết là anh tôi có để lại một mối tình nào trước khi vào lính? Có đánh rơi một kỷ niệm đáng nhớ trước khi vào trại tù? Anh ngủ lại nhà bạn, dĩ nhiên chẳng thể đó là một người bạn gái, tôi nghĩ vậy.

Càng về khuya gió càng len lỏi về nhiều. Nó làm xao động chùm lá vú sữa ở góc sân, nó xoa dịu làm mát những khoảng da để trần và cuối cùng, đốm lửa duy nhất trên bàn vụt tắt bởi gió.

Tôi cởi bớt áo quần sau khi cửa đóng then cài. Căn nhà nhỏ, trước đây mạ Hương dành cho người bà con từ dưới quê lên ở. Năm bảy lăm, trên đường lánh nạn chạy thoát vào Nam, gia đình người đó lạc mất nhau và biến cố ấy khiến người đàn bà sống sót một mình kia trở thành kẻ mất trí. Bà lang thang ở những bến xe gióng gọi khản tiếng tên những người thân thương cật ruột. Bà điên loạn và mạ Hương biến chỗ vô chủ này thành một tổ uyên ương, làm quà cưới cho đứa con gái út nhiều thiệt thòi. Chữ thiệt thòi phải nên hiểu ở nhiều nghĩa, mà trong đó, việc yêu tôi và quyết định lấy tôi làm chồng là một điều thiệt thòi khác, không thể thiếu khi kiểm điểm.

Xong lớp 12 thì Hương quẳng buông giấy bút. Mạ Hương là người đầu tiên vẽ đường cho hươu chạy: Học cho lắm cũng bốc đất ăn thôi, con ra phụ mạ trông coi cái gian hàng ấy cho được việc. Học tranh đua với trường đời là thiết thực nhất! Hương ra chợ, kết quả hiệu nghiệm trông thấy. Vợ tôi là cô tiểu thương lanh lợi, không là tiểu thư rụt rè của lớp 12 dạo nào. Trường đời, nó dìm người ta xuống để trấn lột hết những thơ mộng, giúp sáng suốt ở mặt này và gây thương tích mù lòa ở mặt khác.
- Hương có mệt không?
Tôi hỏi, cố pha chút dịu dàng trong câu nói.
- Không. Khỏe là đằng khác. Giải quyết xong chuyện gì cũng thế cả. Thực hiện, đợi chờ, toan tính, mấy thứ đó nó hành mình tới mất ngủ.

Hương vừa chải tóc vừa trả lời. Tóc Hương dài, mịn, đen nhánh. Cái mềm mại ấy xuôi chảy đổ xuống lưng tạo cho tôi chút cảm tưởng: Về đêm, Hương sẽ hiền dịu hơn là Hương của ban ngày, bối tóc lên và sẵn sàng lăn xả vào cuộc sống, chống chọi, quyết liệt hơn thua.
- Nói vậy có nghĩa là kể từ đêm nay Hương sẽ ngủ yên giấc?
- Có ngụ ý gì không?

- Không. Anh muốn biết vậy thôi. Bởi thông thường, khi bắt đầu cuộc sống vợ chồng người ta vẫn luôn gặp sự bỡ ngỡ. Một chuyện cỏn con thôi, ngủ một mình sẽ khác với ngủ hai mình rất xa. Một là họ trăn trở, hai là họ sớm gặp giấc mộng lành.
- Huân trăn trở hay Huân gặp mộng lành?

Tôi nhìn hàng nút áo Hương cài chẳng kín, theo cử động của tay chải tóc, hai vạt áo úp mở tựa một cánh cửa bị gió lùa làm xô giạt, khiến người đứng ngoài tò mò trông ra chút đồ vật bày biện bên trong. Tưởng tượng bức vách sơn màu trắng ngà, máng vào đó tấm tranh khỏa thân và cánh cửa án che chỉ nhìn ra đường khe da thịt của một người nữ.

Hương cất lược vào học tủ, hối thúc:
- Hãy vào tắm đi, mai còn phải lặn lội lên thăm mộ sớm.
Tôi nghe lời Hương. Ăn ở vệ sinh là điều cần thiết, lại nữa ngủ với nhau đêm đầu tiên, điều đó sẽ là hình ảnh khó quên; và ấn tượng làm mình nhớ dai nhất có lẽ do da thịt người ấy sạch thơm, tinh khiết, mát mềm hơn cả một miếng thạch xoa.

Để chuẩn bị cho việc ra riêng, Hương lo đầy đủ chẳng thiếu thứ gì. Tôi không có kinh nghiệm, nhưng ý tứ có thể là đức tính quý giá của một người vợ? Góc xi-măng có miếng tôn dựng đứng án che gọi là phòng tắm, trong đó đã có sẵn khăn lông và xà phòng. Một lu nước đầy, một gáo nhựa nổi lềnh bềnh ở trên. Có hai cây đinh đóng nhỏ vào thanh gỗ và tôi cởi áo quần để máng chúng vào đó. Nước mát lạnh vỡ òa, ràn rụa, từ đầu xuống tới gót chân. Thấm đẫm, nhột nhạt, sảng khoái, hưng phấn. Nếu thực sự ở đời có ơn mưa móc, thì không ai khác hơn, kẻ tạo ra thứ vũ lượng ấy chính là mạ của Hương. Bà đã gội xuống người tôi ướt nghe ngói niềm thương yêu ngọt sắc. Một người mẹ cực khổ nuôi con thành người bỗng một hôm nắm tay con gái mình gí trao vào thằng con trai xa lạ. Này, mạ cho không đấy. Nhận lấy đi và nhớ giữ tròn lòng tin yêu thuận thảo với nhau. Tôi khác xa đứa trúng số lô độc đắc, bởi ít ra muốn trở thành triệu phú tình cờ việc cơ bản đầu tiên là anh phải có tiền để mua lấy sự may rủi đầy hoang tưởng.

Tắm xong, tôi bước lại chiếc giường không mấy lớn đặt trong góc nhà, buông rũ mùng xuống. Giường gỗ đánh véc-ni nâu bóng, kiểu cổ xưa và có thể nó hiện diện ở đấy từ khi căn nhà này được xây cất lên. Gần trên mái nhà, tôi đọc ra con số 1950 ai khắc vụng về vào xi-măng. Khi ngó thấy, tôi đã nhẩm tính, nó ra đời trước tôi gần cả chục năm. Giường trải chiếu mới, chiếu nhuộm mực xanh lem nhem hình long phụng quấn quýt vờn mây giỡn nguyệt. Đang là mùa hè, nhưng để làm an tâm là chúng tôi đầy đủ, có ai cuộn tròn cái chăn bông đặt để ngay ngắn phía dưới chân. Đầu kia là hai chiếc gối, gối có thêu ren và chúng căng phồng như ngầm bảo: chúng em vẫn còn trinh nguyên.

Tôi vạch mùng chui vào giường, lót mí mùng xuống dưới chiếu. Cẩn trọng, từ tốn. Tôi nằm ngó lên, cảm giác mình được an toàn, được bao bọc, được no đủ. Tôi không nhắm mắt bởi tôi sợ sự sảng khoái này sẽ rủ rê mời gọi giấc ngủ tới. Và như vậy, mọi chuyện sẽ hỏng bét. Làm bà xã không hài lòng! Tôi nằm ngửa, căng mắt chờ. Đợi Hương tắm xong, tôi ngắm kỹ để làm quen từng vuông da thịt vợ mình. Tôi sẽ hít đầy ngực hương thơm cùng khắp thân thể Hương, khi ấy tôi mới có ý kiến rõ ràng về câu nói: Thia lia quen chậu, vợ chồng quen hơi.

Mùng làm bằng vải trắng, sợi mịn, dệt thưa. Đó là thứ vải mà y tá dùng để băng bó vết thương. Là thứ mà người ta dùng để lọc nước. Để chùi răng, rà miệng em bé. Để quý bà quý cô nhét vào quần lót khi tới chu kỳ kinh nguyệt bị hành tái xanh mặt máu. Nó có nhiều công dụng và hiện tại nó cho tôi cái ảo giác mình đang nằm dưới một vuông trời mù sương. Sương đục như sữa, dịu dàng vây phủ và mình nhìn ra thế giới bên ngoài thảy đều mơ hồ, không thực. Tôi nghe tiếng nước chảy vọng tới, như suối khe róc rách, như mưa rơi sau vườn, từ tốn giữa canh khuya. Tiếng nước chảy, tự nó cũng nói được nhiều điều. Êm tai, thì thầm làm dễ ngủ. Và mặt khác, nó vén mở trí tưởng mình ra, dắt mình tới một khung cảnh thiếu ánh sáng có vợ tôi khom người kỳ cọ, vuốt ve. Bọt xà phòng thay phiên trôi tuột xuống da thịt trơn láng, lên đồi xuống núi để cuối cùng ngập ngừng vướng mắc ở khe, nhỏ từng giọt chậm rãi vào đất và đám lông ấy về lại tựa một đập chắn nước cuối cùng.

Khi tôi đổi thế nằm, vợ tôi đã tắm xong, đi nhẹ tới giường. Hương di động và tôi như ngửi ra luồng thơm mát chờn vờn đẩy đưa ngoài vải mùng làm rối rắm mọi cảm nhận.

- Tắt đèn đi, vào đây nằm anh kể cho nghe câu chuyện thần thoại hoang đường.
- Huân nghe câu nói "chạy trời không khỏi nắng" chưa?
- Là sao?
- Là hãy từ tốn, bởi trước sau gì Hương cũng sẽ nộp mạng cho Huân. Chạy trốn đâu giờ này!

Hương bước lại gần chỗ bắt công-tắc đèn, ngọn néon dài tám tấc chưa kịp khép mắt thì có tiếng đập cửa. Người ở ngoài bóng tối lộ rõ sự nôn nóng qua chuỗi tiếng động mà tự hắn tạo ra. Tôi không nghĩ là anh Vân trở lại. Một người như anh ấy sẽ chẳng bao giờ làm được chuyện gì to tát, kể cả việc khum tay đập gõ vào bất kỳ cánh cửa nào. Tôi ngồi dậy trong khi vợ tôi lật đật chạy tới mở cửa.
- Chúng tôi đến kiểm tra hộ khẩu. Hồi chiều thấy có lắm người tụ họp chẳng biết có ai ngủ lại mà không đăng ký?

Tôi chui ra khỏi mùng, đứng khó khăn và nhọc mệt khi tròng được vào thân bộ áo quần. Tôi chóng mặt lúc tìm ra tờ giấy èo uột in xấu xí hàng chữ "Giấy đăng ký kết hôn".
- Tôi là tổ trưởng khu phố, còn đây là anh Thân, công an khu vực.
Một người đứng dưới bậc thềm cất tiếng. Ông không già, chẳng trẻ; một khuôn mặt khó chẩn đoán tuổi tác. Ánh điện xâm thực ra sân đất, soi lờ mờ dáng người thanh niên mặc sắc phục màu vàng. Hắn đang hút thuốc, đốm lửa cháy đỏ từng hồi trên môi và có lẽ đó là một trong những bao thuốc mà mạ của Hương đã cất công đem biếu xén từ hôm qua khi bà ra đồn xin phép được nhóm họp. Người ta truyền đạt kinh nghiệm, mạ Hương thực hành nghiêm chỉnh thứ lề luật kia, chẳng biết có tạo lỗi lầm thiếu sót? Hương

giấu nỗi bực dọc sau lưng, chìa ra trước tất cả những giấy tờ hợp lệ mà chúng tôi có được.

- Mời bác vào trong để kiểm tra. Mới đến ở, bọn tôi chưa kịp bắt thêm đèn cho nó sáng lòa ra.

Người tổ trưởng khu phố đón lấy những chứng cứ ghi nhận chúng tôi là công dân của một đất nước văn minh giàu mạnh. Giấy tái sinh luôn co quắp trong bàn tay ông. Ông không ngó xuống chúng, ông lách thân sang bên để nhường lối cho người có thẩm quyền. Hắn còn nhỏ tuổi, nhưng hắn già đầu ở lãnh vực khác; tựu trung khi dòm hắn, đọng trong mắt nhìn là một cái gai. Châm chích, khó chịu, chẳng ưa gặp phải. Da mặt hắn tái, như một tửu đồ chả bao giờ biết say, càng nốc rượu càng lầm lì, độ cồn, hơi men đều thoát ra, bốc hơi nơi hố mắt. Hắn ngó láo liên. Tôi cũng nhìn cái giang sơn mới mẻ của mình. Trống trải quá, lưa thưa quá, cạn kiệt quá. Phải mà còn một ít thức nhắm, chút rượu sót nằm dưới đáy chai; cà phê thuốc lá linh tinh, tôi sẽ mang ra gọi là "giao lưu tình cảm". Tuyệt không có gì. Chẳng còn gì sất! Yên lặng, thứ lặng yên rất nặng nề, thình thịch như tim lê nhịp đau. Hắn vứt mẩu thuốc cụt xuống nền nhà, dí chân lên:

- Hình như anh Huân còn có một người anh, phải không nhỉ?

Tôi sửng sốt. Làm sao hắn biết điều đó? Bởi nếu anh Vân chưa được thả khỏi trại tù, chính tôi cũng chẳng hay là thực sự tôi có được một ông anh. Lạ lùng!

- Nếu anh ta có đến trú ngụ, nhớ ra đồn thông tin cho chúng tôi hay nhé.

- Vâng. Bất kể là ai, nếu đến đây, chúng tôi sẽ phải đi đăng ký.

- Vậy là tốt. Đám cưới suôn sẻ cả chứ?

- Vâng. Mạ tôi nói mọi thứ có được đều do công sức của mấy anh cả. Hương đối đáp và vợ tôi thật bất cẩn. Áo Hương mặc quên cài những ba hạt nút. Gã công an thôi kiểm tra da thịt lụa là, hắn chuyển ánh mắt sang ông tổ trưởng:

- Thôi, chẳng có gì. Ta đi nhà khác vậy.

Ông tổ trưởng trả lại giấy tờ.

- Mừng anh. Những kỳ họp tới tụi mình thấy mặt nhau thường xuyên hơn.

Họ quay lưng. Và họ mang theo tất cả những háo hức, những dự tưởng thơ mộng của tôi. Đứa đóng vai chú rể đóng chặt cánh cửa lại, thấy mồ hôi chạy dọc sống lưng. Nếu họ không tới, hắn làm gì giờ này giữa bóng tối dâng tràn những tiếng thở vội? Mồ hôi hắn đổ ra nhưng đó là sự giải thủy vô hạn những ngây ngất.
- Vậy mà tốt. Còn hơn dựng đầu mình dậy giữa canh khuya.
Hương như đọc ra những ý nghĩ của tôi, nhưng Hương chỉ nhìn thấy có một nửa. Nửa kia là tôi nghĩ tới cái quái đản của chữ động phòng dành ám chỉ việc ái ân của đôi vợ chồng son. Động phòng. Như thế này là động phòng? Mẹ rượt! Phòng đang êm ả bỗng dưng những nắm đấm tay sắt tác hại lên cánh cửa làm náo động thiên cung!

Tôi là đứa duy vật, có thể nói như vậy, bởi ít khi tôi tin tới ma quỷ, để tâm tới những điềm gở, những báo mộng, dị đoan. Nhưng giờ đây, đứng án lưng vào cánh cửa mong manh, mơ hồ tôi thấy ra cái tương lai chẳng mấy tốt đẹp của hai đứa chúng tôi. Đôi vợ chồng ngác ngơ này sẽ học thêm những gì, khởi đi từ đêm động phòng, tuần trăng mật, từ những tháng năm xao xác sẻ chia để cố lấp đầy một khoảng trống?

Có tiếng chó sủa từ xa vọng tới. Đêm nóng ngột ngạt trong gian nhà nhỏ bé. Tôi đi ngủ với lời nguyền rủa: Không có gì quý hơn độc lập tự do.

Hồ Đình Nghiêm

nghiêm túc thơ thẩn cả đời
chẳng chi khởi sắc, ba trời chuyển qua
huê tình mấy nụ ba hoa
mỹ nhân chúm-chím, quí bà trề môi
       tôi mất đi một số người
không quen dùng tấm gương vui ngắm mình
ngôn từ mọi chữ đều linh
sử dụng ráo trọi nuôi tình thơm tho
già tay giữ vững tình bơ
hình như thành được nhà thơ ngon lành | luanhoan.

LUÂN HOÁN
"Mời Em Lên Ngựa",
Khởi đầu những nụ huê tình

Ba năm sau "Đất Đá Trổ Thơ..." tôi mới in thêm một thi phẩm. Thi phẩm này thật tuyệt ở tên gọi. Thật hoàn hảo, hãnh diện ở hình thức. Ngoài chọn tranh cho, chính họa sĩ Đinh Cường còn trình bày bìa, lựa chữ cho dòng tên sách. Những nét chữ thanh nhã, mới lạ, tôi nhìn đã thấy thơ. Tranh bìa là một họa phẩm người nữ khỏa thân tinh khiết, bên cạnh một con ngựa đỏ rực cúi đầu thần phục trong thao thức ham muốn, một màu vàng óng hoàng phái gìn giữ. Dải băng-đô hiện hữu cánh hoa mơ hồ trong sương mây khói thuốc, không liêu trai mà huyền hoặc, cỏ tơ em nồng nàn...

Tôi ưng ý biết bao nhiêu thì anh bạn đảm nhiệm in ấn xuất bản e ngại. Anh từ Mỹ gọi qua đề nghị cắt bớt chút ít cỏ hoa. Một họa phẩm thanh thoát như vậy sao có thể bạc đãi phần ưu việt. Tôi không đồng ý. Nhưng khi sách phát hành tấm tranh cũng bị xâm phạm chút ít. Những bạn nào in lại họa phẩm này mà thiếu chút chút phía dưới là copy từ bìa sách, không đúng với nguyên bản của Đinh Cường.

"Cũng may cỏ mượt mà em
vẫn còn phơi phới ươm lên thơ tình".

Ngoài bìa, bạn vàng Đinh Cường còn ưu ái cho Mời Em Lên Ngựa 6 phụ bản anh mới vẽ, phổ biến đầu tiên trong lòng tập thơ. Bìa sau một chân dung màu nhìn nghiêng khi tôi đã xuống râu. Ảnh chụp khi trôi cùng con thuyền du lịch trên sông Saint Laurent loanh quanh vùng 1000 đảo. Màu bìa xám chở bốn dòng:

"lãnh thổ thơ tôi, một cõi Em
hàng trăm chánh thất, chỉ một tên
và không cung nữ, không hoàng hậu
lộng lẫy trong cùng một dáng Em".

Thực hiện tập thơ này có tôi ngồi bên cạnh anh bạn Vũ Ngọc Hiến, người trong nhóm chủ trương tạp chí Nắng Mới ở Montréal, để dàn trang. Sách có ghi phần đánh máy của Trần Thị Lý chỉ cho vui thôi. Những bạn có phần tài trợ cho ấn phí có nhà văn Nguyễn Dũng Tiến cũng là chủ nhân một vườn cây cảnh lớn ở California cùng anh chị nhà thơ Thái Tú Hạp. Sách in logo nhà xuất bản Thơ của tôi ngày xưa, nhưng không ghi rõ tên nhà xuất bản. Đa phần ấn phí cho tập này từ cô Lý nhà tôi.

Với chỉ 31 bài thơ cho 126 trang. Mục lục có in số thứ tự bài, theo tôi là một cần thiết cho những ai muốn viết về tập thơ. Đề nghị quý bạn in thơ sau này nên quan tâm.

Mở vào nội dung, như thường lệ tôi có một bài đưa đường, lần này bằng 6 đoạn lục bát, mang tên chung: Dụ.

"mượn lời thi sĩ tỏ tình

không soi mặt cũng thấy mình dễ thương

bởi thơ trong suốt như gương

em nghiền ngẫm được mùi hương chính mình...".

Thơ gồm những giới thiệu, quảng cáo khéo léo, làm mọi cách để tròn vai với nghĩa từ Dụ. Mang cả chính bút hiệu mình vào câu thơ. Không biết chân tình lồng trong ba hoa này có cảm động được mỹ nữ nào không. Nhiều năm qua con ngựa đã thuộc về chúa Trịnh rồi mà hình như chưa mấy thuyền quyên ra roi. Thơ vẫn chỉ là thơ.

Liền sau Dụ là Tỏ, không khác hơn nhiệm vụ bạch hóa thân phận, tâm tình.

"... chẳng gặp trong ta một cái ta

ngoài trăm ảo ảnh cái ta là

trái tim thưa thốt lời chân thật

thơm át mùi hương của lá hoa..."

Bài chủ đạo cho cuốn sách với hình dáng ngũ ngôn: nói loanh quanh rồi cũng lộ mục đích chính, khó có thể thật thà hơn:

"... cứ ví ta là ngựa

một con ngựa giang hồ

yên cương đời đã thắng

em yêu, ta đi nào!

bềnh bồng thân trường túc

gió vải hương bạch mao

nhớ mang theo nhúm cỏ

ta ngậm cầm hơi thơ...".

Vay mượn hình ảnh ngựa nên không thể không có chuyện Cỡi Ngựa với mướt rượt huê tình. Bài nhiều bạn thích riêng người bạn văn Lâm Chương, từ Mỹ gởi lời chúc sức khỏe tôi, còn quý bạn, sẽ nghĩ sao sau khi đọc ? (Bài này ghi tặng Đinh Cường) *"dẫu mòn mỏi qua đường xưa lối cũ - vó ngựa ta còn thở vẫn còn phi - mông em nở và cặp chân rất điệu - khép càn khôn vào giữa nhụy xuân thì =*

nhịp móng sắt từ ngàn xưa lóc cóc - lối đi quen không phải lối đi buồn - vẫn đường cũ mà mỗi lần qua lại - hương trong lòng vẫn đổi mới luôn luôn =
em kiều diễm dẫu không ngừng sáng tạo - thế trên yên giông bão tuyệt như nhau – ngả về bắc, dạt về nam cuồng nhiệt - tay cương chùng theo vận tốc chậm mau

và ta nữa, khi thong dong nước kiệu - lắng sâu lòng hôn ngọn cỏ ngậm sương - khi tung vó điên cuồng phi bán mạng - hồng thủy trào dập tắt lửa kim cương". ||

Ngựa hay phải được thử bằng Đường Trường, và con đường này qua thơ 7 chữ:

mỗi dặm đường qua, mỗi dặm buồn
chùn chân, đời đẩy mãi sau lưng
đi hoài không đến không nơi đến
ta lạc dần ta mỗi trạm dừng

Trên con đường dài ấy là những hình ảnh của cuộc sống, của tình yêu cùng những trăn trở được gặp lại tưởng chừng như đã "mất tiêu":

đã mất tiêu rồi những đớn đau
đi hoài không đến, đến nơi đâu
cuối đường không phải là cái chết
mà điểm ra đi, sẽ bắt đầu ||

Có lẽ vịn vào lạc quan đó để có những Thơ Thơ Cho Tiểu Muội bằng những bộc trực:

"... thành danh thi sĩ đã lâu
nhưng chưa viết được vài câu vừa lòng
từ trong tâm thất, thơ hồng
ứa ra nguồn máu buồn không ra gì =
...

ta làm thơ khá dễ dàng
cộng thêm dễ dãi e nhàm mất thôi
mở lòng định quét nước vôi
ngặt tình yêu vẫn đời đời mới tinh =

...

biết yêu từ thuở lên mười
bốn mươi năm được khóc cười với thơ
mai sau dẫu chẳng nấm mồ
xin hồn chữ nghĩa đừng đào thải ta"=

Lẩm cẩm định nghĩa, cùng vẽ ra những trạng thái yêu cũng trở thành cách chơi của thơ thẩn:

"cho ta tờ giấy hồng điều – ta trân trọng viết chữ yêu để đời – thu đông xuân hạ em ngồi – ngai vàng là trái tim người biết yêu || trùm chăn kín mít suốt đêm - sợ rơi giấc mộng lọt em ra ngoài – sáng ra vơ vẫn nhớ hoài – hương em hương giấc mơ dài vẫn thơm ||... tôi là một gã dã man - hiếp em giữa mấy trăm trang chữ đầy - mong rằng hồn phách mặt mày – em vinh hiển với tháng ngày muôn thu ||... đi hoài thì thấy mỏi chân – yêu hoài không thấy mất phân vốn nào – trái tim có lớn là bao – bao nhiêu người đẹp nuốt vô cũng vừa "||

Dĩ nhiên chân dung Nhân Tình cũ được lục bát chiếu cố đến những 26 câu:

em là một loại vi trùng
đục khoét tim óc vô cùng hiểm nguy
ác từ vóc dáng em đi
độc từ đôi mắt kiêu kỳ lẳng lơ
trị em, chỉ tạm có thơ
sắc thành thương nhớ vu vơ uống chừng...

Hạnh phúc của tình yêu là sự trọn vẹn, có hậu, nhưng lý thú của tình yêu, nghiệm ra là thất tình. Tôi được mấy lần thất tình trong đời? Em A chắc sẽ đoán là... là..., em B, em C vẫn chỉ đoán là... một với chính mình. Các em đều đúng cả. Còn tôi, chỉ có trời biết thơ biết, tôi bận giả vờ không nhớ.

*"yêu em là chuyện tình cờ - mất em thêm một tình cờ thứ hai - cả
ngày ngồi nhậu lai rai - thấy ta xứng đáng được hai tình cờ || ...
thất tình quả chẳng mau già – ta trông ta chẳng giống ta chút nào -
giống y một gã côn đồ - muốn nhai muốn nuốt em vào trái tim ||...
ngón tay nhúng cốc bia vàng - vẽ em, lên một góc bàn quạnh hiu –
lòng ta chỉ có bấy nhiêu – mà nghe trĩu nặng trăm chiều nhớ nhung
||... nói xuôi nói ngược cũng buồn – nói lui nói tới cũng buồn mà
thôi – tôi còn một món ăn chơi – là im lặng để ngậm ngùi nhớ em ||*
Ngỡ tập thơ tập trung hoàn toàn vào yêu thương nam nữ. Nhưng
mà không, triệt để cho đề tài này chỉ 57 trên 126 trang. Số còn lại
viết về cha mẹ, bè bạn và bất ngờ có hơi hám chuông mõ cửa chùa,
cùng đôi nét về một cõi xa vời hơn. Mừng một điều phần này có
được một số bài đi vào lòng bạn đọc. Không chải chuốt quảng cáo
gì thêm ngoài trích dẫn để khỏi ảnh hưởng đến các bạn có duyên
đọc lần đầu trong Sau Lưng Đường Chữ này:

Khắc thơ lên gốc bồ đề

... (trong đoạn 1)
bốn mươi chín tuổi chưa nhìn tận
ưu thức đọng thơm vóc dáng Người
ước chi thân thể mang tâm Phật
đổi hết đời ta để biết cười

...
(trong đoạn 2)
*Phật chẳng trách gì khách hành hương - chỉ dâng lên được chút bụi
đường - với đôi tay chắp trong im lặng - chịu đựng giữ gìn riêng vết
thương =*
*tôi sắp hết đời, chưa đọc kinh - mở kinh mà cứ ngắm tay mình -
lâng lâng lòng vụt theo chuông mõ - rùng mình ngắm Phật, Phật
làm thinh =*

...
(trong đoạn 3)
*hết chỗ rong chơi, tôi đến chùa - ngồi ngoài sân ngóng mõ chuông
khua - thứ hai nắng đẹp sao chùa vắng? - trống hốc lòng tôi trước
gió đùa =*

muốn đẩy cửa vào thăm viếng Phật - mượn trầm hương tẩy nỗi sầu riêng - nhớ ra thân thể không toàn vẹn - sợ Phật đau lòng, đành đứng yên =

sinh diệt tật nguyền theo định số? - quả nhân, nhân quả, luật trời ban? - tâm xà khẩu Phật, tôi u muội - cảm nhận đau thương của thế gian =

có có không không tro cốt nát - mai này lỡ đọng đáy lư hương - vô tình hiển Thánh hay thành Phật - ai thế tôi qua những ngả đường? =

Nghe Kinh Ngắm Phật

1. quỳ chân lắng nghe tụng kinh - hoàn toàn không hiểu nhưng hình như mê - mõ theo chuông vọng bốn bề - mang hồn lãng đãng bay về tây phương - tây phương là cõi cùng đường? - giật mình rớt trúng cái buồn ngủ tôi =

2. quỳ chân thiếp giữa thiền đường - lơ mơ gặp Phật như tưởng rất thân - bàn tay Phật nhẹ nhàng nâng - tôi lên lưng ngọn bạch vân bay hoài - chẳng gặp ai, chẳng thấy ai - chỉ nghe thoảng tiếng thở dài của tôi =

3. Phật ngồi trên đóa hoa sen - còn tôi quỳ giữa bóng trăng ngắm Người - ngắm ra Phật có khác tôi - vì tôi tâm động buồn vui với đời =

Bạn Và Rượu

tặng Phạm Nhuận

chưa biết yêu, đã tập tành uống rượu - men Lưu Linh lót dạ bốn mươi năm - em bữa nọ, véo đùa chơi một cái - rượu bung da thơm ngát chỗ đang nằm =

bạn đã đến cụng ly năm bảy bận - trái sầu non treo lẫn trái sầu già - trong khoảnh khắc, cạn ly, thành huynh đệ - đất cùng trời vạn tuế lũ chúng ta =

rượu đã biến thành một phần cơ thể - như tinh, đàm, nước tiểu, máu, mồ hôi - ai bảo rượu không hòa tan với lệ - mà nhân sinh cạn được cốc tuyệt vời? =

bạn ngất ngưởng tỉnh say quên cả sống - cùng với hoa, với nguyệt,
với giai nhân - lòng vô lượng ngàn sau ai dễ biết - ngoài tửu đồ,
một lũ nặng phong vân =
rót tràn nhé. châm thêm cho đủ đậm - nhạc cùng thơ, văn, họa, vọc
mà chơi - rượu chưa hẳn tiếp hơi người dựng nghiệp - cũng đưa
chân phiêu lãng ít chặng đời =
ta được uống được say bao nhiêu bận - cuối mỗi cuộc chơi lời một
cuộc tan hàng - mỗi lần ngắm lũ chai ly ngã đạn - nghe như mình
rơi tuột chẳng âm vang =
cảm ơn bạn, cảm ơn đời, cảm ơn rượu - trời đất trống không, chai
cốc trống không - lòng cũng rỗng? ồ không, lòng không rỗng -
hương bạn chơi, hương rượu ủ men nồng||

Một số bài khác nhắc về hay để tặng những người có được sự thông cảm nhau: Nguyễn Văn Xuân, Nguyễn Tất Nhiên, Mai Thảo, Thái Tuấn, Trịnh Công Sơn, Nguyễn Đông Ngạc, Nguyễn Thị Hoàng Bắc, Lưu Nguyễn, Vĩnh Điện, Phó Ngọc Văn, Đinh Cường, Đỗ Quý Toàn...

Về đôi bài viết tình thương yêu cha mẹ in trong Mời Em Lên Ngựa, nhà thơ Đức Phổ hiện ở Hoa Kỳ, trong một bài viết về thơ Luân Hoán, nhận xét:

"... Với tình yêu, nhà thơ Luân Hoán được sống trọn một đời tình, tôi
không theo kịp được. Và với lòng hiếu thảo của anh đối với bậc sinh
thành, tôi nghĩ, cũng chân thành không kém! Anh cùng lớp người
được sinh ra với tuổi thơ trắng ngần trang giấy mới, với tuổi mơ
mộng văn chương thơ phú. Rồi lớn lên, nổi trôi theo trường lính
trường đời, rồi tan hàng rã ngũ... Trang đời anh đặc biệt hơn, có
ghi thêm 'bàn chân trái' gửi lại sa trường... Khi viết về Cha, về Mẹ
anh tỏ ra duyên dáng trong những nét ẩn dụ chứa đựng nỗi ngậm
ngùi sâu lắng mà ai cũng có thể dễ dàng chia sẻ cùng anh.
'cuối tuần ba thuê đấm lưng
nắng ngoài sân gọi, dòm chừng, đếm gian...'=

'ba cầm thi phẩm của con
long lanh mắt lật, ngó, không nói gì...' =

'con đi học làm sĩ quan
mỗi tuần ba gửi vài trang chữ đầy...' =

'dìu nhau về tới hiên nhà
nạng con ngơ ngác, gậy ba bàng hoàng
không gian cùng với thời gian
bỗng dưng khựng dưới ba bàn chân khua...' =

Với Mẹ, anh tỏ ra xúc động sâu sắc từ đức tính trung hậu, từ tấm lòng bao dung... của Mẹ. Anh còn đặc biệt thương cảm sự hy sinh, thương khó của Mẹ biết chừng nào!
'vì ba thích rượu ghiền trà
cà phê, thuốc lá tà tà quanh năm
nên mẹ thủ phận gánh gồng
cho hương hạnh phúc vẫn thơm mỗi ngày...'

Khi đọc Mời Em Lên Ngựa, một nữ Phật tử trong bút hiệu Thảo Nguyên cũng cho những đồng cảm, chị viết:

"... Luân Hoán đã xem Mẹ như bà tiên hiền dịu bước xuống đời, mở rộng vòng tay để ấp yêu, bảo bọc đời con. Mỗi vần thơ là một hình ảnh đẹp, dù chỉ là lúc ngắm nhìn Mẹ tỉa lá sâu trong sân nắng vàng thu:

Vạch cành me tìm lá sâu
Nắng thu nghiêng xuống tặng câu thơ vàng
Lòng me phơi phới nhẹ nhàng
Thành tiên giữa cõi trần gian phù trầm
(Mẹ - trang 76)

Rồi cũng trong đêm thu đó, Luân Hoán đã dùng chính nguồn sữa mẹ trộn với ca dao mà mẹ anh ngày nào đã đẩy đưa anh trong một chiếc nôi, để giữ lại hình ảnh mẹ anh trong một đêm trăng:

Mẹ nằm đọc Lục Vân Tiên
Trăng thu vào chật mái hiên nghe cùng
Hương từ vần điệu nghĩa trung
Hương từ giọng mẹ thơm lừng đêm khuya

Trái tim dễ rung động của tôi đã bồi hồi xúc cảm, khi bắt gặp hình ảnh đứa con trai nhỏ ngồi tựa bên chỗ mẹ đang nằm, vừa để ý ngắm nhìn khuôn mặt Mẹ thật gần, vừa săm soi tìm tóc bạc trong nỗi băn khoăn âm thầm khi nhận ra dấu vết của thời gian trên mái tóc mẹ yêu:

Ngồi nhổ tóc ngứa cho me
Thấy me nhăn mặt lòng se sắt buồn
Me đau hay me cũng buồn
Chùn tay bứng ngọn thời gian nhói lòng

Anh Luân Hoán đã miệt mài vẽ mẹ, bằng những bức tranh thơ rất đỗi dễ thương. Tấm lòng của mẹ bao la trải rộng, từ người thương yêu ruột rà cho đến cỏ cây. Mẹ là Phật, mẹ là tiên trong trái tim thơ dại. Mẹ thuở thanh xuân tóc xõa dài, mang giày lụa bước nhẹ ra hiên nhà, đưa tay nâng niu từng đọt lá, nhành cây, mỗi cử chỉ, động, tình của mẹ đều đã là thơ:

Chim khách gọi trước hiên nhà
Mẹ mang giày lụa bước ra ngoài vườn
trăm hoa đang độ ngát hương
Với tâm Phật, mẹ cúi hôn lá cành

Anh Luân Hoán giống như là chiếc bóng, lủi thủi đi theo sau mẹ bất kể đêm ngày. Có lẽ vì vậy mà anh tin chắc rằng anh hiểu mẹ, hiểu còn hơn bất cứ ai.

Năm nào mẹ cũng nhương sao
Mẹ quỳ giữa chiếu lạy vào hư không
Phật trời có hiểu gì không?
Riêng con đọc hết nỗi lòng mẹ yêu

...

(Thảo Nguyên - Về Một Bút Hiệu)

Cũng lần đầu tiên in trong tập thơ có bài tên Di Chúc. Nhưng loại di chúc ăn theo kiểu "Khi Tôi Chết..." này hoàn toàn có tính cách chung chung:

"không từ đất sao phải về với đất - thịt xương này không thể mất
khơi khơi – "khi tôi chết" xin đem giùm thi thể - chia cho thù lẫn
bạn nhậu chơi.=
thịt xương tôi có rất nhiều sinh tố - từ hận thù cho đến những yêu
thương - từ chân thật đến manh nha thủ đoạn - mỗi cội tình đượm
một sắc hương =
"khi tôi chết" đừng chia buồn phúng điếu - đừng tiễn đưa, đừng
gắng lập bàn thờ - bởi tôi sẽ đi đầu thai tức khắc - làm một cọng
mây tuyệt cõi lửng lơ =
"khi tôi chết" chúc mọi người ở lại - tiếp cuộc chơi tranh sống bình
thường - đời vô vị nếu quá giàu hạnh phúc - người nên người nhờ
những bi thương =
"khi tôi chết" dĩ nhiên là trái đất - vẫn lầm lì với biển núi thờ ơ -
người dẫu khóc hay cười tôi nào biết - vậy cần chi vun quén một
nấm mồ =
"khi tôi chết" quyết không ăn cháo lú - để hoài hoài thương tưởng
cuộc đời tôi ||
Không biết thường chiêm bao những gì, hay bi quan về nhảy mũi,
nhức đầu mà sớm chơi những vần điệu sau:

Đi Về Âm Phủ
này dạ xoa quỷ sứ - thủng thẳng để ta đi - khỏi còng tay, dẫn độ - ta
cũng về âm ty = từng nghe danh địa phủ - với đáy ngục A tỳ - nay
được chuyển hộ khẩu - lòng mở cờ vinh quy = sống chưa làm quân
tử - chết dẫu thành khương thi - lòng hiếu lòng đã đủ - xứng danh
đời nam nhi =
đã qua tầng thứ nhất - ngại chi tầng thứ hai - phơi phới hồn thi sĩ -
ta dễ gì thua ai ? = chảo dầu sôi, cưa sắt - xẻo thịt đục khoét xương -
trả thù hay trừng phạt - cùng đi chung một đường = ồ, đây cửa thứ
chín - nhẹ hẫng, ta vào thôi - tâm manh nha oán hận - là đã có tội
rồi =
sát sanh là phạm giới - ta cầm súng cầm dao - giết con ruồi con kiến
- trắng án được hay sao? = này con chim con cá - bụi cỏ dại, chùm
hoa - từng bị ta hủy diệt - rộng lượng mở lòng ra = ta không hề sám
hối - cũng quyết không rên la - rất bình tâm thọ phạt - giữ ta còn
trong ta =

*ừ, thì ăn cháo lú - sá chi một vài tô - cho dẫu chợt quên phứt - cái
đời xưa giang hồ = lòng ta vẫn thanh thản - bay cao hơn trăng sao -
chẳng trở thành gì cả - chẳng đọng lại chỗ nào = sự sống và sự chết
- vĩnh viễn từ hôm nay - là trái tim vô lượng - thơm ngát giọt thơ
này ||*

**Đóng tập lại với một bài, bà xã quở là xui rủi, nhưng đến nay,
sau 27 năm đã qua vẫn còn mê muội làm thơ. Mừng!**

Bài Thơ Đầu Tiên Ở Cõi Âm

1.

*ta nằm trong cỗ quan tài
nhìn xuyên thớ gỗ, u hoài ngắm em
bàng hoàng thấy nỗi buồn tênh
xuyên ngang từng chuỗi lệ em khóc thầm
khói hương trổ mũi kim đâm
lòng ta chằng chịt rỗ âm thanh buồn
tái màu thịt, lạnh gốc xương
cái hồn rơi tuột vô phương la cà
vứt đi hoa ướp xác ta
để cho đôi mắt thiết tha em nằm
đưa chân một đoạn về âm
tạ nhau muôn dặm thăng trầm cõi riêng*

2.

*ta nằm trong đất hẩm hiu
rễ cây rễ cỏ sớm chiều xâm lăng
lơ mơ nghĩ chuyện gió trăng
mưa khuya nước giọt ao sen rùng mình
trầm hương da thịt thủy tinh
bay phơi phới lửa xuân tình trổ bông
ta nằm chết, nhớ bông lông
nhớ quanh nhớ quẩn cũng không ra ngoài
quầng mi mắt, vành lỗ tai
bờ môi sống mũi chân dài sáp ong
nghìn thu em ở trong lòng
âm dương thơ vẫn đầy dòng vọng em*

Khi tập thơ hoàn tất, ký tặng Đinh Cường thay một lời cảm ơn lần nữa. Anh gởi lời khen hai đoạn thơ trong bài Thơ Làm Lúc Lười Biếng. Anh hào hứng nói sẽ đem hơi hám vào một phác họa tặng tôi. Chẳng biết anh có động cọ không. Tôi không được quà của anh ngoài những vui tay trên những phác họa chân dung. Xin trích hai đoạn đó, để chấm dứt bài viết này:

Chạng vạng đùn ô cửa
mắt kính bén hương đêm
gấp sách trực nhớ lại
hình như đang vắng em
vườn ngoài phong lá rụng
bật đèn lòng chênh vênh
vuốt đầu rụng tóc bạc
thăm thẳm tiếng sấm rền
(1, cuối ngày)

đá sống đời của đá
cây sống đời của cây
riêng tôi thích sống ké
vào cả vũ trụ này
(2, ngắm đá)

Luân Hoán
17h11 |09-02-2020

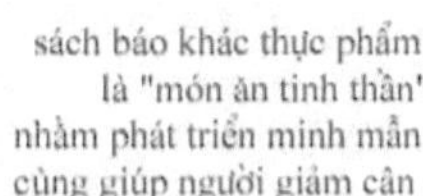

TRƯƠNG XUÂN MẪN
Mộng Du

Ngày lên non hái hoa tắm suối
Chiều xuống biển bắt còng nướng ăn
Lấy cọng rơm về nằm lót ổ
Tối ngủ khò thở gió hư vô

Đứng trên đỉnh yên bình nghêu ngao hát
Nhìn dải Ngân Hà trắng dòng sông thơ
Trăng sao là bạn ngọt bùi san sẻ
Khi ta hát cổng trời mở đón nghe

Hoa thơm dưới núi lan tỏa chiều hoang
Gió uốn cong tiếng đàn ta nhẹ khẽ
Rừng cây vỗ tay reo mừng trái mới
Ta chung vui ngày sinh nở đất trời

Chén rượu u uất cay nồng hóa ngọt
Bụng vỗ khề khà đẩy nhịp lưng tưng
Vũ điệu tung tăng ánh sáng sôi bừng
Ta muốn hét tan cõi trần hiu quạnh

Tỉnh hay mơ giữa bầu trời đông lạnh
Hạt mưa rơi sũng ướt ước mơ xanh
Tinh sương thơm cây cỏ cũng lên mùi
Siêu thoát nỗi buồn quay quắt niềm vui

Ta vất vưởng treo mình trên cành ổi
Muốn trái chua chuyển vị ngọt phôi pha
Đầu lộn xuống thấy thế gian lẫm lạ
Lật lọng rồi mà vẫn cứ ngược xuôi

Trên đường bay khứu đậu thăm cành sấu
Hót ngu ngơ khúc nhạc chẳng đuôi đầu
Mà sao thức cả không gian mầu nhiệm
Tan biến âu sầu xóa hết thương đau

Chợt con kiến vàng cắn sưng lồng ngực
Mồ hôi đầm đìa vụt tắt ánh sao
Chim muông hoa bướm trốn chui trốn nhủi
Mộng du ta chẳng biết biến khi nào

Cơn thoát tục từ tận cùng sâu ẩn
Cưu mang nặng lòng chẳng chút hồng ân
Thôi cõi đời có khi không là thật
Mộng du ta là ảo ảnh trần gian ∎

NGUYỄN VĂN ĐIỀU
CHÚT RIÊNG

Có lúc chợt một mình ngồi lại
Thương sao thơ dại đẹp vô cùng
Ngày khôn lớn thấy lòng bỗng khác
Nhìn đời đâu cũng thấy bung xung

Cơm áo xô ta từng sấp ngửa
Roi đời cứ vỗ mãi oan khiên
Mới hay nhân thế là điên đảo
Nên đành vạn sự hãy tùy duyên

Bởi dịch bệnh ngồi nhà quanh quẩn
Nên thèm sao một mảng trời xanh
Ngày với tháng chập chùng sóng vỗ
Ta một đời cứ mãi loanh quanh

Nên thôi hãy an nhiên ta bước
Ngại ngùng chi nhân thế lao xao
Con đường có người xuôi kẻ ngược
Giữa đường trần cứ ngỡ chiêm bao

May còn thơ như lời tâm sự
Để còn yêu cuộc sống ngọt ngào
Bước thấp bước cao cùng nhân thế
Vẫn nghe lòng thắm ngát trăng sao. ∎

DUNG THỊ VÂN
Ta Nói Với Em

1-
Tuổi thanh xuân em ném vào đêm
Ta cũng đốt tuổi xuân mình vào mỗi đêm chờ sáng
Ôi chuyện chúng mình gởi gắm những niềm đau
Ôi chuyện chúng mình có phải thế mà thương nhau

2-
Em ạ ta nhớ lại những đêm
Một mình chờ sáng
Điệp khúc côn trùng
Như ám ảnh tiếng hòa vang

3-
Ta không thể đốt kỷ niệm thành tro
Cũng không thể nào chôn vùi dĩ vãng
Ta cũng như em
Chuyện chúng mình - xin gởi hết vào đêm. ∎

BEN OH
Đoản Khúc Cuộc Đời

Vô ngã
cây lặng nhìn
đất hôn giã từ
Cảnh tiên rơi cõi vào thu
Phận đời chung ngả lời ru xót lòng

cành hoa
buồn đêm qua
không có nhà
Chiều nay vọng nhớ thiết tha
Bên đời một nửa chiều tà nắng mưa

Chỉ là
lay lắt
nắn bờ thêm đau
Làm sao ngăn lệ dâng trào
Nỗi buồn đau đáu biết bao phận đời

Cha đi rồi
cây không lá
bơ vơ khúc sầu
Dòng sông tựa cánh bèo dâu
Cha ơi một nỗi dãi dầu ra khơi

Đau khổ
không mệt mỏi
phước ngộ duyên
Vườn hoa ngộ sáng cửa thiền
Tâm thức tu dưỡng lòng yên suốt đời. ∎

NGUYỄN VĂN GIA
NẰM NGHE GIÓ THỔI

Nhớ nhau -
cũng chỉ nhớ thầm

Rưng rưng
gió thổi qua lòng -
sớm trưa

Gởi người giọt nắng
sợi mưa

Còn thêm chi nữa
cho vừa lòng nhau

Bữa vui
em chọn áo màu

Không vui
tôi chọn một câu thơ buồn

Người dưng
ơi hỡi người dưng

Đố ai hiểu được
tôi buồn hay vui... ∎

LÊ ĐỨC THỊNH
Khúc Buồn Tháng Ba

(viết cho nỗi đau mùa màng tháng Ba trái nết)

hoa hướng dương gục rũ dưới mặt trời
nếu nhắm mắt lại - trong buổi chiều
bạn có thể nghe lời cây cỏ than van
từ những cánh đồng nước ngập tràn
từ đất đai nhọc nhằn
mang nỗi buồn đau
sau những ngày tháng Ba mưa trái chứng
trái ớt chưa kịp nồng cay đã chết đứng
quả dưa nứt vỏ - máu bầm
lá đu đủ ố vàng thân xanh trái
cây thuốc lá không còn cơ hội làm đốm lửa trên môi người
tháng hè mà ngập sũng
hạt lúa đuối nước lạc mầm
mùa đã hạ mà co ro
hướng dương gục dưới mặt trời ủ rũ
tôi đứng bên bờ sông nơi chiếc cầu phao đứt theo dòng lũ
thở sâu - giữ hơi trong ngăn phổi của mình
để khỏi thốt ra một nốt trầm thừa
khi đất trời trái nết
những gánh gồng qua sông giờ trĩu mệt
trên con đò chậm chạp
trườn lên sóng cùng tiếng chèo buồn
chú chim trở về ngơ ngác trên vòm lá thõng buông
không tìm thấy con sâu nào dưới tán
nước mắt của mẹ tan trong mưa - giờ khô trong chạng vạng
tôi soi câu thơ của mình vào vũng nước đọng lại trên đồng
vài cây cỏ sống sót vẫn trổ bông
như những dòng đau
lên chồi cho mùa mới. ∎

NGUYỄN THÁI DƯƠNG
NUỐI TIẾC

1.
Như tiếng mưa dịu dàng đêm ấy
Như tiếng rơi thầm nước mắt ai đêm ấy
Tiếng kim giây đồng hồ nhỏ giọt
Xoáy vào lòng tôi giữa khuya

2.
Đêm nghiến răng nghẹn ngào khuya khoắt
Theo tiếng vang rền chỉ toàn thanh trắc
Tiếng kêu con thạch sùng thảng hoặc
Tiếc rẻ một điều chi đây

3.
Đôi mắt ướt mùa đông
Búp tay thon mùa hạ
Bước chân son mùa thu
Bím tóc huyền mùa xuân

Xa rồi, xa thật rồi
Chỉ còn lại trong tôi
Trái tim côi mùa đông đang rét cóng...

4.
Em có nhớ mùa hè
Chú ve con nghịch ngợm
Có thương yêu mùa thu
Lá rớt vào đời nhau

Bây giờ khuya thật rồi
Chỉ còn lại trong tôi
Tiếng kim giây mùa đông
Và tiếng con thạch sùng... ∎

TRẦN ĐÌNH SƠN CƯỚC

CÂY CẦU NGUYỆN

Bàn tay lá
xếp nguyện cầu
Như ta
vái lạy
nhiệm mầu thiên nhiên
Cây cầu nguyện [1]
lá rất hiền
Cây cầu nguyện
cũng nỗi niềm như ta

Cùng nhau
chia một mối sầu
Chắp tay
Lá xếp
nguyện cầu bồ câu... ◾

(Chicago, 3/2022)

(1) Maranta Leuconeura, tên thường gọi Prayer Plant.

LÊ HỮU MINH TOÁN
Nỗi Nhớ Bàng Hoàng

Gục đầu trên trang sách
Mân mê từng nhánh sầu
Nghe đời mình gõ nhịp
Ném phiến buồn lên cao

Houston ngày khánh kiệt
Không gian tím nửa hồn
Sao khuya mòn mỏi chết
Ta còn gì nữa đâu

Từ người đi vĩnh viễn
Môi câm nín muôn đời
Nhìn áo quan phủ liệm
Cơn biển động mù khơi

Ba năm đan nỗi nhớ
Tin yêu kết từng ngày
Nghĩa trang khóc người đã
Chung cuộc là hôm nay

Đường trần gian khép vội
Bặt âm rồi tiếng chuông
Lịm tắt rồi cười nói
Tang thương đến ngỡ ngàng

Ai cho ta chút lửa
Đốt giùm ta thời gian
Cho quên sầu chất chứa
Quên nỗi nhớ bàng hoàng..! ∎

NGUYỄN HẢI THẢO
Quay & Tìm

Quay cuồng theo lễ hội
Quay cuồng với buồn vui
Ta chìm trong lốc xoáy
Trong một cơn mê tơi

Và chìm trong cuộc người
Trắng đen bao lẫn lộn
Theo thác lũ cuốn trôi
Nắm bắt và đánh mất

Ngỡ cạn dòng nước mắt
Ngỡ khô máu tim hồng
Khi tâm tư lạc nhịp
Giữa một bầy hỗn mang

Thì thôi ta im lặng
Mặc ai diễn tuồng đời
Quay về nơi sâu lắng
Tìm lại chính mình thôi... ∎

BIỂN CÁT

SÓNG CHƠI VƠI

Giá mà em có thể khóc trên vai anh
Thì chắc là nỗi buồn sẽ vơi đi hết
Nhưng giữa mênh mông chiều
Chỉ có biển sóng chơi vơi
Em như chim Hải Âu giương đôi cánh mỏi
Chao nghiêng nghiêng chở hết những ngậm ngùi.

Trời tháng ba sao bỗng dưng biển động
Như lòng em giông bão dập chênh chông
Ngày xưa nhớ anh em vùi vào vòng tay ấm
Bây giờ không anh
Em tìm về với hư không.

Em tìm mỏi mê những bước chân trên cát
Mà sóng dập dềnh đã cuốn mất từ lâu
Em se tròn những ước mơ ngọt ngào bằng cát ẩm
Rã rời nghe hạnh phúc chảy qua tay.

Khi yêu thương qua rồi chẳng còn gì giữ lại
Rưng rức buồn dạt hết những nhớ quên
Chỉ có em biết biển vẫn đau từng cơn xoáy
Giấu những trầm tích bời rời thăm thẳm dưới vực sâu.

Em đi qua từng ngày với những giấc mơ hoang hoải
Khóc một mình lặng lẽ với nỗi đau
Tim sắc ngọt những vết thương rướm máu
Ai vô tình cắt vội để rồi quên. ∎

NGUYỄN VŨ SINH
Niệm Khúc

Nhà thờ đổ những hồi chuông
Trông pho tượng thánh ngỡ buồn hơn xưa
Câu kinh gió chớp mưa lùa
Chiên ngoan thầm hát gọi mùa phục linh.

Chuông chùa dỗ giấc chúng sinh
Lời kinh bát nhã gọi tình ngàn phương
Ai về địa ngục, thiên đường
Áo quan khép lại hương trầm nhang bay.

Dương gian cõi tạm vui say
Cho ta nương bóng chờ ngày hóa thân
Đời người như hạt bụi trần
Tựa cơn gió thoảng một vầng mây bay.

Ai qua vừa thoáng đâu đây
Sao nghe giọt lệ thấm đầy vành tang
Hồn linh nhuốm nỗi âm hàn
Ngày sau còn lại một làn khói vương. ∎

LÊ VĂN HIẾU
TÔI VẼ TÔI

Tôi nhuộm màu Tôi như là không nhuộm
Tôi đứng / Tôi đi / Tôi bất động
Nghĩa là Tôi đang rất màu
Chỉ ít thời gian / Tôi loang màu nắng
Dẫn Mặt Trời vào đêm

Tích tụ thời gian / Tích tụ vào em
Tích tụ vào nhịp rơi tôi sống
Hơi thở nhuộm Tôi / hít sâu trong bụng
Tôi nhuộm ruột gan Tôi

Giả dụ em yêu Tôi / Em hình dung Tôi chân thật
Em nhớ Tôi / Tôi lung linh

Giả dụ em nghi ngờ Tôi / Tôi chập chờn hai mặt
Tôi sẽ rối màu / Tôi lem Tôi

Tôi không khoác áo Kỳ Nhông
Tôi không ngũ sắc
Tôi tin Tôi... ◼

HỒ CHÍ BỬU
Bản Tấu Chương Gởi Ai Đây?

Tôi thật sự hoảng loạn
Nghi ngờ cả chính mình
Sống trong một xã hội văn minh
Đầy đủ về vật chất
Nhưng là một bầy người máy
Không có phần hồn

Để đạt mục đích
Gã cha dượng đã đóng đinh
vào đầu con riêng của vợ.
Để đạt mục đích
Mụ mẹ ghẻ hành hạ con riêng của chồng đến chết
Nhưng khốn nạn thay
Chúng lại có kim bài miễn tử
Xã hội của tôi bây giờ như vậy sao?

Để ăn mày lòng thương của bá tánh
Một động tà dâm kinh doanh
trên những chú bé mà chúng gắn mác cô nhi.
Một lão chưởng môn khoác áo lam
Làm ảo thuật trước tượng Thích Ca
Sáng tạo ra một đạo giáo làm tình búa xua
Không phân biệt anh em cha con cháu chít
Với mong mỏi sinh ra những thiên tài
Luân thường đạo lý ngủ gục
trong căn nhà đạo đức bẩm sinh.

Để được nhiều tiền
Chúng nó móc nối với nhau
Kinh doanh vật tư y tế trên trăm, nghìn
xác chết mỗi ngày.
Nước mắt dân đen chảy dài và đen hơn
con kênh Nhiêu Lộc.
Đất nước tôi bây giờ như vậy sao?

Lợi dụng chức vụ
Lập sân trước sân sau
Tham nhũng tràn lan
Vậy mà được cấp anh hùng lao động
Kèm theo kim bài miễn tử "tâm thần"

Một gã hề lợi dụng làm được nhiều người cười
Đứng lên làm từ thiện về bão lụt
Ngậm số tiền quyên góp cả nửa năm
Đến khi bị phát hiện mới bung ra cho khỏi tội
Cuối cùng được cấp cho huy chương vàng nghệ thuật.

Lại một thằng hề ấu dâm
Bị trục xuất về nước
Hình như vừa cấp cho huy chương bạc ấu dâm?
Văn học nghệ thuật của nước tôi
bây giờ như vậy sao?

Ngày xưa
Thiếu thốn đủ điều
Nhưng họ đùm bọc cho nhau
Kính trên nhường dưới
Còn bây giờ
Với những cỗ máy chạy bằng năng lượng mặt trời
Hồn nhiên mà tàn bạo.
Lạnh lùng mà nham hiểm.
Bản tấu chương này biết gởi cho ai đây??? ∎

CHU NGUYÊN THẢO
Rớt

Mùa Xuân phai rớt lại cánh mai vàng
Cơn gió thoảng rớt mùi hương dạ lý
Ai ngang qua rớt cơn mơ dịu mị
Nắng xuân hồng rớt lại một tiếng chim

Nỗi buồn vui rớt lại bóng lặng im
Và năm tháng rớt chìm trong hoang tưởng
Rượu nhấp môi rớt đời lên ngất ngưởng
Những cơn say chưa rớt tới thiên đường

Gót thời gian ngả bóng rớt lên tường
Ngày nắng ấm rớt đêm khuya quạnh quẽ
Tuổi xế chiều rớt rơi thời son trẻ
Gió thu vàng rớt cánh lá mùa xưa

Sầu đông qua rớt lại những cơn mưa
Vườn ký ức rớt vợi vời hư ảo
Cạn ly em!!! Rớt đời qua giông bão
Khúc quanh tình rớt lại tôi và em. ∎

San Diego 1/4/2022

TIỂU LỤC THẦN PHONG
Họ Nhà Nến

Bóng tối mịt mùng bao phủ không gian, bên trong căn phòng lung linh ánh sáng từ ngọn nến tỏa ra, cái viền vàng hình lưỡi mác bọc lấy tim nến đỏ, ánh sáng phá vỡ màn đêm đen kịt ấy. Ngọn lửa nến âm thầm tỏa sáng, càng sáng bao nhiêu thì thân nến lại hao mòn bấy nhiêu. Những giọt lệ nóng hổi chảy dọc thân nến, đọng lại thành những mảng sáp hồng dưới chân. Đêm càng về khuya, thân nến giờ chỉ còn một phần ngắn, nến biết rằng chẳng mấy chốc nữa thôi nó sẽ lụi tàn, thân hoại mạng chung nhưng nến không hề sợ sệt hay hối tiếc.

Nến sinh ra là để cháy sáng, có cháy sáng thì đời nến mới có ý nghĩa và đó cũng là lý do để xuất hiện trên cõi đời này, bằng như nến cứ giữ nguyên vẹn thì có khác gì đá cuội vô tri. Khởi thủy từ đời cụ tổ họ nhà nến đã vậy rồi, cứ thế từng đời, từng đời truyền thừa cho đến hôm nay. Công lao của họ nhà nến xưa giờ bút mực nào kể đủ?

Ngày xưa, khi chưa có xăng dầu, ga hay điện, loài người sống trong sự tối tăm mù mịt của đêm trường. Họ nhà nến xuất hiện và đã đi tiên phong trong việc khai sáng, đem lại văn minh cho loài người. Họ nhà nến lung linh trong suốt những đêm trường từ cổ đại đến trung đại và cả một phần của thời hiện đại. Nến đã giúp người viết sách, đọc sách và làm bao nhiêu việc trên đời. Họ nhà nến tận hiến cúng dường trên bàn thờ Phật, bàn thờ gia tiên. Họ nhà nến đỏ hoe lệ đổ trên đầu áo quan tiễn người về cõi vĩnh hằng. Họ nhà nến lập lòe hoa chúc trong đêm động phòng của những đôi trẻ thành thân. Cái vòng sanh tử khép kín của đời người, nến có mặt từ sanh đến tử, từ tử đến sanh. Nến có mặt để chúc mừng và cũng có mặt ở lúc tiễn đưa.

Căn phòng lặng lẽ tịch mịch, cảnh vật im lìm, thỉnh thoảng tiếng tí tách từ ngọn lửa nến vọng rất khẽ. Ngọn nến hồng trụ giữa màn đêm như một dũng sĩ giác đấu, ánh sáng của nến đẩy lùi lớp lớp vô minh. Thân nến giờ ngắn lắm rồi, chỉ không đầy canh giờ nữa thôi, nến biết đời nó sắp xong, nói lời văn vẻ một chút thì sứ mệnh của nến sắp hoàn mãn rồi. Đời nến sắp đến phút giây chung cuộc, ngọn nến hồng thì thầm với cây nến trẻ được loài người tạo dáng với hình một tiểu thiên thần:

- Ta sẽ mãn phần trong canh giờ này, ta đã cháy hết mình, đã sống một cuộc đời hữu ích mà không phí một phút giây nào. Khi ta tan vào hư không thì chú em hãy thay ta tiếp tục sứ mệnh của họ nhà nến.

Cây nến trẻ ngập ngừng:

- Tôi không muốn hao mòn xác thân, tôi không muốn cháy sáng để rồi tàn lụi như các vị. Tôi mặc kệ bọn người, bọn họ muốn ánh sáng thì tự mà cháy lấy! Thân thể của tôi đẹp tuyệt như thế này, lẽ nào đem đốt cháy đi? Tại sao tôi phải làm cái việc chẳng có lợi gì cho tôi?

- Ai rồi cũng phải chết, xác thân nào cũng phải tan hoại. Nhỏ nhiệm như phù du vi sinh, lớn như sơn hà đại địa rồi cũng phải tan hoại, vì đây là cõi vô thường. Chú em bây giờ còn trẻ đẹp nhưng rồi cũng sẽ đến lúc hoại đi. Chú em không chịu cháy lên, không chịu làm cái việc cần phải làm chú em vẫn cứ bị hoại như thường. Sứ mệnh họ nhà nến là cháy sáng, có cháy sáng thì đời nến chúng ta mới có ý nghĩa, bằng không thì chỉ là cục sáp vô tri.

- Thưa cụ, đành rằng là vậy, nhưng cứ để những cây nến khác làm nhiệm vụ này. Tôi chỉ muốn nằm ở trên kệ này mà thôi. Tôi mặc kệ loài người và cũng chẳng quan tâm đến cái sứ mệnh nghiệt ngã đó. Tôi được cậu chủ cưng như một món đồ quý, thỉnh thoảng cậu chủ nâng niu và ngửi rồi khen thơm quá. Tôi cũng biết họ nhà nến sinh ra là để cháy sáng nhưng cứ xem như tôi là một ngoại lệ đặc biệt chỉ để chưng, chỉ để người đời như cậu chủ ngắm nghía là cũng vui rồi.

- Có sanh thì ắt có tử, tử để rồi sanh, nếu chú em không cháy sáng thì đời chú em chẳng có ý nghĩa gì và cũng chẳng lợi lộc gì cho đời.

Sẽ có một lúc nào đó cậu chủ dọn dẹp sẽ đem vất những thứ cũ kỹ, cũng có thể chú em sẽ bị tiêu hao vì vô số lý do như: chuột gặm, nóng chảy, vật nặng đè bẹp... Nếu đời chú bị diệt vì những lý do này thì vô nghĩa quá, lúc đó chú em có hối hận thì cũng muộn rồi!

Ngọn lửa leo lét sắp tàn, thân nến chỉ còn chừng một lóng tay em bé, nói đến đây thì lặng lẽ trầm ngâm. Cây nến thiên thần trẻ cũng im lặng ra vẻ đăm chiêu. Thời gian như ngưng đọng lại, không gian xung quanh ngoài vùng sáng của nến đặc quánh vì màn đêm, chỉ có vừng sáng quanh ngọn nến vô cùng ảo diệu như một vùng cổ tích hiển hiện ở thế gian này. Ở bên gian phòng thờ, lọ nến thơm trước tôn tượng Thế Tôn vẫn ngày đêm tỏa sáng và tỏa hương. Lọ nến cũng chỉ còn phân nửa, cậu chủ thỉnh thoảng đến cắt bớt tim để ngọn lửa không phụt cao. Lọ nến vô cùng hoan hỷ và cung kính cúng dường Thế Tôn, cúng dường chư Phật, chư Bồ Tát, chư hiền thánh ba đời mười phương. Lọ nến nghe trọn cuộc đối đáp của cụ nến và cây nến trẻ bèn cất lời từ tốn:
- Cậu em tuy giờ trẻ đẹp nhưng cái đẹp phù du huyễn hoặc. Cậu em thử nghĩ xem thế gian này có gì là thật đâu, tất cả chỉ là duyên hợp mà thành. Họ nhà nến chúng ta cũng thế, chỉ đơn giản là những nguyên tử paraffin hợp lại, mà đã hợp thì sẽ tan. Cậu em trẻ đẹp nhưng cái xác thân không thật thì cái đẹp thật được sao? Cái đẹp thật và có ý nghĩa chính là ở sự cháy lên, dù cháy lên ở đâu và với mục đích gì. Sứ mệnh chúng ta phải cháy lên, cháy đến phút giây cuối cùng, có như thế chúng ta mới hãnh diện là họ nhà nến.
Cây nến trẻ vẫn khăng khăng:
- Tôi còn trẻ, tôi phải sống để hưởng thụ. Sứ mệnh gì đấy tôi không quan tâm, mai kia già hẵng hay.

Lọ nến thơm trên bàn thờ Phật không nói gì thêm, lặng lẽ tỏa ánh sáng dìu dịu, ngọn lửa liu riu dường như chiêm ngưỡng tôn tượng Thế Tôn đang thiền định, mùi hương Vanilla tỏa nhè nhẹ khắp nhà. Đây là cái mùi thơm mà cậu chủ rất thích. Lọ nến này là sự tiếp nối, trước đó đã từng có những lọ nến thơm mùi cam, chanh, kim ngân, caramel, pineapple, hyacinth... Hiện trên kệ cũng còn rất nhiều những lọ nến khác đang sẵn sàng tiếp nối khi lọ nến vanilla kết thúc. Cậu chủ rất yêu thích nến, đi đâu cũng để tâm sưu tầm nến đem về nhà. Cây nến hình thiên thần trẻ kia cũng chỉ là một trong nhiều loại nến ở trên kệ. Sở dĩ cây nến ấy còn tồn tại là vì có dáng đẹp nên cậu chủ ưu ái để dành lâu hơn, có lẽ cũng vì thế mà cây nến trẻ ấy sanh tâm ngã mạn cống cao, tự phụ cho mình hơn đồng loại, một sự kiêu hãnh đầy vô minh. Cây nến trẻ liếc quanh căn phòng, không chỉ trên kệ này mà còn nhiều chỗ khác nữa, họ nhà nến có mặt rất nhiều. Những lọ nến thơm to nhỏ đủ kiểu cách và màu sắc, những thương hiệu nến từ bình dân đến quý tộc cũng góp đủ mặt, những loại sáp với sắc màu khác nhau tương ưng với mùi thơm mà lọ nến ngậm hương. Rồi lại có những loại nến được đúc khuôn với muôn hình vạn trạng từ hình hoa quả, chim muông, động vật cho đến cả hình dáng của thiên thần trông vô cùng đẹp và sinh động. Họ nhà nến ở trong căn nhà này vốn có xuất xứ từ khắp các quốc gia trên thế giới, bọn họ sum họp ở đây để chờ ngày tiếp nối cháy sáng. Cây nến trẻ vừa thấy thích thú nhìn họ hàng đông đúc vừa tự phụ cao hơn đồng loại. Cậu chủ thì khỏi phải nói rồi, cậu mê những cây nến này, nâng niu như vật quý. Có đôi khi cây nến trẻ nghĩ thầm, "Những loại nến với hình thù đẹp như vậy, nỡ nào đem thắp sáng để rồi tiêu tan mất, uổng cả cái thân đẹp như thế này!", cây nến trẻ chỉ nghĩ thầm thế thôi chứ chẳng nói ra lời. Nào ngờ cây nến thơm hình trái thơm cười khúc khích, dường như nó có tha tâm thông nên đọc được ý nghĩ nội tâm của chú nến trẻ kia:

- Chú em lầm rồi, không hề uổng phí tí nào, thậm chí còn ngược lại nữa là khác, có cháy sáng mới là sống, có cháy sáng thì đời ta mới có ý nghĩa, bằng như cứ nằm trơ trơ trên kệ này thì vô vị lắm! Ở đời có những cái chết rực rỡ và cũng có những kiếp sống nhạt nhẽo vô cùng. Họ nhà nến chúng ta có truyền thống sống đẹp chết sáng, tận hiến ánh sáng và cả hương thơm cho đời.

Chú nến trẻ vẫn cứng cỏi:

- Tại sao phải là chúng ta? Tại sao không phải là những kẻ khác? Tại sao chúng ta phải cháy sáng để kẻ khác hưởng ánh sáng? Họ hưởng ánh sáng của chúng ta rồi một lời cảm ơn cũng không có. Tôi không chấp nhận sự bất công, cần phải thay đổi cái lối mặc định này!

Một cây nến trắng mà loài người thường thân mật gọi là bạch lạp, nó khiêm nhường ở giữa những cây nến và hũ nến:

- Mỗi loài có một vị trí và chức năng khác nhau, đã sanh vì nghiệp duyên thì phải sống theo nghiệp duyên. Đến như đá cuội còn có chức năng riêng của nó, nó làm bổn phận của nó mà có hề than trách chi đâu. Họ nhà nến của chúng ta vốn sinh ra là để cháy sáng, đó không chỉ là bổn phận mà còn là vinh dự của chúng ta, có cháy sáng thì ta mới là ta.

Chú nến trẻ cà khịa:

- Tôi thấy chẳng có ai thắp bạch lạp trên bàn thờ Phật hay bàn thờ gia tiên, có chăng ở giáo đường Thiên Chúa, điều ấy có đúng chăng?

- Chú em nói đúng! Ấy chẳng qua là tập tục thói quen của mọi người, cái quan niệm có khi đúng có khi sai, đó là việc của loài người, còn chức năng của họ nhà nến chúng ta thì như nhau. Nến trắng, nến đỏ, nến vàng hay bất cứ màu sắc nào cũng đều có thể dâng tặng ánh sáng. Bạch lạp xưa từng thắp sáng chốn hoàng cung, trên những bàn tiệc, những lâu đài của giới quý tộc châu Âu. Bạch lạp thắp sáng trong giáo đường Thiên Chúa, cung hiến ánh sáng lên Thiên Chúa và các Thánh Thần, há chẳng phải vinh dự sao?

Chú nến trẻ không biết nói năng gì nữa, bao nhiêu lời lẽ lý luận của chú ta bị bác bỏ. Chú ta đuối lý, trong phút giây này đành im lặng, tuy vẫn còn ấm ức nhưng những lời đầy trí tuệ và tình cảm của anh em nhà nến đã tác động vào tâm tư chú ta. Một cây nến đỏ khác, kiểu dáng truyền thống gầy khẳng khiu, nằm ở tầng dưới của kệ lên tiếng:

- Chú em có tánh phân biệt, hãy mở rộng tầm nhìn một chút, cúng dường hay dâng hiến cũng đều thắp sáng cả, rất thiêng liêng. Như tôi đây, tuy thân phận tầm thường rẻ tiền hơn chú và đồng loại, không có mùi thơm nhưng tôi và tổ tiên từ xưa đến giờ luôn kính tiễn người đi, mỗi khi có người qua đời. Chúng tôi luôn cháy trên đầu áo quan, ngọn lửa nến làm cho người sống an tâm tin tưởng vào sự linh thiêng mầu nhiệm của sự gia hộ độ trì, ngọn nến cháy sáng dẫn đường cho vong linh hay hương linh người chết đi vào một cảnh giới an lành tốt đẹp hơn. Tang lễ không thể thiếu ngọn nến đỏ của chúng tôi, chúng tôi cháy sáng, thân thể tiêu hoại và rồi đời sẽ lãng quên nhưng không hề gì. Chúng tôi đã sống hết mình, đã cháy sáng trọn kiếp nến.

Đến đây thì nhuệ khí của chú nến trẻ đã hạ thấp lắm rồi, không còn dương dương tự đắc như lúc ban đầu, ít nhiều chú ta đã thấm thía bài học của các vị tiền bối lẫn bạn đồng trang lứa. Chú đã thấy cái giá trị thật ở sự cháy sáng chứ không phải nằm chưng trên kệ, tuy nhiên cái tôi vẫn còn to:

- Mình cháy sáng dâng hiến cho người đời mà người đời không biết đến công lao của mình thì dâng hiến làm chi? Thiệt cho mình quá!

Cây nến đỏ cười độ lượng:

- Không hề vô ích, chúng ta cháy sáng mang lại ý nghĩa lớn cho chính chúng ta, người đời biết hay không biết đến là việc của họ. Mình cháy sáng mà cái tâm ta vướng còn có cái cháy sáng, có đối tượng hưởng sáng, có cái sáng để dâng hiến thì xem ra không phải là họ nến rồi!

Một cặp nến to tướng, trên thân đắp nổi rồng phượng theo truyền thống phương đông, loại nến này ít thấy tùy tiện đốt lên, ngày thường chẳng thấy ai xài. Nến này rất đặc biệt, chỉ dùng trong dịp lễ cưới hỏi, nến thắp lên để cáo yết tổ tiên ông bà về việc hôn sự của con cái, sau đó thì người mẹ hoặc người đỡ đầu sẽ cầm cặp nến này dắt đôi trẻ vào căn phòng dành cho việc động phòng, hai ngọn nến này cháy sáng trong đêm thành thân của tân lang và tân nương. Người phương tây không ai biết loại nến này cũng như chức năng của nó. Hai cây nến này cậu chủ sưu tầm cho đủ bộ chứ ngày động phòng hoa chúc của cậu chủ đã qua từ lâu rồi. Cặp nến rồng phụng này nằm đây chứng kiến bao nhiêu thế hệ nhà nến đến rồi đi. Nó nghe cây nến trẻ kia lý sự nên thấy cần phải khai trí cho chú ta một tí:

- Cụ nến đỏ cháy sáng trên đầu áo quan là để tiễn người đi, dùng trong tang lễ nên có thể gọi là tử nến. Còn tôi đây dùng trong ngày lễ cưới thành thân của chú rể và cô dâu nên cũng có thể gọi là sinh nến, vì lễ thành thân là sự kết hợp âm dương, là sự tiếp nối dòng đời. Tử, sinh vốn tương tục, dòng tử sanh bất tận. Họ nhà nến chúng ta vinh dự được cháy sáng trong vòng đời của loài người.

Loài người từ sanh đến tử, từ tử đến sanh đều có ngọn nến chứng tri. Cái vòng sanh tử khép tròn, điểm đầu cũng là điểm cuối, mười hai mắc xích trong vòng sanh tử ấy có ai phân biệt được bao giờ, chỉ có những bậc chứng đắc mới phá vỡ được mắc xích của dòng sanh tử. Họ nhà nến chúng ta có mặt trong những thời khắc quan trọng của đời người và họ nhà nến chúng ta cũng nằm trong cái quy luật thành-trụ-hoại-không không khác gì vạn vật muôn loài ở thế gian này! Chú em không thể cưỡng lại, mà cưỡng lại để làm gì? Đời nến phải cháy sáng, không cháy sáng sao gọi là nến được!

Cây nến trẻ tỏ rõ sự hoang mang:

- Nhưng cháy sáng để tàn lụi thì ghê quá!

- Có gì ghê đâu? Khi chúng mình cháy sáng, ánh sáng đẩy lùi bóng đen, ánh sáng hòa ánh sáng, đó là niềm hạnh phúc tuyệt vời, những phân tử vật chất của chúng ta sẽ hòa vào không khí. Vật chất cấu tạo nên hình tướng vốn từ những nguyên tử nhỏ nhất, chúng ta tan hoại đi, loài người lại chế ra chúng ta bằng cách tập hợp những nguyên tử nhỏ nhất. Thấy thì có sanh có tử nhưng thật ra nào có sanh tử chi đâu, chẳng qua là sự biến dạng thay đổi từ hình thức vật chất này sang hình thức vật chất khác mà thôi!

Cụ nến đỏ gầy nhom, cụ vốn là tổ của họ nhà nến, từ xa xưa cụ đã từng giúp loài người thắp sáng đêm trường. Cụ đã hiện diện trong những lồng đèn để chưng hay những lồng đèn để giúp người đi đường trong đêm tối. Cụ giúp loài người vượt qua đêm trường, soi đường cho loài người đi, dù là người ở phương đông hay phương tây. Những đêm trung thu hay những lễ hội nhờ có nến mà trở nên đẹp như huyền thoại. Cụ nến đỏ là hình ảnh mẫu mực, là truyền thống của họ nhà nến. Nãy giờ cụ lắng nghe toàn bộ câu chuyện của chú nến trẻ và những loại nến khác, đợi đến lúc này cụ mới khẽ tằng hắng:

- Họ nhà nến chúng ta gắn bó với loài người từ xa xưa, thời trung cổ là lúc huy hoàng nhất của cả họ, lúc ấy sự hữu dụng của chúng ta lên cao tột đỉnh. Loài người từ đông sang tây ai ai cũng cần nến. Nến thắp trong hoàng cung, giáo đường, chùa chiền, dinh thự cho chí nhà dân thường. Thuở ấy nến là nguồn sáng vô cùng thiết yếu, dùng trong việc tế lễ, sáng tạo nghệ thuật, sinh sống đời thường.

Giả sử đêm trường trung cổ mà không có họ nhà nến chúng ta thì cung vua, lâu đài quý tộc hay lều cỏ nhà dân sẽ tối tăm mù mịt có khác chi hang ổ cầm thú. Bởi thế mà trong tâm thức của loài người, hình ảnh họ nhà nến chúng ta rất thiêng liêng lại rất gần gũi thân thương. Loài người còn có tâm linh thì họ sẽ không bao giờ quên chúng ta. Sau này loài người chế ra được dầu, điện thì họ nhà nến chúng ta dần mất vị thế ban đầu, không còn là nguồn sáng quan trọng nữa, tuy nhiên về mặt tâm linh thì ngọn nến chúng ta vẫn có một vai trò thiêng liêng không thể thiếu, cho dù là ở chùa chiền, đền đài, thánh thất hay những buổi lễ nguyện cầu, tưởng niệm... Ngay ở trong nhà dân, chúng ta vẫn trang trọng trên bàn thờ Phật, bàn thờ gia tiên. Ánh điện tuy sáng và tiện lợi nhưng không thể thay thế chúng ta về mặt ý nghĩa tâm linh.

Cụ nến đỏ dứt lời, một cây nến khác cũng giống y hệt cụ, có lẽ cùng từ một khuôn ra. Cây nến tằng hắng nhẹ:

- Các bạn trẻ trưởng thành ở đây, thụ hưởng văn minh phương tây, sử dụng khoa học kỹ thuật tân tiến của phương tây, có lẽ các bạn trẻ không biết gì về phương đông với những truyền thống rất huyền diệu. Họ nhà nến chúng ta vốn gắn bó với truyền thống phương đông rất lâu đời. Ở đây còn có một chi nhánh nhỏ họ nhà nến chúng ta, hiện nay vẫn còn tồn tại nhưng rất ít người biết, người phương tây lại càng không biết đến. Xứ Giao Châu ở vùng viễn đông xa xôi ấy, những người anh em nến của chúng ta vốn sinh ra với thân hình to lớn, cứ như những cột Gothic ở đền thờ Pantheon vậy. Những cây nến khổng lồ ấy ngày đêm âm thầm cháy sáng trong những ngôi chùa Miên, cháy liên tục từ năm này qua năm khác. Đây là một điều vô cùng vi diệu, nói ra khó tin nhưng lại là sự thật. Người phương tây chưa từng biết đến, các bạn trẻ của họ nến chúng ta cũng không mấy người biết. Thật vinh dự và tự hào về những người anh em khổng lồ của họ nhà nến.

Cả bọn nến xôn xao hẳn lên, bao nhiêu lời trầm trồ kinh ngạc, những đôi mắt mở to, ngọn lửa của lọ nến thơm trên bàn thờ Phật cháy bừng lên cứ như thể đột ngột bị phấn khích. Cây nến trẻ hình thiên thần lặng cả người, lần đầu trong đời nó được biết ngoài những loại nến thông thường quanh đây, nó còn có người anh em khổng lồ ở tận phương đông xa xôi kia. Nó chưa từng biết mặt và không biết có khi nào được gặp những người anh em ấy không. Nó bâng khuâng, những lời nói của cây nến ấy cứ vọng trong tâm nó. Nó đưa mắt nhìn một lượt những người anh em, những bậc trưởng thượng có mặt ở trong căn phòng này.

Cụ nến đỏ ho khục khặc làm cho ngọn lửa lung lay, ánh sáng in hình những vật dụng trong phòng lên tường, giây lát sau cụ lại tiếp:

- Loài người càng văn minh tân tiến, họ nhà nến chúng ta cũng được thơm lây. Ngày xưa quanh đi quẩn lại cũng chỉ là những cây nến hình trụ tròn, giờ thì hình dáng vô cùng đa dạng, đã thế màu sắc cũng đẹp mắt và mùi thơm thì quá tuyệt vời. Loài người chế ra những mùi hương mà ngay cả trong thiên nhiên chưa hề có, hoặc là họ pha trộn nhiều loại hương lại với nhau. Họ nhà nến chúng ta ngày nay phong phú lắm, âu cũng là sự tương tức tương sinh. Họ chế thêm những dòng nến mới, rồi chúng ta lại cháy sáng dâng ánh sáng và hương cho họ. Họ tạo ra chúng ta và chúng ta thì hỗ trợ họ tối đa về mặt tâm linh. Tận hiến vốn là truyền thống xưa nay của họ nhà nến chúng ta. Thời đại hôm nay truyền thống cần có văn minh hiện đại, cả hai kết hợp hài hòa nhau. Hiện đại mà thiếu truyền thống thì vô hồn, truyền thống mà không hiện đại thì cứng nhắc chết khô và lạc điệu mất đi thôi!

Cụ nến dứt lời, một nhóm nến tí hon dùng để cắm trên bánh sinh nhật hát vang ca khúc mừng sinh nhật của chú nến trẻ kia. Chúng cười khúc khích vây quanh cây nến trẻ hình thiên thần, cây nến trẻ cũng hát theo điệp khúc bản nhạc sinh nhật kia. Những hũ nến thơm, những loại nến mang hình thú, những cây nến theo thể thức truyền thống... cùng hoan hỷ tỏa hương dù rằng tim nến chưa được đốt lên. Riêng lọ nến thơm trên bàn thờ Phật cười nhẹ an nhiên như thể nụ cười niêm hoa của Thế Tôn, ngọn lửa liu riu tỏa một vừng sáng mà người ngoài bước vào căn phòng cứ ngỡ hào quang của tôn tượng Phật, mùi hương từ nến loang cả không gian của ngôi nhà.

Tiểu Lục Thần Phong
Ất Lăng thành, 03/22

THÁI NC
CHUYỆN THẰNG BÉ TỴ NẠN BẤT ĐẮC DĨ

Tùng khẽ nhếch vai để cái túi đi học đeo sau lưng trở lại tư thế gọn gàng. Nó ngoái cổ ra sau kiểm tra lần cuối cẩn thận, và đẩy cửa, giữ vẻ thản nhiên bước vô nhà.

Nó kinh ngạc khi thấy "Dad" John của nó đăm chiêu đi qua đi lại trong phòng khách. "Ủa, sao hôm nay ổng về sớm vậy cà?" Tùng nghĩ thầm. Thấy Tùng đi vào, ông mừng rỡ chạy lại ôm nó.

- Ồ, con đã về! Con đi đâu làm ta lo quá!

- Con đi học về, Dad!

Đang vui mừng, ông John bỗng xịu xuống. Ông buông Tùng ra, đứng lên nghiêm khắc:

- Con nói dối. Hôm nay nhà trường điện thoại cho "Mom" nói con không đi học khiến ta phải bỏ làm về kiếm con cả ngày nay.

Thằng Tùng sợ đến rụng rời tay chân. Trời ơi, vậy là lộ tẩy rồi! Nó mới nghỉ học có một ngày, đã gọi về nhà? Cái trường chi quái ác. Nó vẫn cố chống chế:

- Con đi học thiệt mà Dad.

Ông John nghiêm nghị

- Đừng dối ta, đó là một thói xấu. Hãy cho ta biết chuyện gì xảy ra, và con đã làm gì vì ta đã gọi cảnh sát, tí nữa ta và "Mom" phải báo cáo với họ.

Nghe hai chữ "cảnh sát", Tùng càng hoảng. Câu chuyện không nhỏ như nó nghĩ. Hồi còn ở quê nhà, thỉnh thoảng nó cũng trốn học mấy lần đi tắm sông với tụi bạn, có ai hay đâu. Qua đây mới lần đầu tiên đã bị bắt tại trận. Tùng cảm thấy vừa lo vừa ngượng ngùng vì lỡ nói dối bố mẹ nuôi nó. Nó đỏ mặt ngượng nghịu cúi đầu, không dám nhìn ông John.

Giữa lúc Tùng chưa biết trả lời như thế nào thì cánh cửa bật mở. Bà Linda, "Mom" của nó hớt hải đi vào, nói không ra hơi:

- Kiếm khắp nơi mà vẫn không...

Bà ta ngưng lại khi thấy Tùng đứng đó. Bà trợn xòe mắt như không tin ở chính mình, kêu lên, "Lạy Chúa tôi!", quên hết cơn mệt chạy lại ôm choàng Tùng

- Con đi đâu cả ngày?

Vừa nói, bà Linda vừa nhìn thằng bé từ đầu đến chân xem nó có bị xây xát trầy trụa chỗ nào không. Thái độ đầy quan tâm của "Mom" làm Tùng thêm bối rối, cúi gầm mặt.

Sau khi xem xét và thấy Tùng vẫn bình thường, bà Linda yên tâm nắm tay nó kéo vào bếp.

- Tội nghiệp con tôi, chắc nó đói rồi, vào đây mẹ lấy đồ cho ăn.

Nhưng ông John đã cản lại:

- Khoan đã, tí nữa rồi ăn. Tùng phải nói chuyện gì khiến con nghỉ học không xin phép hôm nay. Lát nữa cảnh sát sẽ lại đây đó.

- Ông sao gấp quá, để cho con ăn xong rồi hỏi cũng được mà.

- Bà thương nó quá không được. Nên nhớ nó mới qua và chưa rành luật lệ. Tôi phải biết nó đã làm gì để trả lời với họ chứ.

Nghe ông John nói, bà Linda không biết làm sao hơn, cúi xuống dỗ Tùng:

- Cũng được. Tùng nói cho "mom" biết tại sao con không tới trường hôm nay đi. Nếu con chỉ đi chơi mà không làm gì bậy, "mom" sẽ tha. Lần sau đừng như vậy nữa.

- Con, con...

Thằng Tùng ấp úng, nó biết nói sao bây giờ? Đã đành nó trốn học và nói dối là hai lỗi lớn. Nhưng nào phải nó đi chơi hay làm gì bậy đâu.

- Con đi... shopping.

- Shopping ư? Con mua gì ở đó?

Hai ông bà ngạc nhiên.

Tùng tháo cái túi đi học trên lưng xuống. Lúc này, ông bà John và Linda mới chú ý đến cái túi gồ ghề hơn mọi ngày trên lưng thằng bé. Nó cẩn thận lấy ra một gói giấy: cái xe lửa chạy bằng pin.

Ông John thảng thốt:

- Con lớn rồi sao còn chơi cái đồ này?

- Tiền đâu con mua nó?

- Con mua cái này cho em con ở Việt Nam.

Thằng Tùng mếu máo trả lời và bỗng bật khóc. Nó như được cởi mở tấm lòng.

Hai ông bà John và Linda nhìn nhau. Họ linh cảm đứa con nuôi trước mặt đang mang một tâm sự chồng chất mà nó giấu kín. Nguyên nhân sự nghỉ học của nó hôm nay có lẽ bắt nguồn từ đó...

Tâm sự của thằng Tùng: Nó là một thuyền nhân bất đắc dĩ.

Nói ra thì có vẻ hy hữu, nhưng trên đời có nhiều chuyện xảy ra một cách kỳ cục không ai có thể liệu định được. Và một trong những cái "kỳ cục" đó đã xảy ra với Tùng hơn một năm trước đây, khi nó vẫn còn mang giỏ mía ghim lang thang trên bến đò Kiên Lương mỗi buổi chiều kiếm thêm chút tiền giúp đỡ gia đình.

Nhà thằng Tùng nghèo lắm, nhất là từ khi ba nó mang thêm chứng bệnh bao tử trầm kha, không thể làm lụng gì được nữa. Một mình má nó không đủ sức quán xuyến chu toàn cả bốn miệng ăn trong nhà, lại thêm phần thuốc thang cho chồng. Cuộc sống mỗi ngày mỗi khó khăn. Tính, em nó, còn nhỏ chưa biết gì nhiều, nhưng Tùng đã lớn, dù nó chỉ học lớp Sáu. Sự nghèo khổ và nhọc nhằn đã khiến Tùng khôn trước tuổi để thấy những sợi tóc bạc ngày càng rậm trên nét mặt khắc khổ của má. Những lần bà phải đôn đáo vay mượn trong mỗi lần thuốc thang, viện phí cho ba nó... đã đẩy Tùng ra ngoài xã hội.

Mỗi chiều sau khi đi học về, Tùng đi bán mía ở bến đò Kiên Lương. Nó vô vườn mua rẻ mấy cụm mía về róc vỏ, và chặt thành từng khúc nhỏ khoảng bằng đốt ngón tay. Xong rồi nó đi kiếm tre, gọt thành những cây nhỏ, mỗi đầu cây tẻ thành sáu nhánh nhỏ khác, vót nhọn, và gắn mía vào, vậy là thành một ghim. Mía ghim.

Nó không bán ở chợ vì ở đó đã có nhiều thằng nhỏ khác bán. Ra nghề sau nên Tùng phải chịu khó lặn lội ra tận bến đò. Tại đây cũng tấp nập không kém chi ở chợ, nhất là vào buổi chiều. Ghe thuyền là một trong những phương tiện giao thông chính của xứ Rạch Giá đầy mương rạch này. Khách hàng của Tùng phần đông là mấy bác xích lô, hay xe ba gác, hoặc những người từ thôn xóm chung quanh khi tan chợ trở về. Ngồi trên ghe gió chiều hiu hiu, có ghim mía nhai đỡ buồn miệng, khỏi phải róc vỏ, bỏ cùi, mà giá lại rẻ mạt: có 50 xu. Nhai xong nhổ bã xuống rạch là xong, thật tiện.

Công việc làm ăn của Tùng tiến hành suôn sẻ. Mỗi ngày nó kiếm được ít tiền đưa cho má để dành mua thuốc cho ba Cuộc đời bán mía ghim của Tùng không biết sẽ kéo dài bao lâu, nếu một ngày nọ... Hôm đó Tùng ế hàng. Bán từ chiều đến gần tối mịt rồi mà rổ mía mới chỉ vơi nửa. Điệu này hôm nay nó huề vốn là may. Đáng lẽ Tùng về nhà, nhưng nó vẫn ráng kiên nhẫn ở lại. Biết đâu còn nhiều người về bến đò trễ cũng nên. Đang thơ thẩn tìm khách, nó nghe gọi: Mía!

Tùng mừng húm thấy một thanh niên từ chiếc ghe lớn nãy giờ đậu im lìm dưới chân cầu đi ra.

- Mía bao nhiêu một xâu?

- Dạ 50 xu.

- Mày còn mấy xâu?

- Để coi. 1,2,3... 32 xâu.

Anh ấy nói

- Tao mua hết, vị chi là 16 đồng phải không?

Đang mừng nghe nói được mua hết, Tùng khựng lại khi thấy anh thanh niên đưa tờ 100 còn mới toanh. Tiền đâu mà thối? Nãy giờ nó mới bán được có hai mươi mấy đồng, thêm mười đồng tiền lẻ má nó đưa để thối lại, cộng chung cũng chưa đến bốn chục. Tùng lúng túng:

- Anh có tiền lẻ cho em xin, em không có đủ tiền thối.

Hơi ngần ngừ một chút, anh thanh niên nói:

- Thôi cho mày luôn đó nhỏ.

Tùng tưởng mình nghe lầm, nó trợn mắt nhìn anh thanh niên, ông khách rộng lượng nhất trong cuộc đời bán mía mà nó đã gặp.

Bỗng nhiên nó nhận thấy cái anh này sao lạ quá, nhứt định không phải là dân ở đây. Nhất là ảnh ốm và trắng, không giống dân bản xứ ở đây ai cũng nở nang và đen sạm. Nó chợt nghĩ đến những tin đồn mà nó đã nghe, không dằn được, buột miệng hỏi:

- Có phải anh ở Sài Gòn xuống đây "đi" phải không?

Người thanh niên tái mặt, anh quăng hết mấy xâu mía xuống sông và chụp lấy thằng Tùng, bụm miệng nó lại. Diễn biến xảy ra quá đột ngột nên Tùng không kịp phản ứng, chống cự một cách vô vọng, và bị người thanh niên vác xuống thuyền.

Tùng cố vùng vẫy thật kịch liệt, chân nó đạp tùm lum làm văng luôn một chiếc dép xuống sông. "Trời ơi, cha này định làm gì đây? Đi thì cứ đi, tui đâu có định khai báo gì đâu mà bắt tui?" Nhưng nó chỉ ú ớ không thành lời.

Đem Tùng xuống khoang tàu và đóng cửa lại, người thanh niên cầm một cây sắt dí trước mặt Tùng, "Ngồi im, làm ồn tao đập chết thả xuống sông". Tùng hoảng sợ thôi vùng vẫy. Thanh niên đè nó xuống sàn, và thả tay ra. Bây giờ Tùng mới hơi hoàn hồn chút đỉnh và đưa mắt nhìn quanh. Trời đất ơi! Cái khoang thuyền bé xíu mà đầy những người là người, già trẻ lớn bé, đàn ông lẫn đàn bà, hầu hết đều lạ hoắc từ đâu tới.

Một người đàn bà ngồi gần cất giọng hỏi:

- Thằng nhỏ nào vậy? Sao tự nhiên bắt nó?

Hùng, người thanh nhiên, phân trần:

- Tui định mua ít mía mang theo, ai ngờ thằng này biết mình sắp "đi" nên phải đem nó xuống đây đó chứ, lỡ nó đi la tùm lum là bể hết.

Tùng mếu máo:

- Em đâu biết gì đâu, thả em về đi anh ơi, hu hu!

Đám người vượt biên ngơ ngác nhìn nhau. Hùng lại lên tiếng:

- Mày không biết thực không?

- Thiệt mà, cho em về đi.

Anh Hùng quay sang nói với mấy người trong ghe:

- Coi bộ thằng này chỉ tình cờ thôi, nhưng vì an toàn, khi nào mình khởi hành mới thả nó ra được.

- Hu hu! Em về trễ má em đi kiếm.

Một người đàn bà khác lại dỗ nó:

- Thôi em chịu khó ngồi đây chút xíu, tí nữa anh Hùng cho em về nhà... Đây chị cho em một trăm mang về cho má. Bà nhét vào túi áo nó tờ giấy bạc. Nếu ngày thường, có lẽ Tùng đã la lên sung sướng, bữa nay nó phát tài rồi. Nhưng không hiểu sao nó chỉ cảm thấy lo lắng, linh cảm điều gì bất thường.

Điều bất thường đã đến. Đang im lặng bỗng có tiếng gấp rút gõ cửa.

- Ai đó? Hùng hỏi.

Một người đàn ông ló đầu vào thở hổn hển:

- Lộ rồi, Công an sắp đến đây đó, nhổ neo dông liền đi.

Cả khoang thuyền rúng động nghe tin dữ. Từng khuôn mặt hốt hoảng.

"Chết cha, làm sao bây giờ?"

"Lên bờ trốn". "Khổ thân tôi"...

Mỗi người một câu, không ai còn nhớ đến Tùng đang ngồi một góc. Nó cũng lo lắng không kém, chỉ sợ mình bị vạ lây. Anh Hùng hồi nãy la lên:

- Bà con bình tĩnh. Bây giờ ai mà lên bờ là trễ rồi. Đằng nào ghe cũng chuẩn bị, ta đi luôn.

Vài tiếng hô lên đồng ý.

- Anh Hùng nói đúng, mình đi luôn may ra kịp.

- Một liều ba bảy cũng liều.

- Vậy thì mình đi, Hùng lên tiếng. Ai lên phụ tôi kéo cái neo sau, còn anh Tư chuẩn bị lái.

Mọi người đã đồng lòng, chia nhau công việc để ghe có thể rời bến.

Lúc này thằng Tùng muốn trốn lên cũng không ai buồn để ý. Nhưng, có lẽ số phận đã an bài, cái số của nó phải sống xa gia đình nên Tùng cứ nằm yên run rẩy. Nó cũng sợ và lo như mấy người trên ghe. Tùng cảm thấy vừa mệt vừa đói, đầu óc choáng váng. Nó cảm thấy cái ghe chuyển động, tiếng lâm râm cầu nguyện của những người đàn bà trong khoang... và thiếp đi lúc nào không biết.

Thế là chiều hôm đó, trên chuyến tàu vượt biên vội vàng đã mang theo một hành khách không mong đợi: thằng bán mía ghim ở bến đò Kiên Lương.

Tàu đi được ba ngày thì được một tàu buôn ngoại quốc vớt đưa vào bờ Mã Lai, và đến Pulau Bidong sau đó. Mọi người trên đảo ai nghe câu chuyện của Tùng cũng đều gật gù cho là... số mệnh, không ai có thể vượt biển một cách kỳ cục như thằng Tùng.

Hôm đó sau khi tỉnh dậy, nó cảm thấy khát đến khô cả cổ, bèn mò dậy kiếm nước uống. Anh Hùng thấy nó trước tiên.

- Cha chả, thằng bán mía, sao mày còn ở đây?

- Cho em miếng nước.

Hùng đưa cho nó ly nước.

Uống xong, Tùng bắt đầu tỉnh trí và nhớ lại mọi việc.

- Trời ơi, mấy anh cho em về nhà chớ đi đâu đây?

Nó hốt hoảng nhìn chung quanh. Trời đã tối lắm rồi, có lẽ tàu chạy suôn sẻ khá lâu và đang tiến dần ra cửa biển. Bốn bề chỉ thấy nước mênh mông. Xa xa một vài ánh đèn chập chờn từ những tàu đánh cá hay một trạm gác nào đó, leo lét. Thỉnh thoảng lại thấy vài cụm sậy thấp thoáng trong bóng đêm dày đặc. Ba bốn người từ dưới khoang đi lên, họ cũng chợt nhớ ra thằng Tùng. Một bà ái ngại hỏi anh Tư lái tàu:

- Mình đi xa chưa? Hay là tấp lại chỗ nào cho thằng nhỏ lên rồi đi tiếp?

- Trời, bộ giỡn sao chớ? Tối um vầy biết đâu mà vô?

- Nhưng mà cũng phải cho thằng nhỏ về nhà chứ.

Tùng thút thít năn nỉ:

- Không sao đâu chú ơi, chú cho tàu chạy vào gần bờ rồi cháu nhảy xuống bơi vô được mà.

- Nói thiệt với mày nghe nhỏ, không phải tao ác hay là gì hết. Nhưng mày là dân ở đây thì cũng biết, đằng kia toàn là rừng sậy không hà, mày bơi chưa tới là đã lún sình ngủm củ tỏi rồi. Mà tao cho ghe vô gần hơn thì cũng lún luôn, chết cả đám. Ai chịu cho đây?

Thằng Tùng thất vọng nhìn chung quanh. Nó biết chú Tư nói thiệt. Nó bơi như rái cũng khó qua nổi mấy vũng lầy trước khi vào đất liền. Tùng ngồi xuống ôm mặt tấm tức, tự xỉ vả mình ham tiền ở lại trễ tại bến đò làm chi cho bị tai bay vạ gió như vầy...

Vậy mà trong ghe, Tùng lại được đi định cư sớm nhất.

Nó ở trại đâu có ba, bốn tháng thì được hội nhà thờ bảo lãnh sang làm con nuôi của ông bà John và Linda, một cặp vợ chồng Mỹ không con cái.

Mấy tuần đầu ở đảo, Tùng nhớ nhà, nhớ ba má, nhớ thằng Tính em nó, và khóc hoài. Nó giận tất cả mọi người trong ghe đã ép uổng nó đi theo.

Chuyến ghe nó đi thật thuận buồm xuôi gió, không hải tặc, không đói khát. Mấy người lớn tuổi nói trong ghe có "quý nhân" đi theo nên được tai qua nạn khỏi. Và họ bảo nhau quý nhân đó chính là thằng Tùng. Đâu có ai vượt biên một cách bất ngờ như nó đâu. Hồi đó hải tặc lộng hành, ít có ghe tị nạn nào thoát khỏi, vậy mà ghe nó đi êm ru. Vì vậy ai cũng thương và tử tế với nó, họ chia nhau an ủi và nuôi nấng Tùng trong suốt thời gian ở trại vì nó không có ai thân nhân ở nước ngoài cả.

Đêm trước khi Tùng lên đường, mọi người mở tiệc tiễn "quý nhân". Mỗi người một lời khuyên nhủ làm Tùng cảm động quên hết giận hờn. Họ nói riết, Tùng cũng tin là tại số phận của nó phải như vậy. Đây là ý của Trời Phật muốn giúp nó ra nước ngoài ăn học để một mai thành tài giúp đỡ cha mẹ lúc tuổi già. Cuộc sống bon chen lúc còn bán mía ở bến đò Kiên Lương và biến cố vừa qua đã làm cho trí óc Tùng tiến một bước dài. Trước khi từ giã, anh Hùng, người đã bắt nó xuống tàu hôm nọ nắm tay nó xem bói. Anh vỗ tay xuống bàn, la lên:

- Trời ơi, bà con coi bàn tay thằng này nè. Cái đường xuất ngoại của nó dài và rõ như vầy thì đúng là số của nó phải đi du học rồi. Nói thiệt, nếu hôm đó tui không nắm cổ nó kéo xuống ghe thì cũng có người khác làm mờ.

oOo

Bốn tháng sau khi đến Mỹ, Tùng nhận được lá thư đầu tiên của má nó từ Việt Nam gởi sang. Còn gì mừng hơn được nhìn lại nét chữ của người mẹ thân thương từ quê nhà. Nó ngấu nghiến đọc đến thuộc lòng cả lá thư mà vẫn cứ đọc. Lại có cả thư của thằng Tính nữa chứ, em nó viết: *"Em là Tính em của anh nè anh Tùng, anh còn nhớ em hôn?"* Tùng đang khóc cũng suýt bật cười đọc dòng chữ ngây thơ trên.... *"Ba đang bị đau bao tử mà má không có tiền mua thuốc. Em muốn đi bán mía như anh nhưng má không cho, má sợ em cũng bị bắt đi Mỹ luôn má ở nhà một mình buồn. Anh rán đi làm như anh con Hà rồi gởi thuốc về cho ba nghe. Mà anh cũng nhớ mua cho em cái xe lửa điện như của con Hà vậy nghe, em ở nhà một mình buồn quá. Nhớ nhe anh Tùng..."*

Dòng chữ ngây thơ của em nó làm Tùng khắc khoải. Ba nó đang bệnh tật triền miên, mà thuốc Tây ở chợ trời thì Tùng dư biết là mắc lắm, làm sao mua nổi? Chưa kể má nó thiệt thà có khi còn mua nhầm thuốc giả nữa.

Còn cái xe lửa điện. Tùng nhớ hồi ở Rạch Giá mỗi lần nhìn chị em con Hà gần nhà chơi cái xe lửa điện của anh tụi nó từ ngoại quốc gởi về mà mơ ước cũng có một cái, nhất là thằng Tính, mê cái xe lửa kinh khủng. Tùng chiều em, vác cuốc đi đào đủ một lon sữa bò đầy giun để con Hà cho gà ăn thì nó mới cho chơi chung. Đến bây giờ em nó vẫn còn mơ ước cái xe lửa.

Tùng muốn xin tiền bố mẹ nuôi nó để mua nhưng lại không dám. Ông bà John và Linda thương yêu, chăm lo cho nó ăn học đầy đủ, nên nó không muốn xin thêm điều gì làm phiền ông bà. Tùng quyết định đi làm để tự mình kiếm tiền. Mà làm gì bây giờ nhỉ? Bán mía như ở Việt Nam ư? Mỹ họ đâu có ăn mía ghim. Mía họ đóng hộp để lạnh, khi nào ăn thì khui ra là xong. Tùng đâu thấy thằng Mỹ con nào bán mía ngoài đường.

May có thằng Tâm bạn chung lớp chỉ nó mỗi ngày sau giờ học hoặc cuối tuần, hai thằng lang thang tới mấy hàng quán hay đến công viên, những nơi công cộng người ta bỏ lại những lon nhôm nước ngọt, chai bia thủy tinh, hay chai ny-lông nước... những thứ thiên hạ vất đi rất nhiều nhưng có thể lấy về bán lại cho mấy chỗ làm recycle họ sẽ mua.

Hôm qua mới bán được mẻ đầu tiên sau mấy tháng gom góp nên sáng nay nó và thằng Tâm rủ nhau nghỉ học để shopping mua đồ. Đã lỡ giấu bố mẹ nuôi từ đầu nên Tùng phải nhờ thằng Tâm chỉ dẫn. Thằng này qua đây đã lâu mà lại thường theo anh chị nó sắm đồ nên rất rành đường sá. Đầu tiên, hai thằng đến tiệm thuốc tây Việt Nam có bán loại thùng thuốc đóng sẵn. Tùng nhờ người bán hàng chỉ loại thùng có thuốc trị bao tử để gởi về. Xong xuôi cả hai lại đáp xe bus tới mấy tiệm bán đồ chơi để Tùng tìm mua cái xe lửa điện cho em nó. Lang thang mãi rồi Tùng cũng kiếm được cái vừa ý, và nhất là hợp với túi tiền nhỏ nhoi của nó.

Có điều thằng Tùng chưa rõ là nhà trường Mỹ không giống như ở Việt Nam. Trước kia nó có trốn học đi coi đá banh, hay tắm sông với bạn bè mấy ngày cũng không ai để ý. Nhưng ở Mỹ, con nít thường được chú ý, cho nên khi cô giáo buổi sáng thấy Tùng vắng mặt không xin phép đã gọi điện thoại về nhà. Câu chuyện đổ bể...

Ông John và bà Linda im lặng nhìn nhau. Họ đi từ ngạc nhiên này đến ngạc nhiên khác. Đứa con nuôi của họ chỉ mười mấy tuổi đầu đã trải qua bao lận đận, và cuộc đời của nó thật hy hữu. Đây hẳn là ý Chúa. Chúa đã mang thằng nhỏ đầy tình nghĩa trong trái tim non trẻ kia về đặt trong sự thương yêu của hai người để giúp nó có được cơ hội giúp đỡ cha mẹ nó tận bên kia Thái Bình Dương.

Bà Linda ôm Tùng trong lòng.

- Ôi, con yêu dấu của mẹ. Cha mẹ không trách con nữa. Con thật là một đứa con ngoan.

oOo

Lúc bà nội Tùng còn sống, nó thường nghe bà kể chuyện ông lão ăn mày nghèo khổ, một đêm trong miếu cổ nằm mộng thấy mình trở thành quan Tể tướng, giàu sang quyền quý, sống cuộc đời cực kỳ hạnh phúc. Giật mình tỉnh dậy trời chưa sáng, tất cả đều hết, ông lại là kẻ ăn mày nghèo khó giữa đêm tối âm u...

Tùng mong mình cũng như lão ăn mày nọ. Tất cả chỉ là một giấc mơ. Nó ước ao một sáng thức dậy, thấy mình vẫn còn nằm trên chiếc giường tre ở quê nhà, nghe tiếng gà gáy và tiếng lục đục của má nó sửa soạn ra chợ. Thấy chân thằng Tính gác trên bụng và hơi thở phì phò trên má... Cho đến khi cảm giác êm ái của chiếc giường nệm và cái lạnh cuối năm của xứ người đưa nó về thực tại.

Có những đêm Tùng nằm mơ thấy mình trở về Rạch Giá, lang thang trên bến đò với rổ mía, gặp lại ba má, bạn bè, để rồi tỉnh dậy trong tiếc nuối ngẩn ngơ.

Đêm nay Tùng lại nằm mơ thấy mình về Việt Nam. Giấc mơ kỳ lạ. Nó thấy "Dad" John lái xe chở nó và "Mom" Linda chạy trên xa lộ Mỹ, vậy mà khi ổng quẹo vào exit là đã tới... Rạch Giá một cách ngon lành. Tùng vào nhà gặp má nó, thằng Tính, và điều mừng rỡ nhất là ba nó đã hết bệnh rồi. Tùng khệ nệ khiêng thùng quà mà nó dành dụm từ mấy tháng nay vào đưa cho má. Nào vải, nào thuốc... và dĩ nhiên có cả cái xe lửa điện cho thằng Tính nữa. Rồi trong khi má nó và "Mom" làm cá rô kho tiêu trong bếp, "Dad" John và ba nó ngồi nhậu thật tương đắc. Ngoài sân, thằng Tính lui cui chơi cái xe lửa, thỉnh thoảng khoái chí cười nắc nẻ.

Tùng cảm thấy mình thật hạnh phúc. Nó đã có Ba Má, rồi lại có cả "Dad" và "Mom" nữa, tất cả đều yêu thương nó. Ô hay, ai nói Việt Nam và Mỹ cách cả một đại dương xa lắm, nhưng với Tùng, nó thấy thật gần gũi trong những giấc mơ như vầy.

Thái NC

VÕ PHÚ
BÚN CÁ CÔ BA

Trường Trung Học Cơ Sở Vĩnh Lương nằm giữa thị xã, ngay ngã ba đường. Trường có khoảng vài trăm học sinh từ lớp sáu đến lớp chín. Mỗi sáng, trước cổng trường luôn nhộn nhịp với những gánh hàng rong. Trong các gánh hàng rong ấy, gánh bún cá của cô Ba Ninh Hòa lúc nào cũng đông khách. Những vị khách nhỏ trong bộ đồ đồng phục, áo trắng quần xanh, bu quanh như bầy kiến bên cạnh gánh bún. Tôi nghe bạn bè kể bún cá của cô Ba ngon nhất thị xã.

Năm đó tôi mười bốn tuổi. Đó là năm học cuối của tôi ở ngôi trường này. Bởi vì sau năm nay, tôi sẽ thi vào trung học cấp ba thành phố. Mặc dầu nghe bạn bè kể về món bún cá của cô Ba ngon, nhưng tôi chưa bao giờ ăn thử để biết mùi vị. Nhà tôi nghèo, lại đông anh em, cơm còn không đủ ăn lấy tiền đâu mà ăn bún cá!

Buổi sáng, trước khi đi học thường chúng tôi ăn sắn luộc chấm với nước đường mía. Hôm nào khá lắm, mẹ tôi cuộn cho mỗi đứa một cuộn cơm nguội chan tí nước mắm hoặc nước tương với bánh tráng sắn dai nhách. Nhai đến mỏi miệng. Những cuốn bánh cuộn cơm ăn vào no đến tận chiều.

Trong lớp chúng tôi học có thằng "Hoàng hai", ngồi cạnh tôi, là đứa mê món bún của cô Ba nhất. Thằng Hoàng có nước da trắng, má và môi đỏ hồng như con gái. Hai mắt nó hi hí nên bị bạn bè gọi là "Hoàng hai" hay là "Hoàng hát hai". Hát hai có nghĩa là "Hoàng hí" nếu gọi theo kiểu "thấy mặt đặt tên". Hay theo kiểu nghề nghiệp của cha mẹ là "Hoàng heo". Má của Hoàng buôn bán thịt heo ở chợ thị xã. Ngoài ra "Hát hai" còn có nghĩa khác. Thằng Hoàng tuy đã mười bốn tuổi, học lớp 9, nhưng mỗi thứ Sáu, má nó đều đón nó tan trường. Mà lần nào cũng vậy, bà đều bẹo vào má của nó nựng và nói, "cây hai của má dễ thương quá." Mỗi lần như vậy, đám bạn nhìn nhau che miệng cười. Thế là "Hát hai" có thêm một nghĩa nữa là "hai hòn".

Nhà Hoàng làm nghề mổ heo bỏ mối cho các nhà hàng quán xá và cả bán lẻ trên chợ thị xã. Đầu thập niên chín mươi, những người làm nghề buôn bán thịt heo đều làm ăn khấm khá. Nhà nó là một trong những nhà giàu có nhất ở thị xã Vĩnh Lương lúc bấy giờ. "Hoàng hai" là con út sau ba chị gái, nên được ba má cưng chiều.

Mỗi sáng, trước khi vào lớp học, nó đều ăn bún cá của cô Ba. Khi ăn bún, tô bún của nó luôn là tô đặc biệt nhất với nhiều chả, nhiều cá, và không rau không hành.
Tôi biết được sở thích này của nó rất tình cờ. Lần đó tôi có người chị họ con cô đến nhà chơi. Khi đó các anh của tôi đều vắng nhà, chị gọi tôi lại và dúi vào tay tôi hai trăm đồng. Chị nói:
- Cho em ăn quà. Nhưng nhớ đừng cho mấy đứa khác biết tụi nó phân bì.

Có được tiền chị cho, tôi không ăn quà bánh mà để dành mua bún cá của cô Ba Ninh Hòa. Tôi hí hửng chờ đến ngày đầu tuần để được mua tô bún cá ăn cho biết mùi vị của nó ra sao. Nhưng lúc hỏi ra mới biết một tô bún cá rẻ nhất là năm trăm đồng. Tôi đành mua ổ bánh mì không, xin thêm tí nước xíu mại. Lúc tôi hỏi giá của tô bún, tôi thấy thằng "Hoàng hát hai" đang ngồi ăn. Nhìn tô bún không rau không hành, trắng hếu, của nó không bắt mắt cho lắm. Tôi nói với lòng mình rằng, mai mốt nếu có tiền tôi sẽ mua một tô, nhưng phải bỏ thật nhiều rau, hành ngò, cà chua và thơm cho có màu sắc mới đẹp, hấp dẫn.

Tết năm đó là năm Quý Dậu. Những ngày Tết tôi được cậu, dì, cô, chú bác bà con mừng tuổi thật nhiều tiền. Tôi nhớ mình có được gần năm ngàn đồng. Để cất dành, tôi giấu tiền vào quyển sách rồi nhét dưới học tủ áo quần. Tôi chờ qua Tết, khi đi học lại, sẽ mua bún cá cô Ba ăn cho thỏa lòng mong ước.

Nghỉ Tết xong, chúng tôi trở lại trường. Những gánh hàng trước cổng trường nhộn nhịp như trẩy hội. Duy chỉ có gánh bún của cô Ba vẫn chưa thấy. Sau hơn một tuần học, gánh bún của cô Ba mới xuất hiện trước cổng trường. Hôm đó, tôi đi đến gánh bún của cô Ba và gọi lớn:

- Cô Ba ơi bán cho con một tô bún cá đặc biệt nha.

- Ừa. Bây chờ cô Ba chút. Chờ có tô tao sẽ múc bún cho.

Khi nghe tôi gọi tô bún cá đặc biệt, thằng "Hát hai" đang ăn bún cũng ngước đầu lên nhìn tôi hỏi:

- Tuấn đó à? Hôm nay mày cũng ăn bún sao?

- Ừa.

- Mày lại đây, chỗ này còn trống nè.

Nó vừa nói vừa nhích qua bên phải một chút chừa chỗ cho tôi ngồi xuống. Tôi ngồi cạnh nó và chờ phiên mình. Chừng vài phút sau, một cô bé lớp Sáu lớp Bảy gì đó ăn xong rồi trả tô lại cho cô Ba. Cô Ba đón lấy cái tô rồi đổ phần nước còn sót lại trong một cái xô nhỏ bên cạnh rồi múc nước sạch ở một cái xô khác tráng qua loa. Sau đó cô lấy cái khăn lau qua một lần. Cô nhìn tôi hỏi:

- Tô đặc biệt, bảy hay mười ngàn?

- Dạ cô múc cho con tô mười ngàn thêm nhiều rau và cà chua với thơm nha cô.

- Ừa. Ngồi đó đi, chờ cô Ba chút.

Trong lúc tôi chờ cô Ba, tôi thấy thằng "Hoàng hai" ăn cũng gần xong. Nó nhìn qua tôi rồi nói:

- Bún cá của cô Ba là tuyệt vời nhất, phải ăn hai tô mới đã miệng.

Nghe thằng Hoàng quảng cáo, tôi đưa mắt nhìn theo những ngón tay điêu luyện của cô Ba. Trước hết, cô mở lớp lá chuối xanh ra, bốc lấy một nhúm rau. Rau ăn bún của cô gồm có xà lách, rau thơm xắt nhỏ, bắp chuối xắt mỏng, và giá được trộn chung với nhau. Sau đó, cô lấy hai lát bún bên cạnh để lên trên mớ rau. Những lát bún được khoanh tròn và xếp trên lá chuối xanh. Khi bún xếp chồng lên nhau, những lát bún không bị dính vào nhau nên dễ lấy và trông đẹp mắt. Xong phần bún, cô mở nồi nước lèo. Nồi nước thơm phưng phức. Nước lèo dành cho bún được nấu từ cá bò hoặc cá ngừ mua từ vùng biển Hòn Khói, Ninh Hòa. Cá tươi roi rói, được làm sạch, lấy thịt bỏ da và xương rồi cho vào nồi nước sôi. Khi cá chín, vớt ra dầm nhỏ theo từng thớ rồi cho thêm cà chua, thơm, hành tím đỏ. Tuy là bún cá, nhưng nước trong và không có mùi tanh.

Còn chả cá thường làm bằng thịt cá mối, cá rựa, cá chai, cá nhồng, hay cá thu ảo. Cá tươi mua về nạo ra lấy thịt rồi bỏ vào cối đá quết liên tục không nghỉ để cho thịt cá dai. Trước khi quết cá, cô cho tiêu hột, bột ngọt, đường, muối, tỏi giã sơ qua rồi cho thịt cá vào quết. Trong lúc quết, cô thoa nước mắm vào chày cho khỏi dính cá. Cô quết đến khi nào thấy thịt cá dẻo dính chặt vào nhau là được.

Chả được quết xong, cô Ba làm thành từng viên nhỏ bỏ vào nồi nước lèo để dùng. Phần còn lại, cô làm thành từng giề rồi đem hấp sơ. Sau đó phết một lớp lòng đỏ trứng gà cho đẹp mắt mới đem chiên. Chả cá chiên xong, cô cắt theo hình thoi đều đặn bỏ vào tô bún cá khi khách yêu cầu.

Vì tôi gọi tô đặc biệt mười ngàn, nên cô Ba quậy đều nồi nước lèo để tìm những thớ cá to nhất cho vào tô. Cô múc thêm vài giá nước lèo đổ lên xâm xấp tô bún. Cô thêm chả chiên, bỏ nhúm hành ngò, lát chanh và muỗng ớt tỏi quết nhuyễn.

Tôi nhận tô bún nóng hổi từ tay cô Ba mà nước bọt muốn trào ra. Tôi bưng tô bún, múc một muỗng nước lèo cho vào miệng. Nước lèo ngọt thanh, đậm đà, thơm lừng. Gắp miếng chả bỏ vào miệng, chả dai sừng sực. Khi cắn trúng hột tiêu, mùi tiêu cay nồng thơm phức. Tôi đọc trong sách vở khi người tả những món ăn vua chúa với những món sơn hào hải vị... Tôi không biết những món ấy ngon ra sao, nhưng món bún cá của cô Ba thiệt là cực kỳ ngon. Nó ngon một cách không thể nào diễn tả được.

Hương vị mần mặn của cá, cay nồng của ớt, chua của chanh, mùi thơm của hành ngò, rau giá, mọi thứ đều trộn lẫn vào nhau nơi đầu lưỡi thật tuyệt vời. Tô bún cá nóng hổi ăn vào buổi sáng sớm lành lạnh vào cuối tháng Giêng trước khi vào lớp học thì không còn gì tuyệt cho bằng.

Tôi ăn một hơi hết sạch tô bún cá, không chừa một tí nước hay cọng rau nào. Nhìn qua bên cạnh, thằng "Hoàng hai" cũng vừa xong tô bún thứ hai. Không như tôi, thằng Hoàng chỉ ăn bún và chả cá. Nó chừa lại phần nước lèo và những miếng cá dầm màu đen lại. Thấy vậy tôi hỏi nó:

- Sao mày không ăn mấy miếng cá kia?
- Mấy miếng đó bùi bùi, dở ẹc, ăn không ngon.

Nhìn nó bỏ lại tô bún mà tôi thấy tiếc, mặc dù tôi cũng vừa mới ăn xong một tô lớn. Tôi lấy tiền trả cho cô Ba. Trả tiền xong, chúng tôi vội đi vào lớp bởi tiếng trống cũng vừa vang lên. Những ngày kế tiếp, tôi đều ghé vào gánh bún của cô Ba ăn sáng trước khi vào lớp học. Nhưng chỉ được vài ngày, số tiền mừng tuổi của tôi để dành đã hết sạch.

Kể từ đó tôi không còn dám đi ngang qua gánh bún của cô Ba nữa cho đến khi tôi thi tốt nghiệp trung học cơ sở.
Bây giờ, ngồi nghĩ lại tôi vẫn còn nhớ hương vị của tô bún cá đậm đà ngon ngọt ấy.

Dù thời gian đã hơn ba mươi năm trôi qua, tô bún cá cô Ba Ninh Hòa vẫn còn mãi trong tâm trí tôi.

Võ Phú

PHẠM VŨ THỊNH
CHỮ NGHĨA KANGAROO

Kangaroo là một loài thú đặc biệt của châu Úc. Xin mượn lời của nhà văn Murakami Haruki diễn tả Kangaroo: *"Chân trước ngắn có năm ngón, chân sau to mà dài ngoẵng, có bốn ngón, ngón thứ tư đặc biệt phát triển thật lớn và mạnh, ngón thứ hai và ngón thứ ba lại thật nhỏ mà dính vào nhau..."... "Đúng là bé kangaroo mới sinh đã chui tọt vào túi mẹ nó. **Chiếc túi trước bụng kangaroo mẹ phồng to lên**, chỉ có cái tai vểnh và khúc đầu của cái đuôi bé kangaroo mới sinh còn thò lên trên miệng túi."*

Vâng, kangaroo-mẹ đặc biệt là có cái túi da trước bụng để kangaroo-con chui vào mà mang đi. Cái túi đó là để nuôi con, nên kangaroo-cái mới có, kangaroo-đực thì không.

Đó là Kangaroo ngoài đời. Còn trong văn tự chữ nghĩa, có **"Kangaroo words"** là những **"từ ngữ Kangaroo"**. Facebook của anh bạn tôi mới đây có đăng hình "Kangaroo words" sau đây:

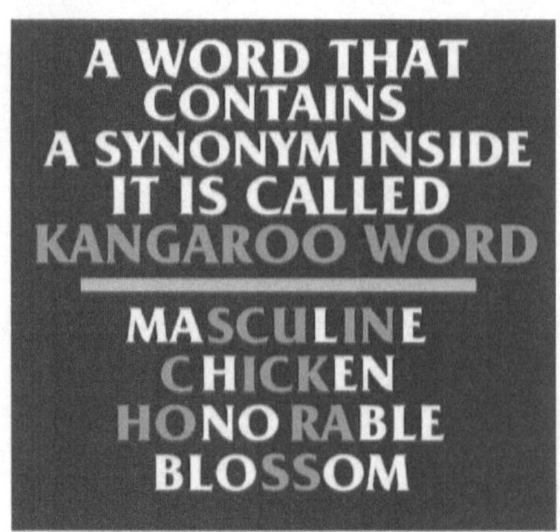

Wikipedia cho biết: **Từ (ngữ) kangaroo** là một **từ (mẹ) chứa tất cả các chữ cái của một từ đồng nghĩa** của nó, như chứa một đứa con từ-ngữ được gọi là từ "**joey**" (*kangaroo-con*), mà các chữ cái này phải xuất hiện **đúng theo thứ tự** trong từ-con "**joey**". Ví dụ từ "**ma**s**culine**" có chứa từ "**male**" là một **từ kangaroo**.

Các **từ kangaroo** ban đầu được phổ biến như một trò chơi chữ bởi Ben O'Dell trong một bài báo cho tạp chí The American Magazine số 151, trong những năm 1950, sau đó được tái bản trong Reader's Digest. (*Có "giám khảo" còn đặt điều kiện cho khó khăn thêm rằng các chữ cái tạo thành **từ-con "joey" phải phân tán** chứ không được liên tiếp nhau*).

Tiến thêm một bước nữa, **từ kangaroo-sinh-đôi (grand kangaroo word)** là một từ kangaroo có **chứa hai từ "joey"**, ví dụ: "**container**" (vật đựng, thùng chứa) có hai từ "**tin**" và "**can**" đều cũng có nghĩa là "cái lon để chứa đựng thứ gì đấy".

Ngược lại, **từ kangaroo-ngược (anti-kangaroo word)** là một từ có chứa **tất cả các chữ cái của một từ trái nghĩa** của nó, ví dụ từ "**animosity**" chứa "**amity**".

(A-1). Từ kangaroo: Hình trên cho thấy bốn ví dụ:
- từ "**ma**s**culine**" chứa "**male**" (thuộc về phái nam);
- từ "**c**hi**ck**e**n**" chứa "**hen**" (gà và gà mái);
- từ "ho**no**ra**ble**" chứa "**noble**" (đáng tôn kính, quý tộc);
- từ "**bloss**o**m**" chứa "**bloom**" (nở hoa).

Facebook của nhà văn nữ Lynn Miclea cho thêm nhiều từ kangaroo khác:
ALLOcaTe (**allot**); conTAmINaTe (**taint**); CUrTail (**cut**);
DAZzlE (**daze**); destRUctIoN (**ruin**); dEVILish (**evil**); exISts (**is**);
FabrICaTION (**fiction**); fEAsT (**eat**);
iMpAiR (**mar**); inHErItoR (**heir**); insTrUcTOR (**tutor**);
JOvialitY (**joy**); muniCIpaliTY (**city**); MATchEs (**mate**); obSErvE (**see**);
pLagIARist (**liar**); PROpoRtionATE (**prorate**); proSecUtE (**sue**);

RAmbUnCtiOUS (**raucous**); RAmpaGE (**rage**); RESpiTe (**rest**):
SATisfiEd (**sated**); sCUlpT (**cut**); sePARaTe (**part**); SLIthereD
(**slid**);
SPlOTch (**spot**); suBstAndarD (**bad**); SUPERvIsOR (**superior**).

Rồi trên mạng lại còn có sẵn vô số những từ kangaroo người ta đã tìm ra nữa! Như: từ **acclimatize** chứa từ **climate**, **affect** chứa **act**, **bombarded** chứa **bombed**, **burst** chứa **bust**, **charisma** chứa **charm**, **clue** chứa **cue**, ... nhiều đếm không xuể!

(A-2). Từ kangaroo-sinh-đôi (grand kangaroo word): thì ít hơn, có thể kể thêm vào từ "**container**" ở ví dụ trên, các từ sau đây:

"**amicability**" chứa cả "amiability" và "amity";

"**canister**" chứa cả "can" và "case";

"**complaisant**" chứa cả "compliant" và "pliant";

"**community**" chứa cả "county" và "city";

"**diminutive**" chứa cả "minute" và "mini";

"**expurgate**" chứa cả "purge" và "pure";

"**frangible**" chứa cả "fragile" và "frail";

"**perambulate**" chứa cả "ramble" và "amble".

Và nếu không đặt điều kiện gắt gao "*các chữ cái phải phân tán chứ không được liên tiếp*" thì có thể nói từ "**alone**" chứa cả hai từ-con là "lone" và "one"; và từ "**chicken**" chứa cả hai từ-con "chick" và "hen" cũng là những **từ kangaroo-sinh-đôi (grand kangaroo word)**.

(A-3). Các **từ kangaroo-ngược (anti-kangaroo word)** cũng khá nhiều, ví dụ:

"**bearded**" chứa "bare";

"**communicative**" chứa "mute";

"**exacerbate**" chứa "abate";

"**fabrication**" chứa "fact";

"**feasted**" chứa "fast";

"**pest**" chứa "pet";

"**resigned**" chứa "reigned";

"**wonderful**" chứa "woeful";

....

*

Tôi thì chỉ tìm ra được vài từ kangaroo sau đây:

- từ "**nAVIgATION**" có từ "AVIATION" bên trong, đều chỉ chuyện phi-hành;

- từ "**MysElf**" chứa từ "ME" thuộc về "tôi";

- từ "**COmPAnIoN**" chứa từ "COPAIN" nghĩa là bầu bạn;

- từ "**ChARiot**" chứa từ "CAR" bên trong đều có nghĩa là "xe". Nhớ tới **chariot** là loại xe cổ đã thấy trong phim ảnh, như chiếc xe mà Samson đã dùng đi bắt sư tử trong phim Samson & Delilah (Victor Mature đóng vai chính, xem từ thời 1960!), hay các xe đua trong phim Ben Hur, ...

và

- từ "**PIZZEriA**" chứa từ "PIZZA" lẫn từ "PIE" nên có thể xem là một **từ kangaroo-sinh-đôi (grand kangaroo word)**.

Tương tự như vậy, **trong tiếng Việt** thì tôi cũng chỉ mới tìm ra được vài từ **kangaroo**:

- "**bạC mÁ**" là tên một loại cá, có chứa từ "CÁ" bên trong;

- "**cHung kẾT**" chứa từ "HẾT";

- "**CHủ ngỮ**" chứa từ "CHỮ";

- "**hOàng ANH**" chứa từ "OANH";

- "**Sinh đẢN**" chứa từ "SẢN".

*

(**B-1**). Nhưng **trong ngôn ngữ Việt Nam** lại có vô số từ ngữ có thể cho là có dạng **từ kangaroo** mà lại có đến hai **từ "joey"** (kangaroo con) **đồng nghĩa**, xứng đáng để gọi là **từ kangaroo-sinh-đôi (grand kangaroo word)**, có cấu trúc như sau:

(1) **gồm một từ Hán Việt cùng một từ thuần Việt theo sau:** binh lính, bồi đắp, chỉnh sửa, chuyển đổi, di dời, dư thừa, đạt tới, giả dối, hình bóng, hùng mạnh, nịnh bợ, phân chia, phân tách,

quân lính, sinh sống, thúc đẩy, thiêu đốt, tiền bạc, tiễn đưa, tĩnh lặng, tu sửa, tự mình, tính toán, vi lau, ...

(2) gồm một từ thuần Việt cùng một từ Hán Việt theo sau: bầy đoàn, dối trá, đỏ hồng, đo đạc, đo lường, phe phái, tính toán, tối ám, xê dịch, yếu nhược, ...

(3) gồm hai từ đồng nghĩa cùng là từ Hán Việt: biến chuyển, biến hóa, cô độc, cô đơn, đơn độc, độc nhất, hình ảnh, hình dạng, hôn ám, gian tà, kỹ xảo, luật pháp, nguy hiểm, quân binh, quy luật, quy phạm, quy tắc, vi lô, xảo diệu, ý nghĩa, ...

(4) gồm hai từ đồng nghĩa cùng là từ thuần Việt: bao bọc, bầy đàn, bợ đỡ, buôn bán, buồn rầu, chìm đắm, chuyển đổi, chứa đựng, hổ thẹn, lừa gạt, lường gạt, nhỏ bé, so sánh, tê liệt, thiếu sót, tôi tớ, yên ổn, ...

Trong số đó, từ "**vi lau**" xuất hiện trong bài thơ "Bẽn lẽn" của Hàn Mạc Tử: "*Trong khóm **vi lau** rào rạt mãi, Tiếng lòng ai nói? Sao im đi?*", và từ "**vi lô**" trong câu thứ 913, Truyện Kiều của Nguyễn Du: "***Vi lô** san sát hơi may, Một trời thu để riêng ai một người*" có cùng ý nghĩa. **Vi, lô** 葦 蘆, hai từ này đều có nghĩa là "*cỏ lau, dùng chế mành mành và lợp nhà*" hay "*lau sậy*". Có lẽ âm thuần Việt "**lau**" đã phát sinh từ âm Hán Việt "**lô**" (?).

Và thời xưa đã có câu đối chơi chữ dùng các cặp từ đồng nghĩa thuần Việt và Hán Việt như trong cấu trúc (2) trên đây:

*"Không **vô** trong **Nội** nhớ **hoài**
Bán **mãi** cửa **quan** sợ **Cụ**"*

trong đó các từ đơn Hán Việt in đậm đều có hai nghĩa, một Việt một Hán; mà ý nghĩa trong tiếng Hán giống hệt ý nghĩa của từ đơn, thuần Việt ngay phía trước, còn nếu hiểu theo ý nghĩa tiếng Việt thì hoàn toàn khác với từ đơn, thuần Việt ngay phía trước! Ví dụ: từ "**vô**" có nghĩa tiếng Hán là "không" (giống hệt ý nghĩa của từ đơn, thuần Việt ngay phía trước "Không") nhưng nếu là từ thuần Việt thì lại có nghĩa là "vào", ...

Đáng chú ý là cả hai vế đều gồm những **từ kangaroo** là những cặp chữ đồng nghĩa, chỉ trừ từ "bán **mãi**" trong **vế đối** lại không phải là **từ kangaroo** mà là từ **kangaroo-ngược** *(sắp nói đến dưới đây)*, vì 買 **mãi** có nghĩa là "mua", 賣 **mại** mới là "bán". Bằng vào các từ "**vô**", "**Nội**", "**Cụ**" và "**mãi**" ấy thì có thể suy đoán rằng tác giả của câu đối này phải là một người Huế dưới triều đại nhà Nguyễn. Người Huế thì có thể đọc hai âm "**mãi**" và "**mại**" không khác gì nhau. Chứ từ "**Vi Dã** 葦野" là "cánh đồng lau" mà họ còn đọc ra thành "**Vỹ Giạ**" nữa là!

(B-2). Về **từ kangaroo-ngược (anti-kangaroo word)** thì trong tiếng Việt có những từ có cấu trúc như sau:

(1) **gồm một từ Hán Việt cùng một từ thuần Việt theo sau**: cao thấp, chủ tớ, công của, hợp tan, thắng thua, thuận ngược, tiến lùi,...

(2) **gồm một từ thuần Việt cùng một từ Hán Việt theo sau**: hỏi đáp, nhặt khoan, ngay gian, ...

(3) **gồm hai từ trái nghĩa cùng là từ Hán Việt**: an nguy, âm dương, chính tà, cường nhược, đa thiểu, đại tiểu, hàn ôn, hàn thử, hắc bạch, hoãn cấp, hợp tan, minh ám, nam nữ, ni tăng, nồng đạm, phù trầm, quan dân, quân thần, tả hữu, tăng giảm, tân cổ, tân cựu, thăng trầm, thắng bại, thân sơ, thuận nghịch, tiến thoái, trọc thanh, vấn đáp, ...

(4) **gồm hai từ trái nghĩa cùng là từ thuần Việt**: ăn thua, ấm lạnh, chìm nổi, chúa tôi, đậm nhạt, đen đỏ, đen trắng, đục trong, đủ thiếu, già trẻ, giàu nghèo, hên xui, khóc cười, lành rách, lên xuống, lớn nhỏ, mạnh yếu, may rủi, mặn nhạt, mua bán, nhiều ít, nóng lạnh, phải trái, sốt rét, tiến lùi, tới lui, trai gái, vuông tròn, xanh đỏ, xưa nay, yêu ghét, ...

Trong số đó, từ "**hàn ôn**" xuất hiện trong bài thơ "Chiều hôm nhớ nhà" của Bà Huyện Thanh Quan: *"Kẻ chốn Chương Đài, người lữ thứ, Lấy ai mà kể nỗi **hàn ôn**"*. Từ kangaroo "**hàn ôn**" này có thể dịch ra từ thuần Việt là "**ấm lạnh**", là những tâm tình muốn chia sẻ với ai đó có thể cảm thông với mình; hai từ "**joey –**

kangaroo con" bên trong từ "**ấm lạnh**" thì không đến nỗi đối nghịch cao độ như trong từ "**nóng lạnh**" là triệu chứng ban đầu của bệnh hoạn gì đấy chưa rõ, mà cùng cực là từ "**sốt rét**" nói đến một thứ bệnh đường rừng nguy hiểm ai cũng biết.

*

Đến đây thì đâm ra thắc mắc: vì sao mà tiếng Việt lại có nhiều **từ-kép** gồm hai từ đồng nghĩa kiểu **từ-kangaroo-sinh-đôi** đến vậy? Phải chăng vì bản tính người Việt ưa chuộng **âm vang êm đềm và nhịp điệu uyển chuyển** trong câu nói tiếng Việt vốn gồm những từ ngữ có **nhiều thanh bậc** gần như các nốt nhạc, mà từ ngữ tiếng Việt **đơn âm** thì lại thường nghe cộc lốc, cứng cỏi, vì vậy người Việt đã tạo ra nhiều dạng **từ-kép** ghép thêm **âm-đệm** vào cho **thuận tai** hơn? Ngay cả khi **từ-đệm** không có ý nghĩa mà chỉ có tác dụng làm nhẹ hay êm tai, do thuận với quy tắc hòa thanh (*phù, trầm*) "huyền ngã nặng, sắc hỏi không", ví dụ: "sáng sủa, xanh xao, vàng vọt", ... Huống hồ trường hợp có thêm **từ đồng nghĩa** thì lại càng dễ ghép vào thành từ-kép cho vừa êm tai mà vừa rõ nghĩa thêm. Mà cả trường hợp ghép thêm **từ trái nghĩa** nữa, cũng là do lý do vừa êm tai vừa rõ nghĩa thêm đó. Có lẽ vì vậy mà nhiều nhà nghiên cứu cho rằng tiếng Việt (phần lớn) là "song âm" chứ không phải "đơn âm".

Tâm tình người Việt vốn ưa chuộng sự êm dịu, uyển chuyển thể hiện trong câu nói tiếng Việt, có tính cách trái ngược hẳn với tiếng Hán là gốc của những từ Hán Việt. Thử đọc lại các tác phẩm văn học của tiền nhân thì thấy sự khác biệt tương phản đó. Như bài thơ "Kẻ Sĩ" của Uy Viễn Tướng công Nguyễn Công Trứ, ngay sau khi "lên giọng" hào hùng mạnh mẽ đến thô bạo bằng tiếng Hán:

"Kinh luân khởi tâm thượng,
binh giáp tàng hung trung,
Vũ trụ chi gian giai phận sự,
nam nhi đáo thử thị hào hùng."

thì ông "xuống giọng" bằng tiếng Việt nghe hòa nhã, êm đềm hơn:

"Nước nhà yên mà sĩ được thung dung,
Bấy giờ sĩ mới tìm ông Hoàng Thạch.
Dăm ba chú tiểu đồng lếch thếch,
Tiêu dao nơi hàn cốc thanh sơn."

hay như trong "Chinh phụ ngâm", nhà thơ Đặng Trần Côn viết:

"Cung tiễn hề tại yêu,
Thê noa hề biệt quyết"

nghe quyết liệt mà khô khan, cộc cằn như nhát kiếm chém xuống, đã được nữ sĩ Đoàn Thị Điểm dịch ra tiếng Việt:

"Đường rong ruổi lưng đeo cung tiễn,
Buổi tiễn đưa lòng bận thê noa"

nghe êm ái, uyển chuyển mà tha thiết, thật đúng với tâm tình của người vợ đưa tiễn chồng ra mặt trận, vừa khắc khoải vừa hoang mang. Được thế một phần cũng là nhờ có các **từ-kép** *"rong ruổi"*, *"tiễn đưa"* thêm vào với nhịp điệu của thể thơ song thất lục bát, cùng thanh bậc nhiều nhạc tính của tiếng Việt.

Những **từ-kép** như thế trong tiếng Việt được tạo ra có chủ đích, chứ không tình cờ như các loại **từ-kangaroo** trong tiếng Anh. Thế nhưng cũng nhờ tính cách tình cờ đó mà việc tìm kiếm cho ra những từ-con trong **từ kangaroo** lại tăng thêm đôi phần hứng thú.

Chơi với chữ kiểu này có lẽ cũng có chút thú vị tuy có hơi mất thì giờ! Như nhai mực khô mới nướng, nhai lâu mới cảm được vị ngon. Mỏi răng?

Phạm Vũ Thịnh
30 Jun 2021, bổ sung 05 Apr 2022

NGUYỄN ĐỨC MÙ SƯƠNG
NHẬN XÉT BÀI THƠ "Ở ĐÂY"
CỦA A. TVARDOVSKY (NGA)
QUA BẢN DỊCH CỦA THÁI BÁ TÂN

Ở đây, nơi rất xa tổ quốc
Chợt nghe từ cánh đồng bên đường
Thoảng một mùi mùa xuân quen thuộc
Một mùi gì rất quê hương

Ừ, mùi đất, mùi tuyết tan, cũng lạ
Hình như cả mùi một loài hoa –
Bình thường thôi, không tên, nhỏ bé –
Mà ta thấy nhiều ở quê nhà

Và bỗng chốc, thật bất ngờ, ta nghĩ
Như khắp nơi tất cả sống yên lành,
Không khoảng cách, không tháng năm, không vũ khí
Không cả bọn người gây chiến tranh

Rất ngạc nhiên, ta lắc đầu: không lẽ
Một nơi xa nào đấy ở nhà
Các bà vợ thiếu ta cứ già đi như thế,
Và con lớn dần không cha?
(Thái Bá Tân dịch)

Khổ thơ đầu rất đỗi bình thường hướng đối tượng thẩm mỹ đến không, thời gian nơi chủ thể trữ tình trú ngụ. Đó là một nơi rất xa tổ quốc và người con tha hương ấy bất chợt bắt gặp mùi mùa xuân của đất, của tuyết, của hoa từ cánh đồng bên đường thoảng lại gợi nhớ đến quê nhà xa cách. Thật ra tình cảm ấy ai xa quê mà chẳng có, có điều tác giả lại khá mâu thuẫn khi nói "quen thuộc, rất quê hương" "Bình thường thôi không tên, nhỏ bé" "thấy nhiều ở quê nhà". Thế tại sao tác giả lại hạ xuống hai từ "cũng lạ". Lạ mà quen, quen mà bao giờ cũng lạ bởi phút ký ức mơ màng "chợt, thoảng, hình như," qua đi con người công dân bỗng chốc thức tỉnh, tác giả lại nặng niềm suy tưởng:

"Và bỗng chốc thật bất ngờ, ta nghĩ -
Như khắp nơi tất cả sống yên lành,
Không khoảng cách, không tháng năm, không vũ khí
Không cả bọn người gây chiến tranh"

Đến đây chắc ta đã hiểu một phần nào những nghĩ suy của tác giả: giá như không có bọn người gây chiến tranh chế tạo vũ khí tối tân, tàn hại, hủy diệt nhau, con người sống bằng an nơi quê cha đất tổ thì khoảng cách, tháng, năm nào có gì là ghê gớm lắm đâu, bởi đó là chu kỳ sinh sinh, diệt diệt tự nhiên của tạo hóa ai mà thoát khỏi. Thái độ *"Rất ngạc nhiên, ta lắc đầu: không lẽ"* của nhà thơ cũng là sự ngạc nhiên của biết bao người trên đời này: Không hiểu tại sao người ta lại thích gây chiến tranh máu đổ xương rơi để:

"Các bà vợ thiếu ta cứ già đi như thế,
Và con lớn dần không cha?"

Việc rất bình thường ai cũng biết, ai cũng tỏ tường có gì mới đâu sao đọc lên lại nghe nhói đau. Người ra đi tham dự vào cái trò bắn giết, mạng sống gửi nơi mũi tên hòn đạn đã đành, người chinh phụ *"Xuân nhật ngưng trang thướng thúy lâu - Hốt kiến mạch đầu dương liễu sắc* (Vương Xương Linh) chờ đợi ngóng trông mỏi mòn *"cứ già đi như thế"* mà ngày về thì hỡi ôi *"Cổ lai chinh chiến kỷ nhân hồi* "(Vương Hàn). A. Tvardovsky của Nga, Vương Xương Linh của Trung Hoa cổ đại, Đặng Trần Côn của Việt Nam vượt qua khoảng cách không gian, thời gian tìm nhau trong chủ nghĩa nhân đạo cao cả cùng lên án cuộc chiến tranh mà người chinh phu ở *"nơi rất xa tổ quốc"* nghĩa là cuộc chiến ấy không phải là cuộc chiến vệ quốc mà là một cuộc chiến tranh phi nghĩa nào đấy đã đẩy những người lính *"Nghìn thu gió lạnh trơ xương trắng"* (Nguyễn Du). Và cái hệ quả thứ hai *"con lớn dần không cha"* cũng đau xót không kém nếu không nói mức độ còn khốc liệt hơn bởi tuổi thơ không có người cha *"nhà có nóc"* dưỡng dục, rèn luyện dễ bị lem lấm bụi đời không khéo trở thành mối nguy hại cho xã hội.

''*Ở đây*'' của A. Tvardovsky, người cuối đời lên án chiến tranh, bị chính cái chính quyền ông cúc cung phục vụ thời trẻ ghép tội thấm đẫm tình cảm nhân đạo chủ nghĩa. Tác giả dịu dàng mà đanh thép lên án tất cả trò chơi chém giết tàn bạo và phi nghĩa trên đời này đã gieo khổ đau bất hạnh cho thế giới con người nhất là phụ nữ và trẻ em. Phải chăng đó cũng điều Trạng Trình Nguyễn Bỉnh Khiêm từng khẳng định

"Xưa nay nhân giả là vô địch - Lọ phải khư khư sự chiến tranh"

Nguyễn Đức Mù Sương

DAN HOÀNG
Pha Màu Tình Yêu

Người ta bảo tình yêu màu đỏ,
Là chút sắc màu của yêu đương.
Nhưng có khi mang màu tím dại,
Của chút mộng mơ buồn vấn vương.

Em lại muốn điểm tô sắc thắm,
Màu hồng say đắm của môi hôn.
Những buổi hoàng hôn chiều nhuộm nắng,
Đôi bóng bên nhau lắng tâm hồn.

Cũng có lúc héo hon sầu nhớ,
Tình yêu màu đỏ hóa xám đen?
Hai con mắt quầng thâm đau khổ,
Dõi bóng thời gian lướt qua đèn.

Sau bão giông sáng lên hy vọng,
Màu xanh lấp lánh của tin yêu.
Bên nhau tiếng cười xôn xao động,
Cuộc sống hồi sinh bỗng vui nhiều.

Tình yêu muôn đời như tranh vẽ,
Xấu, đẹp mình tô sắc điểm trang.
Em mang trăm màu ra anh kẻ,
Vẽ một trái tim đỏ thênh thang? ∎

Phố biển, 04/06/22

ĐÀO MINH TUẤN
TA VỚI MỘT MÌNH

Đông tràn mùa cây thay lá
Đong đời gió lịm lời ru
Quạnh hiu chiều chênh vênh nhớ
Dáng ai vẫn tít xa mù

Mùa lên rêu giăng tháp cổ
Ca nương buông tiếng ru hời
Thả bay theo sương khói mỏng
Mặc tình. Người bỏ cuộc chơi

Thảo nguyên về đây quỳ gối
Hương đời sông thả dần trôi
Nhớ đêm tàn canh tóc rối
Lụy mềm đắm đuối làn môi

Hoàng thành chiều hôm tịch tịnh
Khắc ghi còn chút hương trinh
Lang thang bên đời thấm rượu
Ngỡ tình đương độ phiêu linh

Đông tràn con tim buốt giá
Còn đây ta với một mình... ∎

HUỲNH LIỄU NGẠN
ĐẾM LÁ TRÊN CÂY

có lần hẹn với hàng cây
để cây đừng rụng lá bay xuống bờ
môi em chiều ấy rất mơ
con đường lẻ bóng vu vơ đôi lòng

có lần hẹn với trăng không
để trăng đừng bỏ dòng sông một mình
cơn mưa chiều rất lặng thinh
gởi hương theo gió để tình bay đi

xa xôi thương nhớ những gì
mà muôn kiếp vẫn sầu bi không rời
có lần hẹn với bầu trời
để trời thả nắng tô đôi môi hồng

tô cùng màu mắt bên song
cho mắt còn đợi tơ hong trở về
nhìn em tóc xõa vai kề
như thần tiên xuống vỗ về ngàn mây

từng chiều nắng rải qua tay
đã trôi theo cánh chim bay lẻ đàn
vì em hoa nở chưa tàn
nên đời anh cũng ngập tràn đắm say

chờ anh đếm lá trên cây
bao nhiêu lá tình anh đầy bấy nhiêu. ∎

31.3.2022

LƯU LĂNG KHÁCH
MÀU NẮNG CŨ

Anh lại đứng bên hiên mùa hạ đó
Khi hè tô môi phố nhỏ lâu rồi
Thấy phượng thắp lung linh màu nắng cũ
Cung đàn chiều đâu nước mắt em rơi

Màu nắng cũ có anh đàn em hát
Có ve ca phượng thắp lối em về
Có gió hạ mơn man làn tóc mộng
Có mắt buồn rơm rớm lệ mùa thi

Màn chiều bỗng hừng lên màu nắng cũ
Khi anh quay về đếm lá sân trường
Nghe xanh rụng như lấp tình ngăn cách
Thấy vàng rơi chừng trọn nghĩa yêu đương

Em ra đi bốn mươi mùa hạ nhỉ?
Ngày trắng đêm đen chiều tím mãi lạnh lùng
Trời dệt nhớ đâu trên cành phượng vĩ
Thấy em miền hư ảo đứng bâng khuâng

Màu nắng cũ hồn nhiên trong trắng quá
Đêm thâm tâm hoa nắng vỡ rơi đầy
Thềm dĩ vãng đưa anh về tuổi ngọc
Vén rêu mờ nâng áo lụa tung bay

Vịn nắng cũ anh đi vào quá khứ
Tay run run e ấp thuở sơ đầu
Từ xa thẳm em khoác thời thiếu nữ
Trước bến cuối cuộc đời ta nhỏ lệ tìm nhau... ∎

NINH TRẦN
Hoàng Hôn

Về đâu gác lại giấc mơ đời
Cũng hết một thời rong ruổi chơi
Phố cũ mịt mờ cơn gió bụi
Bóng chiều chìm khuất nẻo mù khơi

Về đâu gột sạch mọi u sầu
Nuối tiếc lòng người rơi đáy sâu
Thăm thẳm cơn say tình chếnh choáng
Ngập tràn cảm xúc buốt hồn đau

Về đâu tiếc nuối khi đời bạc
Rũ áo giang hồ tay trắng tay
Ngất ngưởng giữa trời nghe gió hát
Câu thơ lắng đọng ủ men cay

Về đâu nào biết về đâu nhỉ
Lẳng lặng mà thương tuổi xế chiều
Đối bóng chợt thèm lời thủ thỉ
Tiếng lòng rưng rức gợi thương yêu ■

NP PHAN
Khúc Tháng Năm

tháng năm lửa đốt trong tâm thức
lửa cháy thành không, lửa đã tàn
vết cắt còn đau, chưa liền sẹo
xòe tay đếm đã mấy mươi năm

chao ôi năm tháng là năm tháng
lệ đã rơi và xương máu rơi
cuộc cờ nhân thế sao chưa vãn
đốt hết làm sao ngọn lửa trời

tháng năm rực cháy màu hoa đỏ
con đường dốc đứng lạc tâm can
mặt đất nát nhàu cơn khổ ải
sóng trầm luân, mặt biển hoang tàn

tháng năm ai khóc mùa hưng phế
một búp chồi non ở cuối vườn
ngoảnh lại, đã xa trời ly loạn
mà bàn tay vẫy đẫm mù sương ∎

TRẦN HẠ VI
TÔI LÀ MỘT TRÁI TIM TỰ DO

Tôi là một trái tim tự do
sống đời vui vẻ
*

Một sớm mai rất lạ
Tôi yêu người
Một sớm mai rất lạ
Tôi lắc mình rời xa
*

Trái tim tôi bay tung tăng
khám phá những chân trời mới
Anh nói rằng tôi vội
Khi yêu tôi không có thời gian hờn dỗi
nũng nẫy
giữ thế
giả vờ
*

Tôi yêu như là tôi sống
Tôi yêu như là tôi nói
*

Tôi là một trái tim tự do
Một trái tim tự do
Tôi là ∎

24.02.2022

TRỊNH BỬU HOÀI
THƠ VÀ ẢNH

Đi chơi về bạn có ảnh có thơ
Cảm xúc lắng vào trong thơ trong ảnh
Thơ bạn ghi từ những dòng ấm lạnh
Ảnh là khoảnh khắc của nhân gian

Không uổng phí những ngày lang thang
Bạn mang cả núi sông vào một túi
Gom cả bao la mấy mùa rong ruổi
Những vần thơ còn đọng bóng mây trời

Thơ và ảnh là những giây phút bồi hồi
Dù chỉ đi qua đời mình một thoáng
Bạn ghi lại với tâm hồn lãng mạn
Cho thêm hương vị cuộc sống này

Trần gian là một cõi tàn phai
Những vẻ đẹp do đất trời ban tặng
Rồi cũng sẽ tan dần theo năm tháng
Năm tháng ơi thơ ảnh giữ lại rồi

Cảm ơn bạn người nghệ sĩ ham chơi
Giàu có nhất trong những người giàu có
Người xưa nói tiền tài như phấn thổ
Bạn vẫn đầy tay nét đẹp ở trên đời... ∎

LOAN NGUYỄN
Tháng Năm Từ Giã

Ngày cuối niên học
Trống trường rền vang
Nắng hạ chớm vàng
Tháng năm từ giã

Xưa cô giáo nhỏ
Về dạy tỉnh xa
Tấm lòng bao la
Mang đầy nhiệt huyết

Trò thiếu mực viết
Thương cô giáo nghèo
Chẳng nỡ làm eo
Cúi đầu nghe giảng

Lớp học gió lùa
Bàn ghế lung lay
Bụi phấn vẫn bay
Lời cô vang dội

Đã nhiều năm trôi
Cô giáo đưa đò
Nhớ về bến cũ
Lòng thấy phai phôi

Thêm mùa hè tới
Xa rồi trường ơi!... ∎

HÙNG NGUYỄN
CHÂN DUNG NGƯỜI CŨ

Ngoài kia bông tuyết vừa bay
Mùa đông ghé mắt trong này dạ tê
Loay hoay một kiểng hai quê
Một đời hai đoạn, một về hai đi

Chim chuyền hót gọi thiên di
Đường mây nẻo gió cố tri dặm trường
Áo người năm tháng khói sương
Cởi ra mặc lại quê hương đâu rồi

Nhìn ra bông tuyết trắng vôi
Lòng như giọt nước reo sôi hóa mềm
Phải chi đời nhẹ cánh chim
Nắng phương đoài cõng về tìm phương đông
Phải chi cách mỗi dòng sông
Nam phương lên tiếng hỡi lòng bắc phương

Chừ đây bóng nhạn trùng dương
Ngoảnh đầu bến mẹ tang thương đã từng
Mùa đông chợt phố hóa rừng
Ngậm ngùi đếm tuổi trên từng lá khô
Ngậm ngùi đếm bóng mơ hồ
Tuyết bay tuyết đậu lên mồ lập đông.

Bây chừ đâu cũng hư không
Thì thôi cổ tích xin bồng bềnh trôi... ∎

VŨ TRỌNG QUANG
Lạc Quan

Tàn độc nhiễm độc thế gian
kền kền no nê thừa mứa bay đi
tăng thân nhiệt toàn cầu
thơ bị nhốt trong chỗ của loài người
thậm chí trong xó bếp dưới gầm giường

vẫn sống vẫn ăn vẫn thở
không khí tình hình buồn phiền hai lá phổi
chỉ một lá gan gan lì gan dạ
bất an nuôi dưỡng bình an

thầm lặng những người áo trắng hy sinh
tuyệt vọng nhìn vợ con qua cửa kính
lớn hơn nhiều những lời nói

điệu buồn câu kinh niềm vui câu kệ
tiếng đàn guitar cửa sổ cô lập vang tới vực
tiếng chuông cầu hồn giảm khuất tiếng chuông cầu hôn hiển hiện
tiếng khóc hài nhi trong lòng mẹ hân hoan
cô gái chải tóc làm đẹp trước gương vỡ

sẽ ổn thôi
thơ lãng mạn quay về
thơ bị nhốt vươn vai đứng dậy đối diện
nghe rõ côn trùng

không gặm nhấm sấm Trạng
lời nguyền mười phần còn lại xa lắc đâu phải tiên tri
cuộc sống vẫn tiếp tục

vùng xanh trở mình
Hãy Yêu Nhau Đi Hãy Yêu Nhau Đi ∎

TRUNG CHÍNH HỒ
Tháng Tư Về Không Dưng

Em từ đâu đến vội
Áo hoa vàng, từ khi
Ta quên mình cát bụi
Bay khuất chiều sa di

Ta nửa đời lưu xứ
Em một thời hường nhan
Biết chi ngày khổ nạn
Yêu trên mùa lầm than

Nhặt phiến sầu quá vãng
Lót trên đường em qua
Gót son vừa chạm ngõ
Mà buồn tôi đã già

Em đi mù tăm cá
Chim lạc đàn bóng quê
Tháng Tư sầu vạn ngả
Đời rụng xuống câu thề

Về thôi, trăng đã xế
Hồn khuyết gầy trong nhau
Mười năm chưa kịp hẹn
Biển đã thành cồn dâu

Áo hoa vàng đã úa
Tóc em giờ có phai
Mắt môi còn sót lệ
Lăn trầm xuống hai vai

Tháng Tư mùa bỏ lại
Khúc trầm ca lạc loài
Rong rêu từng hạt nắng
Rơi theo chiều lưu vong

Đi qua ngày gió nóng
Hong chút tình phai phôi
Mười năm dài gối mộng
Có nhau mà như xa

Đã tàn rồi nắng hạ
Tháng Tư về không dưng

Ta tìm nhau mấy cõi
Trên từng nấm mộ phần
Đắng cay tình như đã
Chết trên mùa thu phân. ∎

HUỲNH THỊ QUỲNH NGA

NHỮNG TIA SÁNG PHỤC SINH

Không có người đàn bà nào khỏa thân
Chỉ có bóng đêm và vết trăng còn ở lại
Trên đám cỏ ven sông phố

Và người đàn ông trần trụi
Ngồi khâu những mảnh vỡ ngày xưa
Tôi nghe tiếng hú gọi tình

Của loài thủy ngư
Đi qua mùa đông
Rung rinh nhịp thở

Con sóng từ kỷ phấn trắng
Chạy về phía vô định
Ngấm lời nguyền triệu năm

Những đôi tay khâu màn đêm
Những tia sáng phục sinh
Trên dãy sắc màu và hát

Không có tiếng kinh cầu
Không có giọt chuông khuya
Tôi đi vào bức tranh lập thể

Và ngủ quên ở đó...
Dường như cả thế giới
Đang hiển lộng! Bên bờ phục sinh ∎

NGUYỄN VĂN GIA
LÊ HÂN
Tin Sách

Sách đã có mặt trong tháng 3, 4 năm 2022:

A. TẠI VIỆT NAM

1. Lưới Trời Ai Dệt

Tác giả: Nguyễn Tường Bách
Thể loại: tiểu luận
Sách dày 444 trang
Bìa: NXB trình bày
NXB Lao Động - 2/2022
Giá bìa: 279.000 đồng

2. Giải Mã Văn Hóa Việt

Tác giả: Dương Văn Sáu
Thể loại: biên khảo
Sách dày 344 trang
Bìa: NXB trình bày
NXB Khoa Học Xã Hội - 4/2022
Giá bìa: 161.000 đồng

3. Phế Tích Mỹ Sơn
Cánh Cửa Mở Vào Nghệ Thuật Cổ Champia

Tác giả: Trần Kỳ Phương & Bùi Chí Trung
Thể loại: khảo luận
Sách dày 200 trang
Bìa: Đào Nguyên Dạ Thảo
NXB Đà Nẵng 12/2021
Giá bìa: 290.000 đồng

4. Ngẫu Khúc Chữ

Tác giả: Mộc Nhân Lê Đức Thịnh
Thể loại: thơ
Sách dày 116 trang
Bìa: Hồng Quang
NXB Đà Nẵng - 11/2021
Giá bìa: 115.000 đồng

5. Bạn Đang Nhìn Gì Vậy
150 Năm Nghệ Thuật Hiện Đại Trong Nháy Mắt

Tác giả: Will Gompertz
(Tô Quỳnh dịch)
Thể loại: biên khảo
Sách dày 484 trang
Bìa: NXB trình bày
NXB Đà Nẵng - 12/2021
Giá bìa: 234.000 đồng

6. Giọt Nắng Trong Sương

Tác giả: Nguyễn Châu
Thể loại: tập truyện
Sách dày 281 trang
Bìa: Lê Hồng Thái
NXB Hội Nhà Văn - 12/2021
Giá bìa: 140.000 đồng

B. SÁCH DO NHÂN ẢNH XUẤT BẢN TRONG THÁNG 3, 4 NĂM 2022:

1. Nhạc Mưa

Tác giả: Đặng Kim Côn
Thể loại: thơ
Bìa & Dàn trang: Uyên Nguyên Trần Triết
Tranh bìa: Đinh Cường
Nxb Nhân Ảnh - 3/2022
Sách dày: 148 trang
Sách có thể mua qua amazon
hay liên lạc: dangkimcon@ymail.com
Giá bìa: $16

2. Giữ Cho Lâu Chút Êm Đềm

Tác giả: Lưu Hà
Thể loại: thơ
Bìa: Uyên Nguyên Trần Triết
Tranh bìa: Lê Phổ
Dàn trang: Lê Hoàng
Nxb Nhân Ảnh - 4/2022
Sách dày: 80 trang
Sách có thể mua qua amazon
Giá bìa: $14 US

3. Thiên Mệnh Không Còn

Tác giả: Geoffrey D. T. Shaw
Thể loại: biên khảo
Bìa: Riz Bacon Marsella
Tranh bìa: Brazzlebird
Dàn trang: Lê Hoàng
Nxb Nhân Ảnh - 4/2022
Sách dày: 364 trang
Sách có thể mua qua amazon
Giá bìa: $25

4. Cuốn Theo Chiến Tranh

Tác giả: Đào Như
Thể loại: tập truyện
Bìa: Uyên Nguyên Trần Triết
Dàn trang: Lê Hoàng
Đọc bản thảo: Nguyễn Viết Kim
Nxb Nhân Ảnh - 4/2022
Sách dày: 292 trang, in bìa cứng
Sách có thể mua qua amazon
hay liên lạc tác giả: thonphuha@yahoo.com
Giá bìa: $35

5. Armed Forces Of Republic Of Vietnam
A Heroic Army Unjustly Abandoned and Left for Dead

Tác giả: Lâm Vĩnh Thế
Thể loại: Biên Khảo
Bìa: Uyên Nguyên Trần Triết
Dàn trang: Nguyễn Thành
Nxb Nhân Ảnh - 3/2022
Sách dày: 392 trang, in màu bên trong
Sách có thể mua qua amazon
Hay liên lạc tác giả:
hoaivietnhan1981@gmail.com
Giá bìa: $30 (bìa mềm), $40 (bìa cứng)

6. **Vận Mạng Trong Bàn Tay**

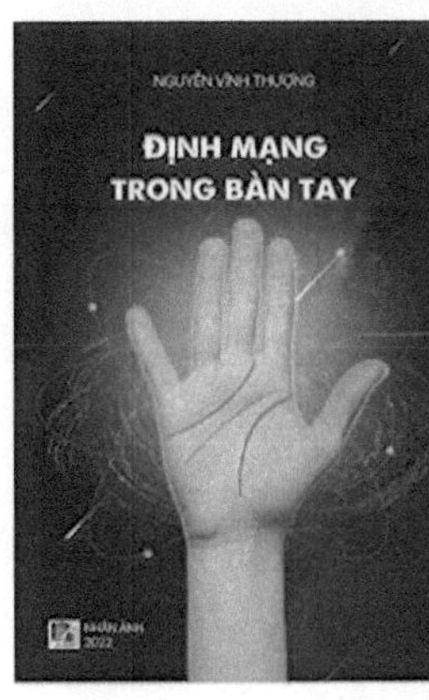

Tác giả: Nguyễn Vĩnh Thượng
Thể loại: biên khảo
Bìa và Dàn trang: Trần Thị Nhật Quyên
Nxb Nhân Ảnh - 4/2022
Sách dày: 120 trang
Sách có thể mua qua amazon
Hay liên lạc tác giả:
thuongnguyentri@gmail.com
Giá bìa: $15 US

ĐẶT MUA DÀI HẠN
Tạp chí NGÔN NGỮ
Phát hành 2 tháng 1 kỳ

Ở Hoa Kỳ:

$120 US/1 năm
$20 một số
Liên hệ: Lê Hân, han.le3359@gmail.com - tel: (408) 722-5626

Ở Canada:

$138 CAD/1 năm
$25 một số
Liên hệ: Lê Hân, han.le3359@gmail.com - tel: (408) 722-5626

Ở Pháp:

Mua qua www.amazon.fr
Liên hệ: Lê Hân, han.le3359@gmail.com - tel: (408) 722-5626

Ở Đức:

Mua qua www.amazon.de
Liên hệ: Lê Hân, han.le3359@gmail.com - tel: (408) 722-5626

Ở Việt Nam:

150.000 đ một số
Liên hệ: Nguyễn Thành, vanhocunescom@gmail.com
tel: (84) 0903385141